ലോകരാഷ്ട്രങ്ങൾ

1

അഫ്ഗാനിസ്ഥാൻ

Afghanisthan
Lokarashtrangal

Dr. George K Alex

CHINTHA PUBLISHERS
Thiruvananthapuram

First Edition
December 2021

Published & Typesetting
Chintha Publishers, Thiruvananthapuram

Printed at
Time offset printers, Thiruvananthapuram

Cover Design
Vinod Mangoes

ISBN : 978-93-93468-22-2

CO - LR 1 - 3048 / 5715

Email: chinthapublishers@gmail.com
Website: www.chinthapublishers.com

A vertion is available at National Libraries
Kolkata, Mumbai, Chennai and Delhi

Distribution
DESHABHIMANI BOOKHOUSE
H O Thiruvananthapuram 695035

Branch
Head Office Kunnukuzhi • Statue Thiruvananthapuram
KSRTC Bus Station Thiruvananthapuram
KSRTC Bus Station Alappuzha • KSRTC Bus Station Ernakulam
Machingal Lane Thrissur • IG Road Kozhikode
Mavoor Road Kozhikode • NGO Union Building Kannur
Central Bus Terminal Complex Thavakkara Kannur

അഫ്ഗാനിസ്ഥാൻ

ഡോ. ജോർജ് കെ അലക്സ്

ചിന്ത പബ്ലിഷേഴ്സ്
തിരുവനന്തപുരം-695 035

ഡോ. ജോർജ് കെ അലക്സ്

1971 മെയ് 9 ന് കോട്ടയം ജില്ലയിലെ കരിക്കാട്ടൂർ കൊച്ചി ടിശ്ശേരിൽ കെ വി ചാണ്ടിയുടെയും അക്കാമ്മ ചാണ്ടിയുടെയും മകനായി ജനനം. തുരുത്തിക്കാട് ബി എ എം കോളേജിൽ നിന്നും ചരിത്രത്തിൽ ബിരുദവും മഹാത്മാഗാന്ധി യൂണി വേഴ്സിറ്റിയിലെ സ്കൂൾ ഓഫ് ഇന്റർനാഷണൽ റിലേഷൻ സിൽനിന്നും എം എ, എം ഫിൽ, പി എച്ച് ഡി ബിരുദങ്ങൾ. മികച്ച ഗവേഷണത്തിനുള്ള 2002 ലെ സുനിയ ഫൗണ്ടേഷൻ സ്കോളർഷിപ്പ്. ഇപ്പോൾ കോഴഞ്ചേരി സെന്റ് തോമസ് കോളേജിൽ പൊളിറ്റിക്കൽ സയൻസ് വിഭാഗം അദ്ധ്യാപകൻ. മലയാളത്തിലും ഇംഗ്ലീഷിലുമായി 15 ഓളം പുസ്തകങ്ങൾ.

ഭാര്യ	:	റൂബി
മക്കൾ	:	ആദിത്, അനഘ, അഥീന
വിലാസം	:	കൊച്ചിടിശ്ശേരിൽ വീട്
		എരുമേലി സൗത്ത് പി ഒ, കോട്ടയം ജില്ല
E-mail	:	george.k.alex@gmail.com
Phone	:	(91) 974 5050 981

പ്രസാധകക്കുറിപ്പ്

ആധുനികതയും പാരമ്പര്യവും തമ്മിലുള്ള നിരന്തര സംഘർഷ ഭൂമിയാണ് അഫ്ഗാനിസ്ഥാൻ. കഴിഞ്ഞ ഒരു നൂറ്റാണ്ടിലേറെയായി തുടരുന്ന ഈ ബലാബലമാണ് ഇവിടെ അധികാരം ആര് കൈയാളണമെന്നു പല ഘട്ടങ്ങളിലും നിശ്ചയിച്ചു പോന്നത്. ഈ ശാക്തിക ബലാബലത്തിൽ ഈ ഭൂപ്രദേശത്തിനകത്തും പുറത്തുമുള്ള ശക്തികൾ പല ഘട്ടങ്ങളിലും പങ്കാളികളായി. അഫ്ഗാനിസ്ഥാന്റെ സാമൂഹിക വ്യവസ്ഥയെയും രാഷ്ട്രീയ ഘടനയെയും നിർണ്ണയിക്കുന്നതിൽ അത് പലപ്പോഴും നിർണ്ണായകമായി. സാമ്രാജ്യത്വ ശക്തികൾ കൊളോണിയൽ കാലഘട്ടം മുതൽ തുടങ്ങിയ മതപരമായ വികാരങ്ങൾ ഇളക്കി വിടാനുള്ള പരിശ്രമങ്ങൾ അഫ്ഗാന്റെ രാഷ്ട്രീയ ശരീരത്തെ വിഷലിപ്തമാക്കി. ഇടതുപക്ഷ ചിന്തകൾ അവിടെ വേര് പിടിക്കുന്നതിനെതിരെ, മത തീവ്രവാദ ശക്തികളെ ഇളക്കി വിടുന്ന തരത്തിലുള്ള അമേരിക്കൻ നീക്കങ്ങൾ, കുടത്തിൽ നിന്ന് അഴിച്ചു വിട്ട ഭൂതം കണക്കെ ഇന്നു ലോകത്തിനാകെ ഭീഷണിയായി മാറിയിരിക്കുന്നു.

മത സ്വത്വബോധവും മത തീവ്രവാദവും അധികാര സ്ഥാനങ്ങളെ എങ്ങനെ സ്വാധീനിക്കുന്നു എന്ന് സൂക്ഷ്മമായി നിരീക്ഷിക്കുന്നവർക്ക് അഫ്ഗാനിസ്ഥാന്റെ രാഷ്ട്രീയ വർത്തമാനവും ചരിത്രവും വിലയേറിയ പഠനവിഷയമാണ്. ലോകരാഷ്ട്രങ്ങളെക്കുറിച്ച് ആധികാരികമായ അറിവുകൾ നല്കുക എന്ന ലക്ഷ്യത്തോടുകൂടി ചിന്ത പബ്ലിഷേഴ്സ് അവതരിപ്പിക്കുന്ന പുതിയ ഗ്രന്ഥ പരമ്പരയിലെ ആദ്യ പുസ്തകമാണിത്. ഈ പുസ്തകവും ഈ പരമ്പരയിൽ തുടർന്നിറങ്ങുന്ന പുസ്തകങ്ങളും എല്ലാ സാമൂഹിക രാഷ്ട്രീയ പഠിതാക്കൾക്കും ഏറെ ഉപകാരപ്രദമാകുമെന്നു വിശ്വസിക്കുന്നു.

ചിന്ത പബ്ലിഷേഴ്സ്

ലോകരാഷ്ട്രങ്ങൾ
പുസ്തകപരമ്പര

ഉള്ളടക്കം

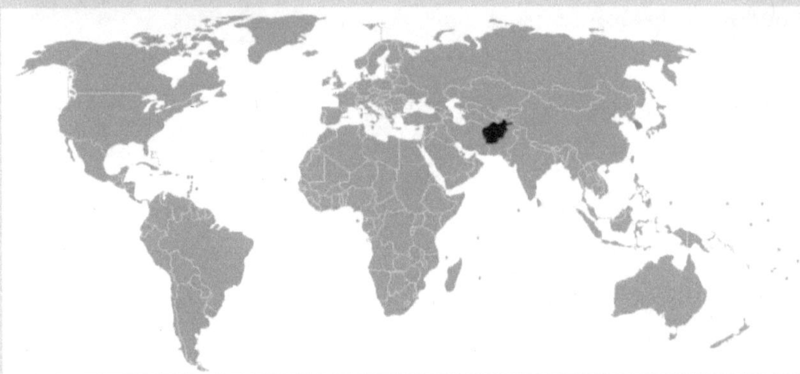

UZBEKISTAN
DUSHANBE
TAJIKISTAN
CHINA
TURKMENISTAN
Faizābād
BADAKHSHĀN
Mazār-e Sharīf
Shibirghān
JOWZJĀN
Kunduz
KUNDUZ
Tāloqān
TAKHĀR
BALKH
Aibak
SAMANGĀN
FĀRYĀB
Maimanah
Sar-e Pul
SAR-E PUL
BAGHLĀN
Pul-e Khumrī
Pārūn
Bāzārak
NŪRISTĀN
BĀDGHĪS
Qal'ah-ye Now
Chārīkar
PARWĀN
Mahmūd-e Rāqī
Asadābād
Mehtar Lām
Bāmyān
BĀMYĀN
KABUL
Herāt
HERĀT
Chaghcharān
GHŌR
Maidān Shahr
WARDAK
Jalālābād
NANGARHĀR
LOGAR
Pul-e 'Alam
Gardēz
PAKTIYA
KHOST
Khōst
Nīlī
DĀYKUNDĪ
Ghaznī
GHAZNĪ
Sharan
PAKTĪKA
ISLAMABAD
INDIA
IRAN
1972 Line of Control
Farāh
FARĀH
Tarin Kot
URUZGĀN
ZĀBUL
Qalāt
Lashkar Gāh
Kandahār
KANDAHĀR
HELMAND
PAKISTAN
Zaranj
NĪMRŌZ
International boundary
Province (welāyat) boundary
National capital
Province (welāyat) capital
Afghanistan has 34 provinces (welāyat).
0 50 100 150 Kilometers
0 50 100 150 Miles
Scale 1:6,900,000

ലോകരാഷ്ട്രങ്ങളിലൂടെ

ഓരോ രാജ്യത്തിനും വ്യത്യസ്തവും തനതുമായ സവിശേഷതകളുണ്ട്. ഈ സവിശേഷതകൾ ആ രാജ്യത്തിന്റെ ഭൂമിശാസ്ത്രപരമായ ഘടന, ജനപ്രകൃതി, സമൂഹങ്ങളുടെ ജീവിതം, ആചാരാനുഷ്ഠാനങ്ങൾ, സമ്പദ്വ്യവസ്ഥ, ഭരണകൂടം, നിയമവാഴ്ച, അധികാര സംവിധാനങ്ങൾ, രാഷ്ട്രീയം, നയതന്ത്ര സമീപനങ്ങൾ എന്നിവയുടെയെല്ലാം ആകെതുകയാണ്. ജനാധിപത്യ ഭരണം നിലനില്ക്കുന്ന രാജ്യങ്ങൾക്കൊപ്പം രാജഭരണസംവിധാനം നിലനില്ക്കുന്ന രാഷ്ട്രങ്ങളുമുണ്ട്. ഓരോ രാഷ്ട്രത്തിനും അവരുടേതായ ലിഖിത ഭരണഘടനയുണ്ട്. ഭരണഘടനയില്ലാതെ നിലനില്ക്കുന്ന രാഷ്ട്രങ്ങളുമുണ്ട്. ഇത്തരത്തിൽ വൈവിദ്ധ്യം നിറഞ്ഞതാണ് ഓരോ ലോകരാഷ്ട്രവും. ലോകരാഷ്ട്രങ്ങൾ എല്ലാം തന്നെ വ്യത്യസ്തതലങ്ങളിൽ കൊടുക്കൽ വാങ്ങലുകളിലൂടെ പരസ്പര സഹവർത്തിത്വം പുലർത്തുകയും ചെയ്യുന്നു. രാഷ്ട്രങ്ങൾ തമ്മിലുള്ള നയതന്ത്ര ബന്ധങ്ങൾ, അന്താരാഷ്ട്ര വാണിജ്യ കരാറുകൾ തുടങ്ങിയവ അതിനുള്ള തെളിവാണ്. ഓരോ രാഷ്ട്രത്തിലുമുണ്ടാകുന്ന സാമ്പത്തിക-രാഷ്ട്രീയ പരിണാമങ്ങൾ ആ രാഷ്ട്രവുമായി ബന്ധപ്പെട്ടു നില്ക്കുന്ന രാഷ്ട്രങ്ങളെ മാത്രമല്ല, പ്രത്യക്ഷത്തിൽ ബന്ധമില്ലാത്ത മറ്റു രാഷ്ട്രങ്ങളെയും ബാധിക്കുന്നുണ്ട്. രാഷ്ട്രങ്ങൾ തമ്മിലുണ്ടാകുന്ന തർക്കങ്ങളും സംഘർഷങ്ങളും സമാനമായ രീതിയിൽ അയൽരാഷ്ട്രങ്ങളെയും മറ്റ് രാഷ്ട്രങ്ങളെയും ബാധിക്കാറുണ്ട്. ഇവയൊക്കെയും ആധികാരികമായി വിശകലനം ചെയ്യപ്പെടേണ്ട വിഷയങ്ങളാണ്.

സംസ്കാരങ്ങളുടെയും അനവധി ഉപസംസ്കാരങ്ങളുടെയും വിളനിലമാണ് ഓരോ രാഷ്ട്രവും. ഗോത്രവർഗ്ഗ ജനത മുതൽ നവ നാഗരിക മനുഷ്യർവരെ ഉൾപ്പെടുന്ന അനവധി തലമുറകൾ ഓരോ രാഷ്ട്ര

ത്തിന്റെയും സമ്പത്താണ്. ആചാരങ്ങൾ, അനുഷ്ഠാനങ്ങൾ, വിശ്വാസങ്ങൾ, കലകൾ എന്നിവയിലെല്ലാം അനേകം വൈവിദ്ധ്യങ്ങളുണ്ട്. പാരമ്പര്യവും ആധുനികതയും നിറയുന്ന അനവധി കലാരൂപങ്ങൾ, അവയുടെ സാംസ്കാരിക വിനിമയങ്ങൾ എന്നിവയെല്ലാം തന്നെ പഠിക്കേണ്ടതുണ്ട്. സാംസ്കാരികമായ ഔന്നത്യങ്ങൾക്കൊപ്പം ജനകീയമായ രാഷ്ട്രീയ നിലപാടുകൾ പുലർത്തുന്ന രാഷ്ട്രങ്ങളാണ് ആഗോളതലത്തിൽ ശ്രദ്ധിക്കപ്പെടുന്നത്.

ദേശത്തിന്റെ, അടിസ്ഥാനത്തിലുള്ള വേർതിരിവുകൾ അപ്രസക്തമായ വർത്തമാനകാലത്ത് വിശ്വമാനവൻ എന്ന സങ്കൽപ്പനത്തിന് ബോധപൂർവ്വമോ അബോധപൂർവ്വമോ ആയ സ്വീകാര്യത ലഭിക്കുന്നുണ്ട്. വിവിധ ലോകരാഷ്ട്രങ്ങളെ പരിചയപ്പെടുത്തുകയെന്ന ദൗത്യമാണ് ചിന്ത പബ്ലിഷേഴ്സ് *ലോകരാഷ്ട്രങ്ങൾ* എന്ന ഈ പുസ്തക പരമ്പരയിലൂടെ ലക്ഷ്യമിടുന്നത്. ഓരോ രാഷ്ട്രത്തിലെയും ചരിത്ര രാഷ്ട്രീയ സാംസ്കാരിക പരിണാമങ്ങളെ ആഴത്തിൽ വിശകലനം ചെയ്ത് അവതരിപ്പിക്കുന്ന രീതിശാസ്ത്രമാണ് ഈ പുസ്തക പരമ്പരയിൽ അവലംബിച്ചിരിക്കുന്നത്. ഇന്ത്യയെങ്ങനെ ഇന്നത്തെ ഇന്ത്യയായി എന്നുള്ള അന്വേഷണങ്ങൾ നടത്തുമ്പോഴാണ് അധിനിവേശങ്ങളുടെയും കുടിയേറ്റങ്ങളുടെയും കീഴടക്കലുകളുടെയും ഏകാധിപത്യ വാഴ്ചകളുടെയും ചരിത്രപാഠങ്ങൾ തെളിഞ്ഞുവരുന്നത്. ഇതിനു സമാനമായ രീതിയിലുള്ള ചരിത്ര സാംസ്കാരിക രാഷ്ട്രീയ പരിണാമങ്ങൾ ലാറ്റിനമേരിക്കൻ രാഷ്ട്രങ്ങൾക്കും ദക്ഷിണ പൂർവ്വേഷ്യൻ രാഷ്ട്രങ്ങൾക്കും മദ്ധ്യപൂർവ്വേഷ്യൻ രാഷ്ട്രങ്ങൾക്കും ആഫ്രിക്കൻ രാഷ്ട്രങ്ങൾക്കും പറയുവാനുണ്ട്. രാഷ്ട്രങ്ങളുടെ അതിർത്തികൾ, കുടിയേറ്റങ്ങൾ, അധിനിവേശങ്ങൾ, ജനപ്രകൃതി, ഭാഷാമതങ്ങൾ, സംസ്കാരം എന്നിവയ്ക്ക് പ്രാമുഖ്യം നല്കിക്കൊണ്ടുള്ള പഠനമാണ് ഓരോ ഗ്രന്ഥത്തിലുമുള്ളത്. ഇതിലൂടെ വ്യത്യസ്ത കാലഘട്ടങ്ങളിലെ രാഷ്ട്രീയ പരിണാമങ്ങൾ, ഭരണസംവിധാനം, പ്രാദേശിക ഭരണകൂടങ്ങൾ, തിരഞ്ഞെടുപ്പ് സംവിധാനങ്ങൾ തുടങ്ങിയവയെ ആഴത്തിൽ അപഗ്രഥിക്കുന്നുമുണ്ട്. അതുവഴി സമഗ്രമായ അറിവ് പ്രദാനം ചെയ്യുന്നതാണ് ഈ പുസ്തക പരമ്പര.

ഡോ. സെബാസ്റ്റ്യൻ പോൾ
(ചീഫ് എഡിറ്റർ, ലോകരാഷ്ട്രങ്ങൾ പുസ്തകപരമ്പര)

അഫ്ഗാനിസ്ഥാൻ – ഒറ്റനോട്ടത്തിൽ

ഔദ്യോഗിക നാമം	:	ഇസ്ലാമിക് റിപ്പബ്ലിക് ഓഫ് അഫ്ഗാനിസ്ഥാൻ
രാഷ്ട്രസംവിധാനം	:	പ്രസിഡൻഷ്യൽ
രാഷ്ട്രത്തലവൻ	:	പ്രസിഡന്റ് (അഷറഫ് ഘാനി, 2021)
ഭൂവിസ്തൃതി	:	652,230 ച.കി. മി. (കരഭാഗം: 652,230 ച.കി. മി., ജലമേഖല: 0 ച.കി.മി.)
കാലാവസ്ഥ	:	അതികഠിനമായ ശൈത്യകാലവും അത്യുഷ്ണമുള്ള ഗ്രീഷ്മകാലവും.
ഭൂപ്രദേശം	:	ഭൂരിഭാഗവും പരുക്കൻ പർവ്വതനിരകൾ; വടക്കും തെക്കുപടിഞ്ഞാറും സമതലങ്ങൾ.
തലസ്ഥാനം	:	കാബൂൾ
ആകെ ജനസംഖ്യ	:	37,466,414
ആയുർദൈർഘ്യം	:	53.25 വയസ്സ്
ഔദ്യോഗിക ഭാഷ	:	പാഷ്ടു/ ദാരി
മതം	:	മുസ്ലീം 99.7% (സുന്നി 84.7–89.7%, ഷിയാ 10–15%) മറ്റ് മതവിഭാഗങ്ങൾ 0.3%
നാണയം	:	അഫ്ഗാനി
പ്രധാന നഗരങ്ങൾ	:	കാബൂൾ, കണ്ടഹാർ ഹെറാത്, മസാർ–ഇ ഷരിഫ് ജലാലാബാദ്, ഘസ്നി ബാൾക്ക്, ബാമിയൻ കുണ്ടുസ്, ഫാറാ.
സാമ്പത്തിക വളർച്ചാനിരക്ക്	:	–1.93%
സാക്ഷരതാ നിരക്ക്	:	43.2 ശതമാനം

1

മണ്ണും മനുഷ്യരും

ആധുനിക രാഷ്ട്രങ്ങളെ നിർണ്ണയിക്കുന്നത് മതപരമോ വംശീയമോ ആയ സ്വത്വങ്ങളല്ല, ഭൂമിശാസ്ത്രപരമായി അംഗീകരിക്കപ്പെട്ട അതിർത്തികളാണ്. രണ്ടാം ലോകയുദ്ധത്തിനുശേഷം സ്വതന്ത്രമായ രാഷ്ട്രങ്ങളുടെയെല്ലാം നിർണ്ണയം അവയുടെ ഭൂമിശാസ്ത്രപരമായ അതിരുകൾക്കുള്ളിലായിരുന്നു. എന്നാൽ, പിന്നീട് വംശീയവും മതപരവുമായ സങ്കീർണ്ണതകൾ അത്തരം രാഷ്ട്രങ്ങളെ വിഭജിതമാക്കുന്ന തരത്തിൽ മൂർച്ഛിക്കുകയും ജനജീവിതം ദുസ്സഹമാകുന്ന പലായനങ്ങൾക്ക് വഴിതുറക്കുകയും ചെയ്തു. അത്തരമൊരു ചരിത്രമാണ് അഫ്ഗാനിസ്ഥാനിന്റേതും. തെക്കു-കിഴക്ക് സിന്ധുനദീതടം (ദുരന്ദ് ലൈൻ) മുതൽ വടക്കു-പടിഞ്ഞാറ് അമുദാരിയ നദി (ഓക്സസ്) വരെ പരന്നുകിടക്കുന്ന മലനിരകളും പുൽമേടുകളും ചെങ്കുത്തായ ചരിവുകളും താഴ്വാരങ്ങളും മഞ്ഞുമലകളും മരുഭൂമികളും നിറഞ്ഞ ഭൂമിശാസ്ത്ര വൈവിദ്ധ്യത്തിന്റെ ഇടമാണ് അഫ്ഗാനിസ്ഥാൻ.

ലോകത്തിന്റെ മേൽക്കൂര

1946 ൽ യുണൈറ്റഡ്നേഷന്റെ ചാർട്ടർ അംഗമായി അഫ്ഗാനിസ്ഥാൻ നിലവിൽ വന്നു. പൗരാണികമായ നാഗരികതയും ഗരിമയാർന്ന സാംസ്കാരിക ചരിത്രവും കൈകോർത്തുനില്ക്കുന്ന ഒരു ജനതയാണ് അഫ്ഗാനിലേത്. ഏതാണ്ട് 6000 വർഷങ്ങൾക്കപ്പുറത്തുനടന്ന ആര്യൻ അധിനിവേശത്തോടെയാണ് അഫ്ഗാനിസ്ഥാന്റെ ചരിത്രം ആരംഭിക്കുക. അഫ്ഗാനികളുടെ വിശ്വാസം തന്നെ ലോകത്തിന്റെ മദ്ധ്യമാണ് അഫ്ഗാനിസ്ഥാൻ എന്നാണ്. ഉറുദു കവിയായ ഇക്ബാൽ ഏഷ്യയുടെ ഹൃദയമെന്നും, ബ്രിട്ടീഷ് വൈസ്രോയി ലോർഡ് കഴ്സൺ ഏഷ്യയുടെ മകുടം

എന്നും വിശേഷിപ്പിച്ച ഭൂഭാഗമാണ് അഫ്ഗാനിസ്ഥാൻ. എന്തിനേറെ ബൈബിളിൽ ദൈവം സൃഷ്ടിച്ച ഏദൻ തോട്ടത്തെ നനയ്ക്കുന്ന ഗീഹോൻ നദിപോലും പുറപ്പെടുന്നത് അഫ്ഗാനിസ്ഥാനിൽനിന്നാണ്.

അത്യപൂർവ്വം രാഷ്ട്രങ്ങളുടെ ഭൂമിശാസ്ത്രഘടന മാത്രമാണ് അതിന്റെ ചരിത്രത്തെയും രാഷ്ട്രീയത്തെയും നിർണ്ണയിക്കുന്ന തരത്തിൽ പ്രാധാന്യം നേടിയിട്ടുള്ളത്. അഫ്ഗാനിസ്ഥാന്റെ സവിശേഷതയും അതാണ്. നാലുചുറ്റും കരകളാൽ ചുറ്റപ്പെട്ട മലനിരകളുടെ ഈ ഭൂഭാഗം തുറന്നുകൊടുത്ത ചുരങ്ങളിലൂടെയാണ് അറേബ്യൻ വ്യാപാരികൾ ഇന്ത്യയി

ലേക്കും ഏഷ്യയുടെ ഇതര ഭാഗങ്ങളിലേക്കും കടന്നുവന്നത്. അലക്സാണ്ടർ ചക്രവർത്തിയുടെ പടയോട്ടങ്ങൾ പടുത്തുയർത്തിയ നഗരമാണ് ഹെറാത്ത്. മംഗോളിയരെയും മുഗളന്മാരെയും ഇന്ത്യയിലേക്കെത്തിയതും അഫ്ഗാനിലെ പട്ടുവഴിത്താരയിലൂടെയാണ്.

താജ്ക്കിസ്ഥാൻ, ഉസ്ബക്കിസ്ഥാൻ, തുർക്ക്മെനിസ്ഥാൻ, ചൈന, പാകിസ്ഥാൻ, ഇറാൻ എന്നീ രാജ്യങ്ങളാൽ ചുറ്റപ്പെട്ടുകിടക്കുന്ന 2,45,000 ചതുരശ്ര മൈൽ വിസ്തീർണ്ണമുള്ള ഭൂഭാഗമാണ് ഇന്നത്തെ അഫ്ഗാനിസ്ഥാൻ. ഒരു രാഷ്ട്രമെന്ന നിലയിൽ മറ്റുരാഷ്ട്രങ്ങളിൽനിന്നും അഫ്ഗാനിസ്ഥാനെ വേറിട്ടുനിർത്തുന്ന ഭൂമിശാസ്ത്ര അതിരുകൾ വളരെ ദുർബ്ബലമാണ്. വടക്കൻ അതിർത്തി *അമു ദാരിയാ* നദിയാണ്. പാശ്ചാത്യർ ഓക്സ് നദിയെന്നു വിളിക്കുന്നു. വേദപുസ്തകത്തിൽ ഏദൻ തോട്ടത്തിലെ നാലുനദികളിലൊന്നായ ഗീഹോനാണ് ഇന്നത്തെ അമുദാരിയ എന്നു കരുതുന്നു. 19-ാം നൂറ്റാണ്ടിലെ പാശ്ചാത്യ സഞ്ചാരികൾ ഗോശാൻ എന്നു വിശേഷിപ്പിച്ചിരുന്നതും ഇതേ നദിയെ ആണ്. ഗ്രീക്ക്, പേർഷ്യൻ, ചൈനീസ്, മംഗോൾ,

അഫ്ഗാൻ ഭൂപ്രകൃതി

ജൂത ചരിത്രകാരന്മാരും ഗോശാൻ എന്ന പേരാണ് ഉപയോഗിച്ചുപോന്നത്. എന്നാൽ, ഇന്ന് ഈ പേരുകളൊന്നും ഉപയോഗിക്കുന്നില്ല. 2400 കി മി നീളമുള്ള നദി മദ്ധ്യേഷ്യയിലെ പ്രധാന നദിതന്നെയാണ്. വടക്കു-പടിഞ്ഞാറേക്ക് ഒഴുകി അരാൾ കടലിൽ പതിക്കുന്ന ഈ നദി അഫ്ഗാനിസ്ഥാനെ താജ്ക്കിസ്ഥാൻ, തുർക്ക്മെനിസ്ഥാൻ, ഉസ്ബക്കിസ്ഥാൻ എന്നീ രാജ്യങ്ങളിൽനിന്നും വേർതിരിക്കുന്നു.

പാമീർ മലകളിലെ മഞ്ഞുരുക്കമാണ് അമുദാരിയ നദിയെ ജലസമൃദ്ധമാക്കുന്നതെങ്കിലും നദീജലത്തിന്റെ 39 ശതമാനം മാത്രമാണ് അഫ്ഗാനിസ്ഥാന് ലഭ്യമാകുന്നത്. നദീജലത്തിന്റെ മുഖ്യ ഗുണഭോക്താവ് താജ്ക്കിസ്ഥാൻ തന്നെയാണ്. അഫ്ഗാനിസ്ഥാന്റെ വടക്കുപടിഞ്ഞാറൻ അതിർത്തിയിൽ ഹരി രുദ്രയും, തെക്കുപടിഞ്ഞാറ് ഹെൽമന്ദും ഉണ്ടെങ്കിലും ഈ നദികളൊന്നും തന്നെ പ്രകൃതിജന്യമായ അതിർത്തി സുരക്ഷ അഫ്ഗാനിസ്ഥാന് നല്കുന്നില്ല. തെക്കുവടക്ക് നീണ്ടുകിടക്കുന്ന ഹിന്ദുക്കുഷ് പർവ്വതനിരയാവട്ടെ രാജ്യത്തെ തെക്കും വടക്കുമായി രണ്ടായി വിഭജിക്കുന്നു (Shaista Wahab and Barry Youngerman 2007:4).

ഹിന്ദുക്കുഷിന് തെക്ക് പേർഷ്യൻ പൈതൃകമുള്ള പാഷ്ടൂൺ ഗോത്രമാണ് ഭൂരിപക്ഷമെങ്കിൽ വടക്കൻ മേഖലകളിൽ പേർഷ്യൻ തുർക്കി ഗോത്രങ്ങളാണ്. ഹിന്ദുക്കുഷ് പർവ്വതനിരകളിൽ ഹസാരകളും താജിക്കുകളും ആവാസമുറപ്പിച്ചിരിക്കുന്നു. അഫ്ഗാനിസ്ഥാന്റേത് ഒരു സങ്കര സംസ്കാരമാണ്. ഓരോ ഗോത്രങ്ങൾക്കും അവരുടേതായ ചരിത്രവും സവിശേഷമായ ബന്ധവും വൈരവും അപര ഗോത്രങ്ങളോടുണ്ട്. ഗോത്രബന്ധങ്ങൾ നൂറ്റാണ്ടുകളുടെ സംഘർഷത്തിന്റെ കഥ തന്നെയാണ് പറയുക. അഫ്ഗാൻ ജനതയെ ഒന്നായി രൂപാന്തരപ്പെടുത്തുന്ന വംശീയമോ ഭൂമിശാസ്ത്രപരമോ ആയ ഘടകങ്ങളൊന്നും അഫ്ഗാനിസ്ഥാനിലില്ല.

ഹിമാലയത്തിന്റെ തുടർച്ചയാണ് ഹിന്ദുക്കുഷ് പർവ്വതനിരകൾ. വടക്കു കിഴക്കുനിന്ന് ആരംഭിച്ച് തെക്കുകിഴക്കായി കിടക്കുന്ന പർവ്വതപംക്തിയുടെ ശരാശരി ഉയരം കടൽ നിരപ്പിൽനിന്നും 2740 മീറ്ററാണ്. രാജ്യത്തിന്റെ പകുതിയിലധികം ഭാഗവും മൂടുന്നത് ചിതറിക്കിടക്കുന്ന മലനിരകളാണ്. ഈ മലനിരകളിലെ മഞ്ഞാണ് അഫ്ഗാൻ നദികളെ ജലസമൃദ്ധമാക്കുന്നത്. ഈ മലനിരകളിൽ ഭൂരിപക്ഷവും ഹിന്ദുക്കുഷിന്റെ ഭാഗവുമാണ്. ഇന്ത്യൻ ഉപഭൂഖണ്ഡത്തിൽനിന്നും മദ്ധ്യേഷ്യൻ സമതലങ്ങളെ വേർതിരിക്കുകയാണ് ഹിന്ദുക്കുഷ് പർവ്വതനിരകൾ ചെയ്യുന്നത്. അങ്ങനെ, ഇന്ത്യയും പാകിസ്ഥാനും വടക്കൻ അതിർത്തികളിൽ ഒരു കോട്ടയായി നിലകൊള്ളുകയും ചെയ്യുന്നു. എന്നാൽ, ഇതിലെ ചുരങ്ങൾ ഇന്ത്യൻ ഉപഭൂഖണ്ഡവുമായി അഫ്ഗാനിസ്ഥാനെ ബന്ധിക്കുന്നുണ്ട്. കൈബർപാസ് കാബൂളും പാകിസ്ഥാനിലെ പെഷ്വാറും തമ്മിൽ ബന്ധിപ്പിക്കുന്നത് ഒരു ഉദാഹരണമാണ്. മലനിരകൾക്കിടയിലെ സമതലങ്ങളും ചരിവുകളും കൃഷിയോഗ്യവും നാടോടികളായ ഇടയന്മാർക്ക് കാലി മേയ്ക്കാനുള്ള വിസ്തൃത ഭൂമിയുമായിരുന്നു.

ഹിന്ദുക്കുഷ് എന്ന പേരിന്റെ ഉത്ഭവത്തെക്കുറിച്ച് പല അനുമാനങ്ങളുമുണ്ട്. ഹിന്ദുക്കുഷ് എന്ന വാക്കിന്റെ ഒരു അർത്ഥം, 'ഇന്ത്യയുടെ പർവ്വതങ്ങൾ' എന്നാണ്. എന്നാൽ ഗ്രീക്ക് ഭാഷയിൽ ഹിന്ദുവിനെ കൊന്ന യിടം എന്നും അർത്ഥമുണ്ട്. ഈ അർത്ഥമാണ് അമേരിക്കൻ എൻസൈക്ലോപീഡിയ സ്വീകരിച്ചിട്ടുള്ളത്. വടക്ക് കിഴക്കൻ മൂലയിലാണ് പാമീർ പീഠഭൂമി. പാമീർ പീഠഭൂമിയെ ലോകത്തിന്റെ മേല്ക്കൂര എന്നാണ് മാർക്കോപ്പോളോ വിശേഷിപ്പിച്ചത്. താജ്ക്കിസ്ഥാൻ, ചൈന, പാകിസ്ഥാൻ എന്നീ രാജ്യങ്ങളോട് തൊട്ടുചേർന്നു കിടക്കുന്ന ഭൂഭാഗമാണ് പാമീർ. ഹിന്ദുക്കുഷിന്റെ തെക്കെ അറ്റം അവസാനിക്കുന്നത് കാബൂൾ താഴ്വരയിലാണ്. വടക്കും പടിഞ്ഞാറും, തെക്കുമായി താഴ്ന്നുകിടക്കുന്ന പ്രദേശങ്ങൾ എക്കാലവും അക്രമികളെയും അഭയാർത്ഥികളെയും പ്രതിബന്ധങ്ങളില്ലാതെ അഫ്ഗാനിസ്ഥാന്റെ മണ്ണിലേക്ക് സ്വാഗതം ചെയ്യുന്നതായിരുന്നു.

ഭൂമിശാസ്ത്രവും വംശീയവുമായ പരിമിതികളെല്ലാം നിലനില്ക്കുമ്പോഴും ഭാഷാപരമായ ഐക്യം അഫ്ഗാനികളിലുണ്ട്. ബഹുഭൂരിപക്ഷത്തിന്റെയും വിനിമയ ഭാഷ ഫാഴ്സിയാണ് (Farsi). അത് ഇറാനിയൻ ഔദ്യോഗിക ഭാഷയായ പാഴ്സിയിൽ (Parsi)നിന്നു ഭിന്നമായ ഒന്നാണ്. പതിനാറാം നൂറ്റാണ്ടുവരെ ഇറാനിലെയും അഫ്ഗാനിലെയും സുന്നി വിഭാഗങ്ങൾ തമ്മിൽ മമതയിലായിരുന്നു. ഇറാനുമായുള്ള ഈ ബന്ധത്തിലാണ് സൊരാഷ്ട്രമതവും പാഴ്സി ഭാഷയും അഫ്ഗാനിലേക്ക് എത്തിയത്. ഷിയ വിഭാഗങ്ങൾ അഫ്ഗാനിലേക്ക് കടന്നുതുടങ്ങുമ്പോഴാണ് ഈ ബന്ധം അല്പമൊന്ന് മുറിയുന്നത്. വടക്കൻ അഫ്ഗാനിസ്ഥാൻ ഭൂമിശാസ്ത്രപരമായി മാത്രമല്ല, ഭാഷാപരവും, സാംസ്കാരികവുമായി മദ്ധ്യേഷ്യയിലെ പൊതു സംസ്കാരത്തിന്റെ തുടർച്ചയാണ്. ക്രൈസ്തവ സാറിസ്റ്റ് ഭരണകൂടത്തിന്റെ ആധിപത്യത്തിൽനിന്നും രക്ഷനേടാൻ നിരവധി തുർക്കികളും, ഉസ്ബക്കുകളും അഫ്ഗാനിസ്ഥാനിൽ അഭയാർത്ഥികളായി ചേക്കേറിയിരുന്നു. റഷ്യയിൽനിന്നുമുള്ള അഭയാർത്ഥി പ്രവാഹം സോവിയറ്റ് ഭരണകൂടത്തിനുകീഴിലും സംഭവിച്ചിരുന്നു. പാകിസ്ഥാനോട് ചേർന്നുകിടക്കുന്ന കിഴക്കൻ മേഖലകളിലും സ്ഥിതി വ്യത്യസ്തമായിരുന്നില്ല. പത്തൊമ്പതാം നൂറ്റാണ്ടുവരെ കിഴക്കൻ മേഖലയിലെ പാഷ്ടൂണുകൾ പാക്ക് സംസ്കാരംതന്നെയാണ് പങ്കുവച്ചത്. സിന്ധുനദീതടം വരെ വ്യാപിച്ചുകിടക്കുന്ന സംസ്കാര സവിശേഷതകളെ പാഷ്ടൂണുകൾ സ്വാംശീകരിക്കുകയും ചെയ്തു. എന്നാൽ, ബ്രിട്ടീഷ് അധിനിവേശത്തിനുകീഴിൽ പാകിസ്ഥാനിൽ സംഭവിച്ച പരിവർത്തനങ്ങൾ പാഷ്ടൂണുകളും പാകിസ്ഥാനും തമ്മിലുള്ള അകലങ്ങൾ രൂപപ്പെടാൻ കാരണമായി.

അഹമ്മദ് ഷാ 1747 ൽ ദുരാണി സാമ്രാജ്യം പടുത്തുയർത്തുന്നതുവരെ അഫ്ഗാനിസ്ഥാനിൽ കേന്ദ്രീകൃതമായ ഒരു ഭരണ സംവിധാനം ഉണ്ടായിരുന്നില്ല. അതേസമയം ബൃഹത്തായ വൈദേശിക സാമ്രാജ്യ

ങ്ങളുടെ ഭാഗമായിരുന്നുതാനും. സഹസ്രാബ്ദങ്ങളിലൂടെ പിന്നിടുന്ന അഫ്ഗാനിസ്ഥാന്റെ ചരിത്രം കുടിയേറ്റത്തിന്റെയും വൈദേശിക അതിക്രമങ്ങളുടേതുമാണ്. കഴിഞ്ഞ ഇരുന്നൂറ്റി അൻപതുവർഷത്തെ ചരിത്രം തന്നെ പരിശോധിച്ചാൽ വ്യക്തമാകുന്നത് പേർഷ്യ, റഷ്യ, ബ്രിട്ടീഷ് ഭരണകൂടങ്ങളുടെ കരങ്ങളിലായിരുന്നു അഫ്ഗാനിസ്ഥാന്റെ ഭരണം എന്നാണ്. ഇരുപത്തിയൊന്നാം നൂറ്റാണ്ടിലാവട്ടെ, അഫ്ഗാനിസ്ഥാനെ ഇന്നു പിളർത്തുന്നത് മതാധിഷ്ഠിത രാഷ്ട്രീയ താല്പര്യങ്ങൾ ഗതി നിർണ്ണയിച്ച രാഷ്ട്രീയ അധികാര ബന്ധങ്ങളാണ്.

ഭൂമിശാസ്ത്രപരമായ സവിശേഷതകളും മതപ്രത്യയശാസ്ത്രവുമാണ് അഫ്ഗാനിസ്ഥാന്റെ വർത്തമാനകാല ചരിത്രത്തിന്റെ അടിത്തറ. മദ്ധ്യ-പൂർവ്വേഷ്യയിൽനിന്നും ദക്ഷിണേഷ്യയിലേക്കും, കിഴക്കൻ ഏഷ്യയിലേക്കുമുള്ള വാണിജ്യപാതകൾ അഫ്ഗാനിസ്ഥാനിലൂടെയാണ് കടന്നു പോയിരുന്നത്. അതുകൊണ്ടുതന്നെ, വൈവിദ്ധ്യമാർന്ന സംസ്കാരങ്ങളുടെ സംഗമകേന്ദ്രമായി അഫ്ഗാനിസ്ഥാൻ മാറി. ആധുനിക കാലത്താവട്ടെ രണ്ട് മഹാസാമ്രാജ്യങ്ങളുടെ അതിരായിരുന്നു അഫ്ഗാനിസ്ഥാൻ. സൂര്യനസ്തമിക്കാത്ത ബ്രിട്ടീഷ് സാമ്രാജ്യവും സർചക്രവർത്തിമാരുടെ റഷ്യയും അഫ്ഗാനുമേൽ അവകാശവാദങ്ങളുന്നയിച്ചു. ഇരു സാമ്രാജ്യങ്ങളും തങ്ങളുടെ പാവഭരണകൂടമായി അഫ്ഗാനിസ്ഥാനെ നിലനിർത്താനും ആഗ്രഹിച്ചു. റെയിൽവേ, ടെലിഗ്രാഫ്, ആധുനിക സാംസ്കാരിക വിഭവങ്ങൾ ഇവ ഒന്നും തന്നെ അഫ്ഗാനിസ്ഥാനിലേക്ക് കടന്നുവന്നില്ല. രണ്ടു നൂറ്റാണ്ടുകാലത്തെ മാനവചരിത്രവികാസം അഫ്ഗാനിസ്ഥാനിൽ നിശ്ചലമായി. ഇരുപത്തിയൊന്നാം നൂറ്റാണ്ടിലും ഏറ്റവും കുറഞ്ഞ സാക്ഷരതയും ആയുർദൈർഘ്യവുമുള്ള മറ്റൊരു പ്രദേശമില്ല. നിരത്തുകൾ പോലും പരിമിതമാണ്. സാങ്കേതികവിദ്യയും ഗതാഗത സൗകര്യങ്ങളും പരിമിതമായതിനാൽ തലസ്ഥാനമായ കാബൂളിൽനിന്നും രാജ്യത്തെ മുഴുവൻ നിയന്ത്രിക്കുക അസാദ്ധ്യവുമാണ്.

അഫ്ഗാന്റെ മണ്ണ് അത്ര ഫലഭൂയിഷ്ടമല്ലെങ്കിലും ജനങ്ങളുടെ പ്രധാന വരുമാന മാർഗ്ഗം കാർഷികവൃത്തി തന്നെയാണ്. ഏതാണ്ട് 12 ശതമാനം ഭൂമി മാത്രമാണ് കൃഷിയോഗ്യമായിട്ടുള്ളത്. നാല്പതു ശതമാനം ഭൂമിയും മേച്ചിൽ കാടുകളാണ്. കാലിവളർത്തലും കാലിമേയ്ക്കലും നല്ലൊരു വിഭാഗത്തിന്റെ വരുമാനമാർഗ്ഗമാണ്. 2003 ലാണ് ആദ്യമായി യു എൻ അഫ്ഗാനിലെ കാലിസമ്പത്തിന്റെ കണക്കെടുപ്പുനടത്തിയത്. മുപ്പതു ലക്ഷം കുടുംബങ്ങൾക്ക് 37 ലക്ഷം കാലികളും 73 ലക്ഷം ആടുകളും 12 ലക്ഷം കോഴികളും മറ്റ് മൃഗങ്ങളും ഉള്ളതായാണ് കണക്കുകൾ സൂചിപ്പിച്ചത്. ഇവകൂടാതെ നിരവധി തരത്തിലുള്ള കാട്ടാടുകളും വന്യമൃഗങ്ങളും അഫ്ഗാന്റെ സമ്പത്താണ്. അപൂർവ്വജനുസ്സിൽപ്പെട്ട ആടാണ് മാർക്കോപോളോ. പാമീർ മേഖലയിലാണ് ഇവയെ കൂടുതലായി കാണുന്നത്. ലോകത്തെ അത്യപൂർവ്വമാനുകളായ ബാക്ട്രിയൻ വാപ്തിമാനുകൾ വംശനാശം നേരിടുന്ന മാനുകളാണ്. ഇവയും അഫ്ഗാനിലെ സംരക്ഷിത മൃഗങ്ങളുടെ പട്ടികയിലുണ്ട്.

അപൂർവ്വ ജനുസിൽപ്പെട്ട മാർക്കോപോളോ ആടുകൾ

തുകലിനും രോമത്തിനുമായി വ്യാപകമായി നടന്ന വേട്ടയാടൽ അഫ്ഗാനിസ്ഥാന്റെ മൃഗസമ്പത്തിനെ ഗണ്യമായി കുറച്ചു. കാബൂളിലെ കമ്പോളത്തിൽനിന്നും യൂറോപ്യൻ അമേരിക്കൻ വിപണികളിലേക്കാണ് ഈ വനസമ്പത്ത് എത്തിച്ചേരുന്നത്. കഴുതകളെയും കോവർ കഴുത കളെയും, കുതിരകളെയും ഭാരം വഹിക്കുന്നതിനും യാത്രയ്ക്കുമായി ഉപയോഗിക്കുന്നു. പഴയ നാടോടി കാലിവളർത്തൽ ഗോത്രങ്ങളിൽ നിന്നാണ് പില്ക്കാലത്ത് അഫ്ഗാനിലെ ട്രക്ഡ്രൈവർമാർ രൂപപ്പെടുന്നത്. പ്രധാന കൃഷിയിനങ്ങൾ ഗോതമ്പും നെല്ലും ഉൾപ്പെടെയുള്ള ധാന്യ ങ്ങളും, കാപ്പി, പരുത്തി തുടങ്ങിയ വിളകളും ആപ്പിൾ, ചെറി, പ്ലം തുട ങ്ങിയ പഴവർഗ്ഗങ്ങളുമാണ്. അഫ്ഗാനിലെ പഴവർഗ്ഗങ്ങൾ ലോകമെമ്പാടും പ്രിയതരമാണ്. അഫ്ഗാനിൽ ഏറ്റവും ആകർഷകമായത് കാർഷിക വാണിജ്യമാണ്. കറുപ്പിന്റെ കൃഷിയും സംസ്കരണവും അഫ്ഗാനിന്റെ സമ്പത്തും ഭീകരതയും തഴച്ചുവളരുന്നത് കറുപ്പു ചെടികളുടെ തണലി ലാണ്. 2005 ൽ യു എൻ – യു എസ് സംയുക്ത ഇടപെടൽ കറുപ്പു വ്യവസായവും കൃഷിയും നിരോധിക്കുന്നതിന് കാരണമായി. കറുപ്പു ചെടികളെ ആശ്രയിച്ചുള്ള വൈദ്യവൃത്തിയും അഫ്ഗാനിസ്ഥാനിൽ പ്രചു രപ്രചാരം നേടിയിട്ടുണ്ട്. യുനാനി ചികിത്സ അഫ്ഗാൻ ചികിത്സാരീതി യാണ്.

ആഭ്യന്തരവും വൈദേശികവുമായ യുദ്ധംമൂലം അഫ്ഗാനിലെ ജന സംഖ്യാ കണക്കെടുപ്പ് കഴിഞ്ഞ ചില ദശാബ്ദങ്ങളായി നടന്നിട്ടില്ല. അവ സാനമായി ലഭിക്കുന്ന കണക്കുകൾ സി ഐ എ എടുത്തിട്ടുള്ളതാണ്. 2004 ലെ കണക്കനുസരിച്ച് 28,513,677 ജനങ്ങളാണ് അഫ്ഗാനിസ്ഥാനി ലുള്ളത്. അഫ്ഗാനികൾ എന്ന പേരിലൂടെ പൊതുവിൽ സൂചിപ്പിക്കപ്പെ

ടുന്നത് പാഷ്ടൂൺ ഗോത്രവിഭാഗങ്ങളെയാണ്. അഫ്ഗാനിലേക്ക് കടന്ന വിവിധ ജനവിഭാഗങ്ങളുടെ വംശപരമ്പരകൾ ഇന്ന് അഫ്ഗാനിസ്ഥാനിലുണ്ട്. വംശീയവും ഭാഷാപരവുമായി ഭിന്നങ്ങളായ ഗോത്രങ്ങളുടെ കൂട്ടുകെട്ടാണ് ഇന്നത്തെ അഫ്ഗാനിസ്ഥാൻ. മതമാണ് അവരെ ഒന്നിപ്പിക്കുന്ന ഏക ഘടകം. അതോടൊപ്പം തന്നെ പൊതുവായി പങ്കുവയ്ക്കുന്ന ആചാരങ്ങളും അനുഷ്ഠാനങ്ങളും സാമ്പത്തികവും സാങ്കേതികവുമായ ബന്ധങ്ങളും അഫ്ഗാനികൾക്കിടയിലുണ്ട്. പൊതുശത്രുവിനെതിരെ ഒന്നിച്ചു പോരാടുന്നതിനും അഫ്ഗാൻ ജനത ഉത്സുകരായിരുന്നു. 19–ാം നൂറ്റാണ്ടിൽ ബ്രിട്ടനെതിരെയും ഇരുപതാം നൂറ്റാണ്ടിന്റെ അന്ത്യപാദത്തിൽ സോവിയറ്റ് യൂണിയനെതിരെയും അവർ ഐക്യത്തോടെ പോരാടിയിട്ടുണ്ട്. 2004 ലെ സി ഐ എയുടെ കണക്കുകൾ അനുസരിച്ച് പാഷ്ടൂണുകളാണ് പ്രബലവിഭാഗം. ജനസംഖ്യയുടെ 42 ശതമാനം വരും ഈ ജനവിഭാഗം. പാഷ്ടൂൺ (42 %), താജ്ക്ക് (27%), ഹസാര (9%), ഉസ്ബക് (9%), അയ്മാക് (4%), തുർക്മെൻ (3%), ബലുചി (2%), മറ്റുള്ളവർ (4%) (Erinn Banting 2003).

നാടോടിയുടെ പുരാവൃത്തങ്ങൾ

ഓരോ ഗോത്രങ്ങളുടെയും പിറവിയുമായി ബന്ധപ്പെട്ട് പലതരം കഥകളും അനുമാനങ്ങളുമാണ് നിലനില്ക്കുന്നത്. പാഷ്ടൂണുകളുടെ വിശ്വാസമനുസരിച്ച് ബി സി എട്ടാം നൂറ്റാണ്ടിനടുത്ത് ഇസ്രായേലിൽനിന്നും നഷ്ടമായ 10 ഗോത്രങ്ങളുടെ പിന്മുറക്കാരാണ് അവർ. മറ്റു ചിലരുടെ വിശ്വാസമനുസരിച്ച് ഇസ്രായേൽ രാജാവായ ശൗലിന്റെ പേരക്കുട്ടി അഫ്ഗാനയുടെ സന്തതി പരമ്പരകളാണ് അഫ്ഗാനികൾ (Ziva Shavitsky 2011). വേറെ ചിലരാവട്ടെ പ്രവാചകനായ മുഹമ്മദിന്റെ പിൻഗാമികളാണ് പുഷ്ടൂണുകളെന്നും വാദിക്കുന്നു. എന്തായാലും അഫ്ഗാനിസ്ഥാനെ സംബന്ധിച്ചിടത്തോളം പാഷ്ടൂണുകൾക്ക് നിർണ്ണായകമായ ഒരു സ്ഥാനമുണ്ട്. ഗോത്രങ്ങളെല്ലാം തന്നെ *പാഷ്ടൂൺ വാലിയിലെ നിയമങ്ങളോട്* കടപ്പെട്ടിരിക്കുന്നു. പുഷ്ടൂൺ വാലി നിയമത്തിന്റെ ഉള്ളടക്കം ഇങ്ങനെയാണ്;

"അഭയവും സഹായവും തേടുന്ന ഏതൊരാൾക്കും സഹായം, നീതി. അവമതിക്കും അനുചിതവൃത്തിക്കും ശിക്ഷ. സ്ത്രീകൾക്കും, കുടുംബത്തിനും, സ്വത്തുവകകൾക്കും സംരക്ഷണം ഇവ നല്കുക."

പ്രാദേശിക ജീവിതത്തെ നിയന്ത്രിക്കുന്നത് ഗോത്രത്തിലെ മൂപ്പന്മാരാണ്. പ്രശ്നപരിഹാരത്തിനായി ഗോത്രസഭകളുമുണ്ട്. ഗോത്രങ്ങൾ തമ്മിലുള്ള പോരാട്ടം തലമുറ തലമുറയായി തുടർന്നുപോരുന്നു. പ്രധാന ഗോത്രവിഭാഗങ്ങൾ പാഷ്ടൂൺ, ഹസാരാ, ബ്രാഹുയികൾ, താജ്ക്ക്, ഉസ്ബക്, തുർക്മെൻ, കുചികൾ എന്നിവരാണ്.

പാഷ്ടൂണുകൾ

പാഷ്ടൂണുകൾ അടിസ്ഥാനപരമായി നാടോടികളാണ്. നാടോടിപറ്റങ്ങളായാണ് അവർ ജീവിക്കുന്നതും. കടുത്ത ലിംഗവിഭജനം നിലനില്ക്കുന്ന സമൂഹമാണ് പാഷ്ടൂണുകളുടേത്. മാതൃദായ ക്രമമാണ് നിലനില്ക്കുന്നത്. പുരുഷന്മാർ കുടുംബത്തിന്റെ താല്പര്യങ്ങളും അന്തസ്സും സംരക്ഷിക്കുവാൻ ബാദ്ധ്യസ്ഥരാണ്. പതിനെട്ടാം നൂറ്റാണ്ടിനുശേഷം രാഷ്ട്രീയമായ അധീശത്വം നേടിയ ജനവിഭാഗമാണ് പാഷ്ടൂണുകൾ. ഹിന്ദുക്കുഷ്മലനിരകളുടെ തെക്കൻ മേഖലകളിലാണ് പാഷ്ടൂണുകളുടെ അധിവാസമെങ്കിലും ഒരു നിർണ്ണായകമായ ജനവിഭാഗം വടക്കൻ മേഖലകളിൽ ആവാസമുറപ്പിച്ചിട്ടുണ്ട്. തുർക്മെൻ, ഉസ്ബക് വിഭാഗങ്ങൾ വടക്കും മദ്ധ്യ അഫ്ഗാനിസ്ഥാനിലുമായാണ് കഴിയുന്നത്. താജ്ക്കുകളും മറ്റുവിഭാഗങ്ങളും ഹിന്ദുക്കുഷിന്റെ കിഴക്കുപടിഞ്ഞാറൻ മേഖലകളിലായി വാസമുറപ്പിച്ചിരിക്കുന്നു. പാഷ്ടൂണുകളും താജ്ക്കുകളും ഹസാരകളും ഒന്നിച്ചുചേരുന്ന ഇടമാണ് കാബൂൾ. ഹസാരകളുടെ പ്രധാന ആവാസ മേഖല ഹിന്ദുക്കുഷിന്റെ മദ്ധ്യഭാഗത്തുള്ള മലനിരകളാണ്

പാഷ്ടൂൺ നൃത്തം

താജ്ക്ക്, ഉസ്ബക്, തുർക്മെൻ

മദ്ധ്യേഷ്യൻ രാഷ്ട്രങ്ങളായ താജ്ക്കിസ്ഥാൻ, ഉസ്ബക്കിസ്ഥാൻ, തുർക്ക്മെനിസ്ഥാൻ എന്നിവിടങ്ങളിൽനിന്നുള്ള അഭയാർത്ഥികളാണ് താജ്ക്ക്, ഉസ്ബക്, തുർക്മെൻ വിഭാഗങ്ങൾ. ഇവരുടെ ജനസംഖ്യ 19–20 നൂറ്റാണ്ടുകളിൽ ഉണ്ടായ അഭയാർത്ഥിപ്രവാഹങ്ങളിലൂടെ വർദ്ധിക്കുകയും ചെയ്തു. ഇവർ പൊതുഭാഷയും പൊതുസംസ്കാരവും പങ്കിടുന്ന സമൂഹമാണ്. താജ്ക്കുകൾ വിദ്യാഭ്യാസപരമായി മുന്നേറുകയും വ്യവസായത്തിലും സർക്കാർ ഉദ്യോഗങ്ങളിലും മുൻതൂക്കം നേടുകയും ചെയ്തു. എന്നാൽ തുർക്മെൻ പ്രാവീണ്യം നേടിയിട്ടുള്ളത് കരകൗശല മേഖലയിലാണ്.

ഹസാരകൾ

13–14 നൂറ്റാണ്ടുകളിലെ മംഗോൾ അധിനിവേശകരുടെ പിന്മുറക്കാരാണ് ഹസാരകൾ. കിഴക്കൻ–ഏഷ്യൻ സമൂഹങ്ങളുടെ ശാരീരിക സവിശേഷതകളുള്ള ജനതയാണ് ഇവർ. ദാരിഭാഷയാണ് പൊതുവിനിമയ ഭാഷ. എന്നാൽ സമീപകാലംവരെ മംഗോളിയൻ ഭാഷ സംസാരിക്കുന്ന മോഗ്ഹോളികൾ അയ്മക്കുകളോട് ഇടകലർന്നും അല്ലാതെയും ജീവിച്ചിരുന്നു. മംഗോളിയരാണ് ആദ്യമായി ഇസ്ലാം മതം സ്വീകരിച്ച ജനവിഭാഗം. ഹസാരകൾ ശിയ മുസ്ലിം വിഭാഗത്തിൽ ഉൾപ്പെടുന്ന ജനതയാണ്. ഇറാനിൽ നിർബ്ബന്ധപൂർവ്വം ശിയാമതം പ്രചരിച്ചപ്പോൾ അതിന്റെ സമ്മർദ്ദം അഫ്ഗാനിസ്ഥാനിലുമുണ്ടായി. മതപരമായും വംശീയമായും അടിച്ചമർത്തപ്പെട്ട ഒരു വിഭാഗമാണ് ഹസാരകൾ. പുൽമേടുകളിൽനിന്നും മലമുകളിലേക്ക് കാലാനുസൃതമായി നാടോടിനടന്ന ഹസാരകൾ 20–ാം നൂറ്റാണ്ടിൽ വീട്ടുവേലക്കാരായും മറ്റു ശാരീരികക്ഷമത ആവശ്യമുള്ള തൊഴിലുകളിലേക്കും മാറ്റപ്പെട്ടു. അഫ്ഗാനിസ്ഥാനിലെ ചെറിയ തൊഴിലാളിപ്രസ്ഥാനത്തിന്റെ നട്ടെല്ലായി മാറി ഹസാരകൾ. 19–ാം നൂറ്റാണ്ടിൽ പാകിസ്ഥാനിലാരംഭിച്ച ഹസാരകളുടെ സാംസ്കാരിക പ്രസ്ഥാനം പില്ക്കാലത്ത് രാഷ്ട്രീയവും സാംസ്കാരികവുമായ വലിയ ചലനങ്ങൾക്ക് കാരണമാവുകയും ചെയ്തു.

നൂറിസ്ഥാനികൾ

അലക്സാണ്ടർ ചക്രവർത്തിയുടെ പടയോട്ടവുമായി ബന്ധിപ്പിച്ചാണ് നൂറിസ്ഥാനികളുടെ വംശോല്പത്തി കഥ പറയാറുള്ളത്. ഹിന്ദുക്കുഷ് പർവ്വതത്തിന്റെ ഉയർന്ന മേഖലകളെയാണ് നൂറിസ്ഥാൻ എന്ന് വിളിക്കുന്നത്. ഇന്തോ – യൂറോപ്യൻ ഗോത്രമാണ് നൂറിസ്ഥാനികൾ എന്നാണ് പൊതു അഭിമതം. നൂറിസ്ഥാൻ എന്ന വാക്കിന്റെ അർത്ഥം വെളിച്ചത്തിന്റെ ഇടമെന്നാണെങ്കിലും 19–ാം നൂറ്റാണ്ടുവരെയെങ്കിലും അവരെ കാഫിർസ്ഥാനികൾ (അവിശ്വാസികൾ) എന്നാണ് ഇസ്ലാമിക ലോകം

വിളിച്ചത്. കാരണം നൂറിസ്ഥാനികളുടെ ബഹുദൈവവിശ്വാസം തന്നെയാണ്. അമീർ അബ്ദുർ റഹ്മാൻ ഖാന്റെ അഭ്യർത്ഥന മാനിച്ചാണ് നൂറിസ്ഥാനികൾ ഇസ്ലാമിലേക്ക് മതം മാറിയത്. പാകിസ്ഥാന്റെ അതിർത്തിയിലുള്ള പല അവിശ്വാസികളും ഇന്നും തങ്ങളുടെ പഴയ വിശ്വാസങ്ങൾ നിലനിർത്തുന്നുണ്ട്.

ബ്രാഹുയികൾ, ബലൂഷികൾ

സിന്ധുനദീതട സംസ്കാരത്തിന്റെ നേരവകാശികൾ എന്ന് വിശേഷിപ്പിക്കപ്പെടുന്ന ബ്രാഹുയികൾക്ക് തെക്കെ ഇന്ത്യൻ ജനവിഭാഗങ്ങളോടാണ് ഏറെ രൂപസാദൃശ്യം. അതിനാൽ ഇക്കൂട്ടർ തെക്കേ ഇന്ത്യയിൽനിന്നും കുടിയേറിയവരാണെന്നുള്ള അനുമാനമുണ്ട്. എന്തായാലും അഫ്ഗാനിൽ സാമൂഹികമായി താഴ്ന്നനിലയിൽ പരിഗണിക്കപ്പെടുന്ന ജനസമൂഹമാണ് ഇവർ. അഫ്ഗാനിലെ മുക്കുവ സമൂഹമാണ് ബലൂഷികൾ. ചതുപ്പുകളിൽനിന്നും, നദികളിൽനിന്നുമുള്ള മത്സ്യബന്ധനമാണ് പ്രധാന തൊഴിൽ. അഫ്ഗാനിൽ നാമമാത്രമായുള്ള ജനവിഭാഗമാണ് ബലൂഷികൾ.

കുച്ചികൾ

പാഷ്ടൂൺ ഗോത്രത്തിനുള്ളിൽ നിജപ്പെടുത്താനാവാത്ത നാടോടികളാണ് കുച്ചികൾ. കുച്ചികളുടെ അംഗസംഖ്യ തുടർച്ചയായ യുദ്ധങ്ങളിലൂടെയും പ്രകൃതിക്ഷോഭങ്ങളിലൂടെയും ക്രമാതീതമായി കുറഞ്ഞു എന്നാണ് ഐക്യരാഷ്ട്ര സംഘടനയുടെ നിരീക്ഷണം. 1980–2004 കാലഘട്ടത്തിൽ പത്തുലക്ഷത്തോളം കുച്ചികൾ അപ്രത്യക്ഷരായതായി യു എൻ കണക്കുകൂട്ടുന്നു.

ഭാഷയും സംസ്കാരവും

നൂറ്റാണ്ടുകളായി നിലനിന്ന പേർഷ്യൻ ഭരണത്തിന്റെ തുടർച്ചയായി അഫ്ഗാനിസ്ഥാന്റെ പൊതു ഭാഷയായി ദാരി ഭാഷ മാറി. പേർഷ്യൻ ഭാഷയുടെ പ്രാദേശികമായ രൂപാന്തരമാണ് ഇത്. 50 ശതമാനം ആളുകൾ ദാരി ഭാഷയും 35 ശതമാനം ആളുകൾ പാഷ്ടു ഭാഷയും സംസാരിക്കുന്നു. മറ്റ് ഭാഷാവിഭാഗങ്ങൾ കേവലം 15 ശതമാനം മാത്രമാണ്. ഇറാനിയൻ ഭാഷയിൽനിന്നും പരിണമിച്ചിട്ടുള്ള ഇന്തോ – യൂറോപ്യൻ ഭാഷയാണ് അഫ്ഗാനിസ്ഥാനിലേത്. അഫ്ഗാന്റെ തെക്കുവടക്ക് ദ്രാവിഡ ഭാഷ സംസാരിക്കുന്ന 2,00,000 ആളുകൾ അധിവസിക്കുന്നു എന്നത് ഭാഷാ ചരിത്രകാരന്മാരെ ആകർഷിച്ചിട്ടുള്ള വസ്തുതയാണ്.

എൺപതു ശതമാനം അഫ്ഗാനികളും സുന്നി മുസ്ലിം വിഭാഗത്തിൽ പെടുന്നു. 19 ശതമാനം ശിയ. മറ്റുവിഭാഗങ്ങൾ, ഹിന്ദു, സിഖ്, ജൂത വിഭാഗങ്ങൾ ഉൾപ്പെടെ 1 ശതമാനം മാത്രമേ വരുന്നുള്ളു. മതന്യൂനപക്ഷ

ج	ټ	ث	ت	پ	ب	أ	آ	آ	ا
[ʤ]	[t]	[s]	[t]	[p]	[b]	[æ]	[ao]	[ɑ:]	[a]
ش	س	ژ	ز	ر	ذ	ډ	د	خ	چ
[ʃ]	[s]	[ʒ]	[z]	[r]	[z]	[dh]	[d]	[x]	[ʧ]
ک	ڤ	ق	ف	غ	ع	ظ	ط	ض	ص
[k]	[w]	[q]	[f]	[ɣ]	[ʔ]	[z]	[t]	[z]	[s]
ۏ	ۆ	و	ه	ن	م	لٓ	ل	گٓ	گ
[ow]	[o:/u:]	[o/u]	[h]	[n]	[m]	[lʔ]	[l]	[gʔ]	[g]
	ێ	ئی	ێ	ئ	ی	ه	ئوٓ	ئو	ۊ
	[i:]	[e/i]	[i:]	[e:]	[e/i]	[æ/e]	[u:]	[o/u]	[u:o]

ദാരി അക്ഷരമാല

ژ	ز	ر	ذ	د	خ	ح	چ	ج	ث	ت	پ	ب	ا
zhay	zay	ray	zaal	daal	khay	hay	chay	jeem	say	tay	pay	bay	alef

گ	ک	ق	ف	غ	ع	ظ	ط	ض	ص	ش	س
gaaf	kaaf	qaaf	fe	ghain	ain	zoy	toy	Zuwaat	suwaat	sheen	seen

ی	ه	و	ن	م	ل
Yaa	hay	wow	noon	meem	laam

പാഷ്ടു അക്ഷരമാല

അഫ്ഗാൻ സംഗീതജ്ഞർ

ങ്ങൾക്ക് അഫ്ഗാനിസ്ഥാനിൽ ആരാധനാ സ്വാതന്ത്ര്യം അനുവദിക്കപ്പെട്ടിരുന്നു. അവരുടെ ക്ഷേത്രങ്ങളും പള്ളികളും നിലനിന്നിരുന്നു. സോവിയറ്റ് ഇടപെടലും താലിബാൻ മുന്നേറ്റവും യഹൂദന്മാരുടെ കൂട്ടപലായനത്തിന് 2002 ൽ കളമൊരുക്കി. അതുപോലെതന്നെ ഹിന്ദുക്കളും സിഖുക്കാരും അഫ്ഗാനിസ്ഥാൻ വിട്ടു. 2004 ലെ അഫ്ഗാൻ ഭരണഘടന എല്ലാ മതവിഭാഗങ്ങൾക്കും ആരാധനാ സ്വാതന്ത്ര്യം അനുവദിച്ചു. ഒരു കാലത്ത് അഫ്ഗാനിലെ നഗരങ്ങളിൽ മതഭേദമില്ലാതെ ജീവിച്ച അമുസ്ലീങ്ങൾ താലിബാൻ ആക്രമണങ്ങളെത്തുടർന്ന് നഗരങ്ങളിൽനിന്ന് പലായനം ചെയ്യേണ്ടിവന്നു. ഒപ്പം സമാധാനകാംക്ഷികളായ സാധാരണജനങ്ങളും. അഫ്ഗാൻ ജീവിതത്തിന്റെ ഹൃദയധമനികളാണ് താലിബാൻ മുറിച്ചുകളഞ്ഞത്.

അസാധാരണവും ഹൃദയഹാരിയുമായ സംഗീതവും നൃത്തച്ചുവടുകളും അഫ്ഗാനിലെ നാഗരികവും ഗ്രാമീണവുമായ ജീവിതത്തിന്റെ ഭാഗമായിരുന്നു. കുടുംബസദസ്സുകളും, വിവാഹസന്ദർഭങ്ങളും, പൊതു ഒഴിവുദിനങ്ങളും സംഗീതവും നൃത്തവുമായി കഴിഞ്ഞ ജനതയിൽനിന്ന് ഒറ്റദിവസംകൊണ്ടാണ് താലിബാൻ അവയെല്ലാം അപഹരിച്ചത്. പാശ്ചാത്യ സംഗീതത്തിൽനിന്നും ഭിന്നമായിരുന്നു പരമ്പരാഗത അഫ്ഗാൻ സംഗീതം, എന്നാൽ, സമീപകാലത്ത് ഇന്ത്യൻ സംഗീതം അഫ്ഗാനിലേക്ക് കടന്നുകയറുകയും, പ്രാദേശികമായ അനുകരണങ്ങൾ രൂപപ്പെടുകയും ചെയ്തിട്ടുണ്ട്. ഹിന്ദി സിനിമകളും അഫ്ഗാനികളെ വ്യാപകമായി സ്വാധീനിച്ചു.

1994 ൽ താലിബാൻ അധികാരത്തിലെത്തിയപ്പോൾ തിയേറ്ററുകൾ അടച്ചു. സംഗീതവും നൃത്തവും ബഹിഷ്കരിച്ചു. ടെലിവിഷൻ ചാനലു

കളും സി ഡി പ്ലയറുകളും തകർത്തുകളഞ്ഞു. 2021 ൽ താലിബാൻ വീണ്ടും അധികാരത്തിലെത്തുമ്പോൾ അവരുടെ അടിസ്ഥാന നയങ്ങൾക്ക് വ്യത്യാസങ്ങളില്ല. മാധ്യമങ്ങളോട് അവർ തങ്ങളുടെ പഴയ നിലപാടുകൾ ആവർത്തിക്കും എന്ന് വ്യക്തമാക്കിയിട്ടുണ്ട്. കൂടാതെ സ്ത്രീകളുടെ മന്ത്രാലയം ഇല്ലാതെയാക്കി ഒരു സദാചാരമന്ത്രാലയം (Vice & Virtue ministry) സ്ഥാപിക്കുമെന്നും വ്യക്തമാക്കിയിട്ടുണ്ട്. 1996–2001 കാലഘട്ടത്തിൽ ഇത്തരമൊരു മന്ത്രാലയം താലിബാനുകീഴിൽ പ്രവർത്തിച്ചിരുന്നു.

2001 ൽ താലിബാൻ കാബൂളിൽനിന്നും പിന്തിരിഞ്ഞതോടെയാണ് അഫ്ഗാനികൾ വീണ്ടും പഴയ സംഗീതത്തിലേക്കും താളച്ചുവടുകളിലേക്കും മടങ്ങിയെത്തുന്നത്. ഇന്ത്യയിലും മദ്ധ്യേഷ്യയിലും പ്രചാരത്തിലിരിക്കുന്ന സംഗീത ഉപകരണങ്ങൾ തന്നെയാണ് അഫ്ഗാനികളുടേതും. കരകൗശലവസ്തുക്കളുടെ നിർമ്മാണത്തിലും അഫ്ഗാനിസ്ഥാന് അതിന്റേതായ സ്ഥാനമുണ്ട്. അഫ്ഗാനിലെ കാർപ്പറ്റുകൾക്കും കാബൂളിലെ കമ്പിളി വസ്ത്രങ്ങൾക്കും ലോകവിപണിയിൽ പ്രിയമേറെയാണ്. അഫ്ഗാന് അതിന്റേതുമാത്രമായ വിനോദങ്ങളുണ്ട്. പട്ടം പറത്തൽ (കൈറ്റ് റണ്ണിങ്) കുട്ടികളും മുതിർന്നവരും ഒരുപോലെ ആഘോഷിക്കുന്നു. അതുപോലെ തന്നെ മറ്റു പലവിനോദങ്ങളും പുതുവത്സര ആഘോഷങ്ങളായി നടത്താറുണ്ട്. റമദാനും ഈദുൽ ഫിത്തറും അഫ്ഗാനിലെ വിശേഷ ആഘോഷ വേളകളാണ്. എന്നാൽ താലിബാനുകൾ ഇത്തരം ആഘോഷങ്ങൾക്ക് അനുമതി നല്കാറില്ല. താലിബാൻ ഭരണകാലത്ത് പട്ടം പറത്തലും നിരോധിച്ചിരുന്നു.

കാത്തുവച്ച നിധികുംഭങ്ങൾ

അഫ്ഗാനിസ്ഥാനിലേക്കുള്ള സാമ്രാജ്യത്വ ശക്തികളുടെ നുഴഞ്ഞുകയറ്റത്തിനുപിന്നിൽ ഇനിയും ചൂഷണം ചെയ്യപ്പെടാത്ത വിപുലമായ ധാതു സമ്പത്തും എണ്ണ–വാതകനിക്ഷേപവുമാണ് ഉള്ളത്. 91 വിവിധ തരം ധാതു ലവണങ്ങളുടെ സമ്പത്താണ് അഫ്ഗാനിസ്ഥാന്റെ പ്രത്യേകത. അമേരിക്കൻ ജിയോളജിസ്റ്റായ ചേംബർലൈൻ ബോണിറ്റ 1041 ഖനനമേഖലകൾ അഫ്ഗാനിൽ അടയാളപ്പെടുത്തുകയുണ്ടായി. അമേരിക്കൻ എണ്ണക്കമ്പനിയായ അൺകോൾ, അർജന്റീനിയൻ കമ്പനിയായ ബ്രിഡ തുടങ്ങി എണ്ണ – വാതക കമ്പനികൾക്ക് അഫ്ഗാനിസ്ഥാന്റെ വിപുലമായ ഭൗമനിക്ഷേപങ്ങളിൽ താല്പര്യമുണ്ട്. അഫ്ഗാനിസ്ഥാന്റെ രാഷ്ട്രീയവും, വൻശക്തികളോടുള്ള ഭരണകൂടത്തിന്റെ കൂറും വ്യാവസായിക താല്പര്യങ്ങളാലും ഖനനലക്ഷ്യങ്ങളോടെയും നിർണ്ണയിക്കപ്പെടുന്നതാണ്. അഫ്ഗാനിസ്ഥാനിലെ ധാതുസമ്പത്ത് ഇനിയും ലോകം തുറക്കാത്ത നിധികുംഭങ്ങൾ തന്നെയാണ്. ഈ നിധി ശേഖരത്തിനുവേണ്ടിയുള്ള പോരാട്ടത്തിന് രണ്ടു നൂറ്റാണ്ടുകാലത്തെ പഴക്കമെങ്കിലുമുണ്ട്. ആദ്യം റഷ്യയും പിന്നെ ബ്രിട്ടണും ഇന്ന് അമേരിക്കയും ഉറ്റുനോക്കു

അഫ്ഗാൻ കരകൗശല കച്ചവടം

ന്നത് ഈ സമ്പത്തുതന്നെയാണ്. ഇതിലുപരി മദ്ധ്യേഷ്യയിൽ പാശ്ചാത്യ ശക്തികൾക്ക് ഉറച്ചുനില്ക്കാനും സാമ്രാജ്യത്വത്തിന്റെ പുതിയ ഭാവങ്ങളും രൂപങ്ങളും സൃഷ്ടിക്കാനും കഴിയുന്ന നിർണ്ണായക ഭൂമേഖല തന്നെയാണ് അഫ്ഗാനിസ്ഥാൻ.

1979 ൽ സോവിയറ്റ് യൂണിയന്റെ അഫ്ഗാനിലുള്ള ഇടപെടൽ എണ്ണയെ ലാക്കാക്കിയാണെന്ന് സൗദിയിലെ അൽ സയ്ദ് ഭരണകൂടവും ജിമ്മികാർട്ടറും കുറ്റപ്പെടുത്തിയിരുന്നു. ഇത് തെറ്റായ വ്യാഖ്യാനമായിരുന്നു. പില്ക്കാലത്ത് അഫ്ഗാനിസ്ഥാന്റെ സാമൂഹിക വികസനവുമായി ബന്ധപ്പെട്ട രേഖകൾ പരിശോധിക്കുമ്പോൾ നമുക്ക് സുതാര്യം വ്യക്തമാക്കുന്നതാണ് സാമൂഹിക പരിവർത്തനത്തിന് കമ്യൂണിസ്റ്റ് പ്രസ്ഥാനങ്ങൾ നല്കി സംഭാവനകളുടെ ചരിത്രം. താലിബാൻ അധികാരത്തിലെത്തിയ നാളുകളിൽത്തന്നെയാണ് അമേരിക്കയും അർജന്റീനയും മദ്ധ്യേഷ്യയിൽനിന്നും അഫ്ഗാനിസ്ഥാനിലൂടെ പാകിസ്ഥാൻ, ഇന്ത്യ എന്നീ രാജ്യങ്ങളിലേക്ക് എണ്ണ–വാതക പൈപ്പ് ലൈനുകൾ സ്ഥാപിക്കുന്നതിനുള്ള ഉടമ്പടികളിൽ ഒപ്പുവച്ചത്. എന്നാൽ, ബിൻലാദനെതിരെയുള്ള അക്രമങ്ങൾ അമേരിക്ക ആരംഭിച്ചതോടെ സ്വപ്നപദ്ധതികൾ ഉപേക്ഷിക്കേണ്ടിവന്നു.

താലിബാൻ കടന്നുകയറ്റത്തോടെ അഫ്ഗാൻ ജനത അഭിമുഖീകരിച്ച അഭയാർത്ഥി ജീവിതത്തിന്റെ നേർചിത്രം പകർത്തുന്ന നോവലാണ് ഖാലിദ് ഹുസൈനിയുടെ *ദി കൈറ്റ് റണ്ണർ.* മനുഷ്യാവകാശങ്ങളെക്കുറിച്ച് വിപുലമായ ചർച്ചകൾ ക്ഷണിക്കുന്ന ഒരു രചനയെന്നതിലുപരി ഇസ്ലാമിക തീവ്രവാദം പടർന്നുപിടിക്കുന്ന ഒരു ഭൂമിയിൽ ജീവിക്കുന്ന ജനതയുടെ ഹൃദയസ്പന്ദങ്ങളാണ് ഹുസൈനി പകർത്തിയെടുക്കുന്നത്.

സാമ്രാജ്യത്വ-അധിനിവേശ താല്പര്യങ്ങൾ അഫ്ഗാനിസ്ഥാനിലെ സ്വച്ഛമായ ജീവിതത്തെ എങ്ങനെയാണ് താറുമാറാക്കിയത് എന്ന് ഖാലിദ് ഹുസൈനി തന്റെ നോവലുകളിലൂടെ വിവരിക്കുന്നു. *കൈറ്റ് റണ്ണറിലെ* പ്രതിനായകനായ ആസിഫ് താലിബാൻ നേതാവായ മുല്ല മുഹമദ് ഉമറിനെപ്പോലെ ഒറ്റക്കണ്ണനായതു യാദൃച്ഛികമല്ല. നോവൽ ഒട്ടും അതിശയോക്തിപരമല്ലാത്ത, ചരിത്രമായി നമ്മുടെ മുമ്പിലവതരിപ്പിക്കുകയാണ്. അഫ്ഗാനിസ്ഥാന്റെ പോയനാളുകളിലൂടെ സഞ്ചരിക്കുമ്പോൾ താലിബാൻ അധികാരത്തിലെത്തിയ കാബൂളിൽ ഫുട്ബോൾ കോർട്ട് പൊതുവിചാരണയ്ക്കുള്ള ഇടമായി മാറുന്നു. വ്യഭിചാരക്കുറ്റം ചുമത്തി സ്ത്രീ-പുരുഷന്മാരെ കല്ലെറിഞ്ഞുകൊല്ലുന്നു. പതിനായിരക്കണക്കിന് അഫ്ഗാനികൾ നിശ്ശബ്ദമായി താലിബാൻ നിയമങ്ങൾക്ക് വിധേയരായി കഴിഞ്ഞുപോരുന്നു. താലിബാൻ അധിനിവേശിത അഫ്ഗാനിസ്ഥാന്റെ ചരിത്രമാണ് ഹുസൈനിയുടെ രചനകൾ. അഫ്ഗാൻ ജീവിതത്തിന്റെ സൂക്ഷ്മ ബന്ധങ്ങളിലേക്കുള്ള വാതിലും. *ദി കൈറ്റ് റണ്ണറിൽ* ആദ്യാവസാനം നിറഞ്ഞുനില്ക്കുന്നത് സഹോദരഹത്യയുടെ നൊമ്പരമാണ്. ഗോത്രം ഗോത്രവുമായി ഏറ്റുമുട്ടുന്ന അഫ്ഗാൻ ജനതയുടെ അന്തർസംഘർഷങ്ങളുടെ ചരിത്രവും രാഷ്ട്രീയവുമാണ് ഈ രചന.

അഫ്ഗാൻ
തെരുവുകൾ

2

സമ്പദ്ഘടന

ഏതൊരു രാജ്യത്തിന്റെയും സമ്പദ്ഘടന വൈവിദ്ധ്യമാർന്ന നിരവധി ഘടകങ്ങളുടെ സംയോജനമാണ്. സാംസ്കാരികവും ഭൂമിശാസ്ത്രപരവുമായ സങ്കീർണ്ണതകൾകൊണ്ട് സവിശേഷ പ്രാധാന്യം നേടിയിട്ടുള്ള ഒന്നാണ് അഫ്ഗാനിസ്ഥാന്റെ സമ്പദ്ഘടന. ഒട്ടേറെ സാദ്ധ്യതകളുണ്ടെങ്കിലും, 1979 നുശേഷം വ്യാപകമായ അന്തർദ്ദേശീയ സമ്മർദ്ദങ്ങളുടെയും ആന്തരിക സംഘർഷങ്ങളുടെയും പരിണിതഫലമായി ഏറെ ദുർബ്ബലമാവുകയും പുനരുദ്ജീവനം അസാദ്ധ്യമായ നിലയിൽ വരികയും ചെയ്തിട്ടുള്ള സാമ്പത്തിക മേഖലയുമാണ് അത്. അഫ്ഗാനിസ്ഥാന്റെ യഥാർത്ഥ സാമ്പത്തിക സ്ഥിതിയെ സംബന്ധിച്ച വ്യക്തമായ ചിത്രങ്ങളൊന്നും ലഭ്യമല്ല. ദ്വിദീയ ഉറവിടങ്ങളെ മാത്രം ആശ്രയിച്ചുകൊണ്ടാണ് ഈ മേഖലയിലുള്ള മിക്ക പഠനങ്ങളും നടന്നിട്ടുള്ളത്. പ്രാഥമിക ഉറവിടങ്ങളിലേക്ക് എത്തിച്ചേരുക ഏറെ ദുഷ്കരവുമാണ്. കഴിഞ്ഞ കുറെ പതിറ്റാണ്ടുകളായി വളർച്ച മുരടിച്ച ഒരു സമ്പദ്ഘടനയാണ് അഫ്ഗാനിസ്ഥാന്റേത്.

അഫ്ഗാനിസ്ഥാന്റെ ഭൂമിശാസ്ത്രപരമായ സവിശേഷത ആ രാഷ്ട്രത്തിന്റെ സാമ്പത്തിക വളർച്ചയുമായി ബന്ധപ്പെട്ടുനില്ക്കുന്ന ഒന്നുകൂടിയാണ്. ലോകത്തെ പൗരാണികമായ വാണിജ്യപാതകളിലൊന്ന് കടന്നുപോകുന്നത് അഫ്ഗാനിസ്ഥാനിലൂടെയാണ്. തെക്കൻ ഏഷ്യയെ കിഴക്കൻ യൂറോപ്പുമായി ബന്ധിപ്പിക്കുന്ന സിൽക്ക് റൂട്ട് യൂറോപ്പും ഏഷ്യയും തമ്മിലുള്ള സമസ്ത വിനിമയങ്ങളുടെയും പാതയായിരുന്നു. അഫ്ഗാനിസ്ഥാനെ ചുറ്റിവളഞ്ഞിട്ടുള്ള ചൈന, പാകിസ്ഥാൻ, താജ്ക്കിസ്ഥാൻ, ഉസ്ബക്കിസ്ഥാൻ, തുർക്ക്മെനിസ്ഥാൻ തുടങ്ങിയ രാഷ്ട്രങ്ങളുടെ വാണിജ്യ ബന്ധങ്ങളെയും ഈ പാത നിർണ്ണായകമായി സ്വാധീനിക്കുന്നു. അഫ്ഗാനിസ്ഥാന്റെ ഭൂമിശാസ്ത്രപരമായ നില മദ്ധ്യേഷ്യൻ രാഷ്ട്ര

ങ്ങളുടെ വാണിജ്യത്തെ നിർണ്ണായകമായി സ്വാധീനിക്കാൻ പ്രാപ്തിയുള്ള ഒന്നുതന്നെയാണ്. രാഷ്ട്രീയ അസ്ഥിരതകൾ ഈ മേഖലയെ പൊതുവിൽ ബാധിച്ചിട്ടുള്ളതുകൊണ്ടുതന്നെ അഫ്ഗാനിൽ മാറിവരുന്ന രാഷ്ട്രീയ സാഹചര്യങ്ങളെ തങ്ങൾക്ക് അനുകൂലമാക്കാൻ അയൽ രാഷ്ട്രങ്ങളും ഏറെ പരിശ്രമിക്കും. രാഷ്ട്രീയ അസ്ഥിരത, അടിസ്ഥാന സൗകര്യങ്ങളുടെ പരിമിതി, സുരക്ഷാഭീഷണികൾ എന്നിവ എക്കാലവും അഫ്ഗാനിസ്ഥാന്റെ സമ്പദ്ഘടന നേരിടുന്ന ഏറ്റവും വലിയ ഭീഷണികൾ തന്നെയാണ്. നിരന്തരം താഴേക്കു സഞ്ചരിക്കുന്ന പ്രതിശീർഷവരുമാനമാണ് അഫ്ഗാനെ ഏറെ ദുർബ്ബലമാക്കുന്നത്.

സോവിയറ്റ് യൂണിയന്റെ ഇടപെടലുകളും പിന്തുണയും ആസൂത്രിത വികസനത്തിന് അടിത്തറയിടുന്നതിൽ അൻപതുകളിലും അറുപതുകളിലും അഫ്ഗാനിസ്ഥാനെ പിന്തുണച്ചുവെങ്കിലും 1979 നുശേഷം ഈ അവസ്ഥയിൽ വലിയ മാറ്റം ഉണ്ടായി. പാശ്ചാത്യ ശക്തികൾ സോവിയറ്റ് അധിനിവേശം എന്ന കുറ്റാരോപണം നിരന്തരം ഉന്നയിക്കുമ്പോഴും സോവിയറ്റ് യൂണിയൻ അഫ്ഗാനിസ്ഥാന്റെ അടിസ്ഥാനവികസനത്തിന് നല്കിയ വിപുലമായ സംഭാവനകളെ അത്രവേഗം വിസ്മരിക്കാനാവില്ല.

കാർഷിക മേഖല

രാജ്യത്തെ എൺപതുശതമാനം ആളുകൾ കാർഷിക വൃത്തിയിലൂടെയാണ് ഉപജീവനമാർഗ്ഗം കണ്ടെത്തുന്നത്. ഗോതമ്പും ഉണങ്ങിയ പഴവർഗ്ഗങ്ങളുമാണ് കർഷകരുടെ ഉല്പാദനമെങ്കിലും ഈ മേഖലയിൽ വലിയ പുരോഗതി നേടാനായിട്ടില്ല. ഉണക്കമുന്തിരി, അത്തിപ്പഴം, ബദാം, പിസ്ത എന്നിവ പ്രധാന കയറ്റുമതി ചരക്കുകളാണ്. ഉണക്കമുന്തിരി കയറ്റുമതിയിൽനിന്നും 2009–2010 ൽ, 53 ദശലക്ഷം ഡോളറും ബദാം, പിസ്ത, വാൽനട്ട് എന്നിവയിൽനിന്നും ഇതേ കാലയളവിൽ 95 ദശലക്ഷം ഡോളറും നേടാനായി. കാർഷിക ജി ഡി പിയുടെ 14 % കന്നുകാലി ഉല്പന്നങ്ങളാണ്. അഫ്ഗാനിസ്ഥാനിലെ വിഭവങ്ങൾ പ്രധാനമായും കയറ്റുമതി ചെയ്യുന്നത് പാകിസ്ഥാൻ, ഇന്ത്യ, ഇറാൻ, റഷ്യ, മദ്ധ്യേഷ്യൻ റിപ്പബ്ലിക്കുകൾ എന്നിവിടങ്ങളിലേക്കാണ്. മുകളിൽ പറഞ്ഞ സാദ്ധ്യതകൾ ഉണ്ടെങ്കിലും അഫ്ഗാനിസ്ഥാന്റെ മൊത്തം ഇറക്കുമതിയുടെ പതിനെട്ട് ശതമാനം ഇപ്പോഴും അടിസ്ഥാന ഭക്ഷണമാണ്. ഗോതമ്പ്, ഗോതമ്പ് മാവ്, അരി, പഞ്ചസാര, സസ്യ എണ്ണകൾ, ചിക്കൻ, ബീഫ്, ചായ തുടങ്ങിയവയ്ക്ക് മറ്റുരാഷ്ട്രങ്ങളെ ആശ്രയിക്കേണ്ടിയിരിക്കുന്നു. ഇറക്കുമതിയുടെ ഈ പട്ടിക സൂചിപ്പിക്കുന്നത് കാർഷിക വികസനത്തിൽ ഇനിയും അഫ്ഗാനിസ്ഥാൻ ഏറെ മുന്നോട്ടുപോകാനുണ്ടെന്നാണ്.

പോപ്പികൃഷി അഫ്ഗാനിസ്ഥാന്റെ സമ്പദ്ഘടനയെ നിർണ്ണായകമായി സ്വാധീനിച്ചിട്ടുള്ള ഒരു ഘടകമാണ്. ലോകത്ത് ഉല്പാദിപ്പിക്കുന്ന കറുപ്പിന്റെ തൊണ്ണൂറുശതമാനവും അഫ്ഗാനിസ്ഥാനിൽനിന്നാണ്. രാഷ്ട്രത്തിന്റെ ജി ഡി പിയുടെ 6 ശതമാനം കറുപ്പുകച്ചവടമാണ് പ്രദാനം ചെയ്യുന്നത്. സാധാരണ കർഷകരെ സംബന്ധിച്ചിടത്തോളം, അവരുടെ ഒരു

പോപ്പി കൃഷി

വരുമാനമാർഗ്ഗം എന്ന നിലയിലാണ് കറുപ്പുകൃഷിയെ കാണേണ്ടത്. കറുപ്പുകൃഷിക്കുമേലുള്ള നിയന്ത്രണങ്ങൾ വരേണ്യ വിഭാഗങ്ങൾക്ക് മാത്രം അനുകൂലമായി മാറുന്ന ഒരു അവസ്ഥയുമാണ് അഫ്ഗാനിസ്ഥാനിലേത്. പോപ്പികൃഷിക്കെതിരെ നടത്തുന്ന എല്ലാ കാമ്പയിനുകളും ജനങ്ങളുടെ ഉപജീവനമാർഗ്ഗത്തിനെതിരെയുള്ള കാമ്പയിനായിമാറുന്നു. ബദൽ ജീവനോപാധികൾ കണ്ടെത്തുന്നതിനുള്ള ഭരണകൂടത്തിന്റെ പരാജയവും, പോപ്പി ഫ്രീസോണുകളും എല്ലാം ഉന്നംവയ്ക്കുന്ന ലക്ഷ്യങ്ങൾ സാക്ഷാൽക്കരിക്കാൻ പര്യാപ്തമായിട്ടുമില്ല. 2011–14 കാലഘട്ടത്തിൽ പോപ്പികൃഷിക്കെതിരെ ഗവൺമെന്റ് കൈക്കൊണ്ട കടുത്ത നടപടികൾ ഭരണകൂട വിരുദ്ധശക്തികൾക്ക്, വിശേഷിച്ച് താലിബാന് ഊർജ്ജം പകരാൻ മാത്രമേ പ്രാപ്തമായുള്ളു (വില്യം ബേയാർഡ്, ഡേവിഡ് മാൻസ്ഫീൽഡ് 2012). അഫ്ഗാനിലെ ആഭ്യന്തര കലാപം നിരവധി കർഷകരെ അഭയാർത്ഥി ക്യാമ്പുകളിലെത്തിച്ചു. ജലസേചന സംവിധാനങ്ങളുടെ തകർച്ച കാർഷിക ഉല്പാദനത്തെ മുരടിപ്പിച്ചു.

പരാശ്രിത സമ്പദ്വ്യവസ്ഥ

അന്തർദ്ദേശീയമായ പിന്തുണകളും സാമ്പത്തിക സഹായവും മാത്രമാണ് ദീർഘ വർഷങ്ങളായി വളർച്ച മുരടിച്ച സമ്പദ്ഘടനയിൽ

ഏതെങ്കിലും തരത്തിൽ നേരിയ ചലനം ഉളവാക്കുന്നത്. 2011 ലെ വേൾഡ് ബാങ്ക് റിപ്പോർട്ട് ചൂണ്ടിക്കാണിച്ചത് അഫ്ഗാനിസ്ഥാന്റെ ജി ഡി പിയിൽ 97 ശതമാനം പ്രദാനം ചെയ്യുന്നത് വിദേശധനസഹായമാണ്. ഇന്ത്യ ഉൾപ്പെടെയുള്ള പത്തുരാഷ്ട്രങ്ങൾ 83 ബില്യൺ ഡോളറിന്റെ സാമ്പത്തിക സഹായം അഫ്ഗാനിസ്ഥാന് 2003 വരെ നല്കുകയുണ്ടായി. എന്നാൽ ഈ തുക പോരാതെ വന്ന പശ്ചാത്തലത്തിൽ വീണ്ടും ഉദാരമായ 3.8 ബില്യൺ ഡോളറിന്റെ സഹായം കൂടി 2016 ൽ ബ്രസൽസിൽ ചേർന്ന ലോകരാഷ്ട്രങ്ങളുടെ സമ്മേളനത്തിലൂടെ നല്കുകയുണ്ടായി. ഇതിന്റെ പ്രതിഫലനങ്ങൾ 2017–2020 കാലഘട്ടത്തിൽ ദൃശ്യമായിരുന്നു. ഇതൊക്കെയാണെങ്കിലും കരകയറാനാവാത്തവിധത്തിൽ അഴിമതിയും, സാങ്കേതിക പരിമിതിയും, നിയമവാഴ്ചയുടെ അഭാവവും അഫ്ഗാനെ ഗ്രസിച്ചുകഴിഞ്ഞിരുന്നു. അഫ്ഗാനിലെ ഭരണസംവിധാനങ്ങളെ പരിഷ്കരിക്കുന്നതിന് പ്രസിഡന്റ് അഷറഫ് ഘാനി നടത്തിയ പരിശ്രമങ്ങൾ നിഷ്ഫലമായി മാറി.

ഏഷ്യയിലെ നിർണ്ണായക രാഷ്ട്രീയ ശക്തിയായി മാറാനുള്ള ഇന്ത്യയുടെ കരുനീക്കങ്ങളുടെ ഭാഗമായി 2012 ൽ Development Partnership Administration (DPA) എന്ന ഫണ്ടിങ് പ്രോഗ്രാം ആരംഭിച്ചു. ഫണ്ട് സ്വീകരിക്കുന്ന രാഷ്ട്രങ്ങളുടെ കണ്ണിൽ ഇന്ത്യയെ ഒരു നിർണ്ണായക ശക്തിയായി ഉയർത്തിക്കാണിക്കുക എന്നതായിരുന്നു ഈ പദ്ധതിയുടെ ലക്ഷ്യം. അഫ്ഗാനിസ്ഥാൻ, ഭൂട്ടാൻ, നേപ്പാൾ, മ്യാന്മാർ എന്നീ രാഷ്ട്രങ്ങളായിരുന്നു ദക്ഷിണേഷ്യയിലെ പ്രധാന സ്വീകർത്താക്കൾ. തന്ത്രപ്രധാനമായ താല്പര്യങ്ങളോടെയാണ് ഇന്ത്യ അഫ്ഗാനിസ്ഥാനിൽ മൂലധന നിക്ഷേപം നടത്തിയിട്ടുള്ളത്. അഫ്ഗാനിസ്ഥാനിൽ മൂലധന നിക്ഷേപം നടത്തിയിട്ടുള്ള രാഷ്ട്രങ്ങളിൽ അഞ്ചാം സ്ഥാനമാണ് ഇന്ത്യയ്ക്കുള്ളത്. 2001 ൽ ഇന്ത്യ അഫ്ഗാനിസ്ഥാനിൽ 1 ബില്യൺ യു എസ് ഡോളർ നിക്ഷേപിച്ചു. നമ്മുടെ വാഗ്ദാനം രണ്ട് ബില്യണായിരുന്നു. പരമ്പരാഗതമേഖലയിലാണ് ഇന്ത്യ പ്രധാനമായും നിക്ഷേപം നടത്തിയത്. അഫ്ഗാൻ പട്ടാളത്തിന് ഇന്ത്യയാണ് പരിശീലനങ്ങൾ നല്കിയത്. അടിസ്ഥാന സൗകര്യവികാസവും, ഇന്ത്യ അനുകൂല ഭരണകൂടത്തെ നിലനിർത്താനുമായിരുന്നു ഇന്ത്യയുടെ പരിശ്രമങ്ങൾ ഏറെയും നടന്നത്. അഫ്ഗാനിൽ ഒരു മതേതര ഭരണകൂടം നിലവിൽ വരണം എന്നുള്ളതുകൊണ്ട് ഒരു തരത്തിലും താലിബാനെ അംഗീകരിക്കാൻ ഇന്ത്യ തയ്യാറായില്ല. എന്നാൽ വികസിച്ചുവരുന്ന ചൈന, താലിബാൻ, പാകിസ്ഥാൻ കൂട്ടുകെട്ട് ഇന്ത്യയുടെ താല്പര്യങ്ങൾക്ക് വിരുദ്ധവുമാണ്.

2011–20 കാലഘട്ടത്തിൽ ചൈന അഫ്ഗാനിൽ കനത്ത സാമ്പത്തിക നിക്ഷേപങ്ങൾ നടത്തുകയുണ്ടായി. അഫ്ഗാനിസ്ഥാന്റെ പുനർ നിർമ്മാണത്തിൽ 2011 വരെ ചൈന കാര്യമായ നിക്ഷേപങ്ങളൊന്നും നടത്തിയില്ല. എന്നാൽ അമേരിക്കൻ പിന്മാറ്റത്തിന്റെ സൂചനകൾ ലഭ്യമായതോടെ നിക്ഷേപവർദ്ധനവിനുള്ള ശ്രമങ്ങളും ആരംഭിച്ചു. അഫ്ഗാനികൾക്ക്

ചൈനീസ് പ്രോജക്ടുകളിൽ ജോലിചെയ്യാനുള്ള അവസരങ്ങൾ ഒരുക്കി കൊടുത്തുകൊണ്ടാണ് ചൈന ഇടപെട്ടത്. മറ്റു രാഷ്ട്രങ്ങൾ തങ്ങളുടെ ആളുകളെ അഫ്ഗാനിസ്ഥാനിലേക്ക് അയച്ചുകൊണ്ട് നടത്തിയ വികസന പ്രവർത്തനത്തിന് നേർവിപരീതമായിരുന്നു ഇത്. ചൈനയും അഫ്ഗാനിസ്ഥാനും തമ്മിൽ 200 കി.മി. ദൈർഘ്യമുള്ള അതിർത്തിയാണ് പങ്കിടുന്നത്. ഈ ഭാഗം വഖാൻ ഇടനാഴി (Wakhan Corridor) എന്നാണ് അറിയപ്പെടുന്നത്.

ഖനി സമ്പത്ത്

അഫ്ഗാനിസ്ഥാന്റെ ഏറ്റവും വലിയ സാമ്പത്തിക ആസ്തി ഇനിയും ചൂഷണം ചെയ്യപ്പെടാത്ത അതിവിപുലമായ ധാതു സമ്പത്താണ്. 2010 ൽ അമേരിക്ക കണക്കാക്കിയത് മൂന്ന് ട്രില്യൻ ഡോളറിന്റെ ധാതുനിക്ഷേപം അഫ്ഗാനിൽ ഉണ്ടെന്നാണ്. ഈ വിപുലമായ ധാതുസമ്പത്തിൽനിന്നും ധനസമാഹരണം നടത്തുന്നതിനുള്ള പദ്ധതികളുടെ ഭാഗമായി അഫ്ഗാൻ തങ്ങളുടെ ധാതു സമ്പത്ത് ആഗോളവിപണിയിൽ വിറ്റഴിക്കാൻ തീരുമാനിക്കുന്നത്. ചൈന ഉൾപ്പെടെയുള്ള ലോകരാഷ്ട്രങ്ങൾ ഈ വിഭവങ്ങൾ സ്വായത്തമാക്കാനുള്ള പരിശ്രമങ്ങൾക്ക് തുടക്കംകുറിക്കുകയും ചെയ്തു. താലിബാനുകൾ അഫ്ഗാനിസ്ഥാനിൽ അധികാരത്തിലെത്തുന്നതിനെ പാശ്ചാത്യ വിപണിശക്തികൾ വിമർശിക്കുന്നില്ല എന്നത് ശ്രദ്ധേയമാണ്. സാങ്കേതികമായി പിന്നോക്കം നിൽക്കുന്ന താലിബാനുകളുടെ പിന്തുണയോടെ ഖനി വിഭവങ്ങൾക്കുമേൽ തങ്ങളുടെ അധീശത്വം ഉറപ്പാക്കാമെന്ന് അവർ കണക്കുകൂട്ടുന്നുണ്ട്. 2019 ൽ അഫ്ഗാൻ ഭരണകൂടം പ്രസിദ്ധീകരിച്ച ഔദ്യോഗിക രേഖ അനുസരിച്ച് ചെമ്പ് 30 മില്യൺ ടൺ, ഇരുമ്പയിര് 2.2 മില്യൺ മെട്രിക് ടൺ, മാർബിൾ 1.3 മില്യൺ മെട്രിക്ടൺ, റയർ എർത്ത് മിനറൽസ് 1.4 മില്യൺ, സ്വർണ്ണം 2700 കിലോഗ്രാം എന്നിങ്ങനെ വിപുലമായ വിഭവശേഖരത്തിന്റെ കണക്കുകൾ വെളിപ്പെടുത്തപ്പെടുന്നുണ്ട്. ലോകവിപണിയെ സംബന്ധിച്ചിടത്തോളം വാണിജ്യ പ്രാധാന്യമുള്ള വിഭവങ്ങൾ തന്നെയാണിവ.

അഫ്ഗാനിസ്ഥാനിലെ ഖനികൾക്കുമേലുള്ള ചൈനയുടെ താല്പര്യം അവർ കൃത്യമായിത്തന്നെ പ്രകടിപ്പിക്കുകയും താലിബാനുമായി സഹകരിക്കുന്നതിനുള്ള സന്നദ്ധത വ്യക്തമാക്കുകയും ചെയ്തു. ചൈനയ്ക്ക് അഫ്ഗാനിസ്ഥാനിൽ താല്പര്യമുള്ളതുപോലെ തന്നെ സെൻട്രൽ ഏഷ്യൻ റിപ്പബ്ലിക്കുകൾക്കും അഫ്ഗാനിസ്ഥാനിനുമേൽ സവിശേഷമായ താല്പര്യമുണ്ട്. പ്രകൃതി വാതകംകൊണ്ട് അതീവ സമ്പന്നമായ തുർക്ക്മെനിസ്ഥാനിൽനിന്നും ചൈനയിലേക്ക് ഒരു പൈപ്പ് ലൈൻ നിലവിലുണ്ട്. അഫ്ഗാനിൽ സംഘർഷങ്ങൾ ഒഴിവാക്കുകയാണെങ്കിൽ റഷ്യയുടെ സമ്മർദ്ദമില്ലാതെ ഇന്ത്യയിലേക്കും പാകിസ്ഥാനിലേക്കും പ്രകൃതി വാതകം അഫ്ഗാനിസ്ഥാനിലൂടെ എത്തിക്കുന്നതിന് മദ്ധ്യേഷ്യൻ റിപ്പബ്ലിക്കുകൾക്ക് കഴിയും. അഫ്ഗാനിസ്ഥാനിലൂടെ സുരക്ഷിതമായ

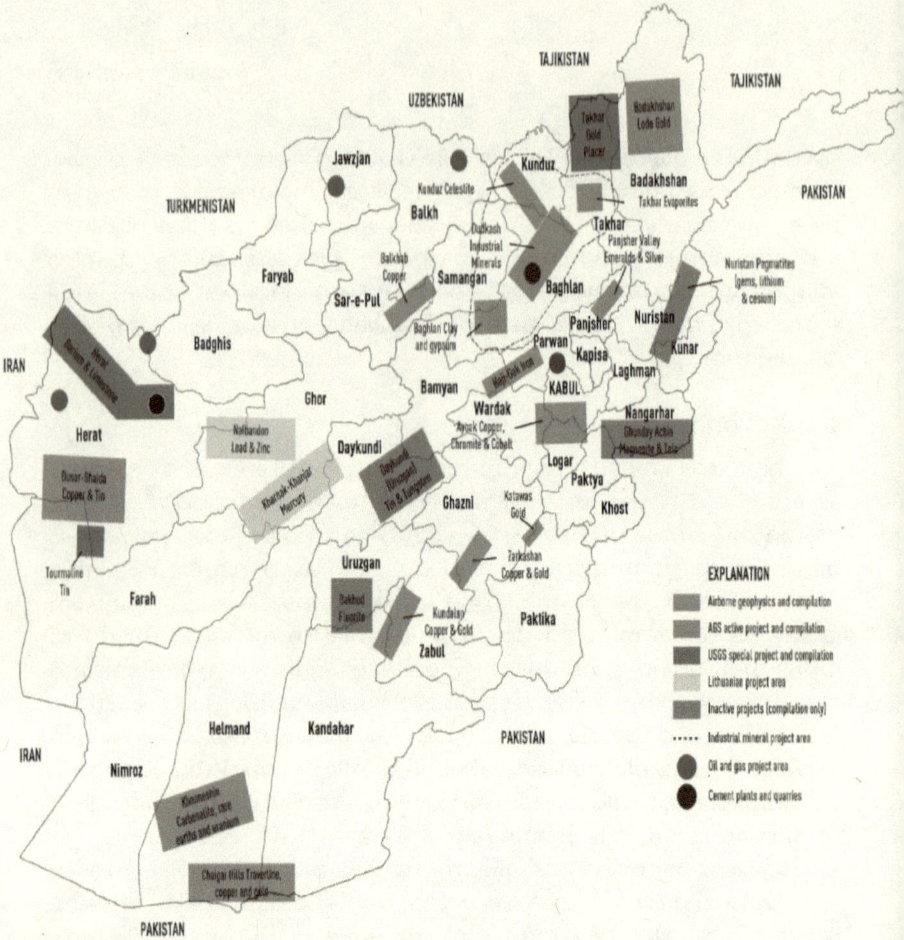

ഖനിജ സമ്പത്തിന്റെ വിഭവ ഭൂപടം

വാണിജ്യപാതകൾ സൃഷ്ടിക്കുന്നതിൽ ഇന്ത്യ, പാകിസ്ഥാൻ, മദ്ധ്യേഷ്യൻ റിപ്പബ്ലിക്കുകൾ, ചൈന എന്നീ രാഷ്ട്രങ്ങളെപ്പോലെ തന്നെ യൂറോപ്യൻ രാഷ്ട്രങ്ങൾക്കും താല്പര്യമുണ്ട്. ലോക കമ്പോളവ്യവസ്ഥയിൽ നിർണ്ണായകമായ ഭൂമിശാസ്ത്ര സ്ഥാനമാണ് അഫ്ഗാനിസ്ഥാന്റേത്.

അഫ്ഗാനിസ്ഥാനിൽ അനിവാര്യമായി വികസിക്കേണ്ടത് അടിസ്ഥാന സൗകര്യങ്ങളാണ്. എന്നാൽ അടിസ്ഥാന സൗകര്യ വികസനപദ്ധതികളെ നിരന്തരം തകർത്തുകൊണ്ടാണ് താലിബാൻ മുന്നേറിക്കൊണ്ടിരിക്കുന്നതും. ഇത്തരമൊരു പശ്ചാത്തലം വികസന പ്രവർത്തനങ്ങളെ നിരന്തരം പിന്നോട്ടടിക്കുന്നതാണ്. കാർഷിക-ഖനനമേഖലകളുടെ വികാസത്തിലൂടെ മാത്രമേ അഫ്ഗാനിസ്ഥാനിൽ സാമ്പത്തിക പുരോഗതി കൈവരിക്കാനാവുകയുള്ളൂ. അതിന് മുന്നോടിയായി സംഘർഷരഹിതമായ സാമൂഹിക രാഷ്ട്രീയ അന്തരീക്ഷം സംജാതമാകണം.

ആഗോളവല്ക്കരണവും താലിബാനും

ദക്ഷിണേഷ്യയെ ആഗോളവല്ക്കരണത്തിന്റെ ഗുണഭോക്താവായാണ് മാർവിൻ ജി വെയിൻബോ കാണുന്നത്. മാനവവിഭവശേഷിയെ സ്ഫുടം ചെയ്യുന്നതിന് ദക്ഷിണേഷ്യൻ രാഷ്ട്രങ്ങൾക്ക് പൊതുവിൽ കഴിഞ്ഞപ്പോൾ അഫ്ഗാനിസ്ഥാനിനത് സാദ്ധ്യമായില്ല എന്നാണ് അദ്ദേഹം ചൂണ്ടിക്കാണിക്കുന്നത്. ഏഷ്യൻ രാഷ്ട്രങ്ങളെ തൊഴിൽ ശക്തി പ്രദാനം ചെയ്യുന്ന രാഷ്ട്രങ്ങളായി മുതലാളിത്ത പാശ്ചാത്യ രാഷ്ട്രങ്ങൾ പരിഗണിക്കുന്നു എന്നതിൽ വലിയ അത്ഭുതമൊന്നുമില്ല. ആഗോളവല്ക്കരണത്തിന്റെ അപ്പോസ്തലന്മാർ നിരന്തരം പറഞ്ഞുകൊണ്ടിരുന്നത് ആഗോളവല്ക്കരണം ദേശരാഷ്ട്രങ്ങളെ പരിമിതപ്പെടുത്തി മനുഷ്യസ്വാതന്ത്ര്യം ഉറപ്പാക്കുമെന്നാണ്. എന്നാൽ ഇവിടെ വെയിൻബോ ചൂണ്ടിക്കാണിക്കുന്നത് പരാജിത രാഷ്ട്രം കമ്പോളത്തിന്റെ ശാക്തീകരണത്തിന് തടസ്സമാണെന്നാണ്. 2001 ലെ അമേരിക്കൻ അധിനിവേശത്തിന്റെ പശ്ചാത്തലകാരണങ്ങളെന്തായാലും ആധുനികമായ ഒരു രാഷ്ട്രത്തെ നിർമ്മിക്കാനുള്ള പരിശ്രമം എന്ന നിലയിലാണ് വെയിൻബോ ഈ കടന്നുകയറ്റത്തെ കണക്കാക്കുന്നത്. അമേരിക്കയുടെ സൈനിക ഇടപെടൽ ആഗോളനിക്ഷേപത്തിനുള്ള സാഹചര്യം സൃഷ്ടിച്ചുവെന്നാണ് അദ്ദേഹത്തിന്റെ മറ്റൊരു അഭിപ്രായം. എന്നാൽ ലക്ഷ്യമാക്കിയതിന് വിപരീതമായ ഫലമാണ് കാലക്രമേണ ഉരുത്തിരിഞ്ഞുവന്നത്. അഫ്ഗാനിലെ നിയമവാഴ്ചയുടെ തകർച്ചയും ഓപ്പിയം ആഗോളവിപണിയിലേക്ക് കടന്നുവന്നതും പരസ്പരബന്ധിതമായാണ്. യൂറോപ്പിലേക്ക് അഫ്ഗാനിസ്ഥാനിൽനിന്നുമുള്ള ഹെറോയിൻ ഒഴുക്ക് അഫ്ഗാനിൽ പണപ്പെരുപ്പം സൃഷ്ടിച്ചു. ഗോതമ്പിന്റെ ഉല്പാദനം ചുരുങ്ങി, പോപ്പി കൃഷി വ്യാപകമായി.

മദ്ധ്യേഷ്യൻ മേഖലയിലെ ഇതര സമ്പദ്ഘടനകളുമായി അഫ്ഗാനിസ്ഥാനെ നീണ്ട ഒരു ഇടവേളയ്ക്കുശേഷം ബന്ധിപ്പിക്കുന്നതിന് കഴിഞ്ഞു. അഫ്ഗാനിസ്ഥാന്റെ ഉല്പന്നങ്ങൾക്ക് ഇന്ത്യൻ വിപണി തുറന്നുകൊടുക്കപ്പെട്ടു. മദ്ധ്യേഷ്യയിൽനിന്നും ഭക്ഷ്യവിഭവങ്ങൾ ഇറക്കുമതി ചെയ്യുന്നതിന് കഴിഞ്ഞു. ആഗോളവല്ക്കരണ കാലഘട്ടത്തിലെ അമേരിക്കൻ ഇടപെടലുകളുടെ പൊതു സ്വഭാവം അമേരിക്കയ്ക്ക് അനുഗുണമായ തരത്തിൽ അഫ്ഗാനിസ്ഥാന്റെ ആഭ്യന്തര വിപണിയും പ്രാദേശിക ബന്ധങ്ങളും പുനർക്രമീകരിക്കുക എന്നതായിരുന്നു. അതിനുതകുന്ന ഒരു മാദ്ധ്യമ സംസ്കാരത്തെപ്പോലും ചിട്ടപ്പെടുത്തുകയുണ്ടായി. അമേരിക്കയുടെ മാദ്ധ്യമമേഖലയിലെ ഇടപെടലുകൾ വ്യാപകമായ വിമർശനങ്ങൾ തന്നെയാണ് ക്ഷണിച്ചുവരുത്തിയത്.

താലിബാനും സമ്പദ്ഘടനയും

അബ്ദുള്ള സർവാരി 2001 ൽ നടത്തിയ വിശദമായ പഠനം ചൂണ്ടിക്കാണിക്കുന്നത് താലിബാൻ വാഴ്ച അഫ്ഗാനിസ്ഥാന്റെ സാമ്പത്തിക വളർച്ചയിൽ കനത്ത പ്രഹരമാണ് ഏല്പിച്ചത് എന്നാണ്. താലിബാൻ

വാഴ്ചക്കാലത്ത് (1994–2002) വളർച്ച രേഖപ്പെടുത്തിയത് ഓപ്പിയം ഉല്പാദനമാണെന്ന് സർവേകൾ ചൂണ്ടിക്കാണിക്കുന്നു. ഈ കാലഘട്ടത്തിൽ ഓപ്പിയം ഉല്പാദനം അഫ്ഗാനിസ്ഥാനിൽ മുൻ വർഷങ്ങളേക്കാൾ മൂന്നിരട്ടിയായാണ് വർദ്ധിച്ചത്. എന്നാൽ 2016 ലെ ഓപ്പിയം സർവേ വ്യക്തമാക്കുന്നത് 2010–15 കാലഘട്ടത്തിൽ വടക്കൻ പ്രദേശങ്ങളിൽ തുടർച്ചയായി ഓപ്പിയം ഉല്പാദനം വർദ്ധിക്കുന്നു എന്നാണ്. ഇതോടൊപ്പം ചേർത്തുവായിക്കേണ്ടത് ആ പ്രദേശങ്ങളിലെ നിയമവാഴ്ചയുടെ തകർച്ചയുമാണ്. അഫ്ഗാൻ മന്ത്രാലയം വ്യക്തമാക്കുന്ന കണക്കുകൾ പരിശോധിക്കുകയാണെങ്കിൽ വ്യക്തമാകുന്നത് ഓപ്പിയം ഉല്പാദനത്തിന്റെ വർദ്ധനവും താലിബാന്റെ വ്യാപനവും പരസ്പര പൂരകമാണ്. ഇതിനർത്ഥം ജനങ്ങളെ നിലനിർത്തുന്ന ഏകകാർഷിക വിള എന്ന നിലയിലേക്ക് ഓപ്പിയം കൃഷി വ്യാപിക്കുന്നു എന്നുതന്നെയാണ്. മറ്റൊരു രസകരമായ വസ്തുതയും 2016 ലെ ഓപ്പിയം സർവേ ചൂണ്ടിക്കാണിക്കുന്നുണ്ട്, ഓപ്പിയം ഫ്രീ മേഖല 2016 ൽ 14 ൽനിന്നും 13 ആയി ചുരുങ്ങി. ഓപ്പിയം ഉല്പാദനം പരിമിതപ്പെടുത്താനുള്ള എല്ലാ പരിശ്രമങ്ങളും പരാജയപ്പെടുകയാണുണ്ടായത്. ഓപ്പിയം ഉല്പാദനം ചുരുക്കാനുള്ള അമേരിക്കൻ

അഫ്ഗാനിസ്ഥാൻ ഖനനമേഖല

ശ്രമങ്ങൾ പ്രാദേശിക ജനസമൂഹത്തെ ദോഷകരമായി ബാധിച്ചു. ഒരു തരത്തിൽ സാധാരണക്കാരുടെ അന്നം മുട്ടിച്ചുകൊണ്ടാണ് അമേരിക്കയുടെ ലഹരിവിരുദ്ധ പോരാട്ടം മുന്നേറിയത്. ഇത് പ്രാദേശികമായ അസംതൃപ്തികൾ സൃഷ്ടിക്കുന്നതിന് കാരണമായി. അത്തരം അസംതൃപ്തികൾ താലിബാനെ ശക്തിപ്പെടുത്തുന്ന നിലയിൽ വികസിച്ചു.

അഫ്ഗാനിസ്ഥാന്റെ സാമ്പത്തിക ഘടനയെ നിർണ്ണയിക്കുന്നത് രാഷ്ട്രീയവുമായി ബന്ധപ്പെട്ട ഘടകങ്ങളാണ്. താലിബാന്റെ കൈകളിൽ തകർന്നടിഞ്ഞ സമ്പദ്ഘടന പുനരുദ്ജീവിക്കുന്നത് 2014 ൽ അഷറഫ് ഘാനി അധികാരത്തിലേക്ക് വരുന്നതോടെയാണ്. സമ്പദ്ഘടനയെ നിർണ്ണയിക്കുന്ന നാല് രാഷ്ട്രീയ ഘടകങ്ങൾ സർവാരി ചൂണ്ടിക്കാണിക്കുന്നുണ്ട്.

1. അഫ്ഗാനിസ്ഥാന്റെ ഭൂതകാല ചരിത്രം
2. വിദേശ രാഷ്ട്രങ്ങളിലുള്ള തീവ്ര ആശ്രയത്വം
3. അതിസങ്കീർണ്ണമായി പൊതുസമ്പദ്ഘടനയോട് ബന്ധപ്പെട്ടുകിടക്കുന്ന അധോലോക-മയക്കുമരുന്നു ബന്ധങ്ങൾ.
4. ഭൂമിശാസ്ത്രപരമായി അയൽരാഷ്ട്രങ്ങൾക്കിടയിൽ കുടുങ്ങിക്കിടക്കുന്ന അവസ്ഥ.

2012 ൽ ഏഷ്യൻ ഫൗണ്ടേഷൻ നടത്തിയ ഒരു സർവേ ചൂണ്ടിക്കാണിക്കുന്നത് പ്രാദേശിക ജനങ്ങളുടെ ആവശ്യങ്ങളെ മുൻഗണനാക്രമത്തിൽ പരിഗണിക്കുന്നതിൽ ഫണ്ടിങ് ഏജൻസികൾ പരാജയപ്പെട്ടതാണ് സാമ്പത്തിക ആസൂത്രണത്തിൽ അഫ്ഗാനിസ്ഥാൻ നേരിട്ട കനത്ത പരാജയം എന്നതാണ്. ജനങ്ങൾക്ക് ജീവസന്ധാരണത്തിന് ആവശ്യമായ തൊഴിലവസരങ്ങൾ സൃഷ്ടിക്കാൻ കഴിഞ്ഞില്ല. പലപ്പോഴും വിദഗ്ദ്ധ തൊഴിലാളികളെ വിദേശത്തുനിന്ന് ഇറക്കുമതിചെയ്താണ് വികസനപ്രവർത്തനങ്ങൾ നടത്താൻ ശ്രമിച്ചത്. ഇതിൽനിന്നും അല്പമെങ്കിലും ഭിന്നമായി മുന്നോട്ടു നീങ്ങിയത് ചൈനമാത്രമാണെന്നു പറയാം. തദ്ദേശീയരായ ആളുകളുടെ തൊഴിൽ ശേഷിയെ പരമാവധി വിനിയോഗിക്കുവാൻ ശ്രമിച്ചു കൊണ്ടാണ് ചൈന മുന്നോട്ടുപോയത്. ഇന്ത്യയുടെ മുഖ്യമായ ഊന്നൽ അടിസ്ഥാന സൗകര്യ വികസനമായിരുന്നു. അഫ്ഗാനിലെ മുഖ്യനിക്ഷേപകൻ എന്നുള്ള നിലയിലും തീവ്ര ഇസ്ലാമിക പ്രസ്ഥാനങ്ങളുടെ പ്രതിരോധത്തിലും ഇന്ത്യക്ക് മുന്നോട്ടുപോകാനാവും എന്ന പ്രതീക്ഷയുണ്ടായിരുന്നു. എന്നാൽ അത്തരമൊരു ചുവടുവയ്പിന് ഉതകുന്ന കരുത്തുറ്റ നയങ്ങളുടെ പിന്തുണ ആവശ്യമാണ്. അഫ്ഗാനിസ്ഥാനെ സംബന്ധിച്ചിടത്തോളം പ്രാദേശിക തലത്തിലേക്ക് ഭരണകൂടത്തിന് ഇറങ്ങിച്ചെല്ലാൻ കഴിയാത്തത്ര നിസ്സഹായക അവസ്ഥയിലാണ് കാര്യങ്ങൾ മുന്നോട്ടുപോകുന്നത്. സമൂഹത്തിന്റെ ഘടനാപരമായ പരിവർത്തനത്തിലൂടെ മാത്രമേ വികസനപ്രവർത്തനങ്ങൾക്ക് തുടക്കംകുറിക്കാനാവൂ. താലിബാൻ പ്രസ്ഥാനങ്ങളെ മുന്നോട്ടുനയിക്കുന്ന മതപ്രത്യയശാസ്ത്രങ്ങൾ ഘടനാപരിവർത്തനങ്ങൾക്കെതിരെയാണ് നിലയുറപ്പിക്കുക. മാർവിൻ

വെയിൻബോമിന്റെ അഭിപ്രായത്തിൽ സുസ്ഥിരമായ ഒരു സമ്പദ്ഘടനയെ പടുത്തുയർത്തുന്നതിൽ അഫ്ഗാനിസ്ഥാന് നിരവധി പ്രതിബന്ധങ്ങളുണ്ട്. വിദേശനിക്ഷേപത്തിന്റെ നല്ലൊരു ശതമാനവും സുരക്ഷാമേഖലയിലാണ് നടത്തപ്പെട്ടിട്ടുള്ളത്. ഇത് സമ്പദ്ഘടനയ്ക്ക് ഗുണപ്രദമാവുകയില്ല. മറ്റൊരു പ്രധാന പ്രശ്നം പുനരുദ്ജീവനശേഷിയിലല്ല വിഭവങ്ങളുടെ ചൂഷണത്തിലാണ് നിക്ഷേപക രാഷ്ട്രങ്ങൾക്ക് താല്പര്യം. ഈ രണ്ട് ഘടകങ്ങളും സുസ്ഥിരവികസനത്തെ പ്രതികൂലമായി ബാധിക്കുന്നതാണ്. മന്ദഗതിയിലുള്ള വളർച്ച, ദുർബ്ബലമായ ജനാധിപത്യം ഇവ രണ്ടും സാമ്പത്തിക വികാസത്തിന് തടസ്സമാണ്. അഫ്ഗാനിസ്ഥാന്റെ സാമ്പത്തിക വളർച്ചയ്ക്ക് അനിവാര്യമായി വേണ്ടത് ഇച്ഛാശക്തിയുള്ള രാഷ്ട്രീയ നേതൃത്വവും സമാധാനം ഉറപ്പാക്കാൻ കഴിയുന്ന സാമൂഹിക സംവിധാനങ്ങളുമാണ്.

3

ചരിത്രത്തിലൂടെ

അഫ്ഗാനിസ്ഥാന്റെ പൗരാണിക ചരിത്രം തേടുന്നവർ ഇതിഹാസങ്ങളിൽവരെ അതിന്റെ വേരുകൾ തേടി ചെല്ലാറുണ്ടെങ്കിലും 1747 മുതലാണ് ആധുനിക ചരിത്രകാരന്മാർ അഫ്ഗാനിസ്ഥാന്റെ കഥ പറഞ്ഞു തുടങ്ങുക. അതിപുരാതനവും സമ്പന്നവുമായ ഒരു ഭൂതകാല ചരിത്രം അഫ്ഗാനിസ്ഥാനുണ്ട്. പുരാവസ്തു ഖനനങ്ങൾ 1950–70 കാലഘട്ടത്തിൽ മാത്രമാണ് അഫ്ഗാനിസ്ഥാനിൽ നടന്നത്. അതുതന്നെ പില്ക്കാലത്ത് ആഭ്യന്തരയുദ്ധങ്ങളുടെയും വൈദേശിക കടന്നുകയറ്റങ്ങളുടെയും ഫലമായി തടയപ്പെടുകയും ചെയ്തു. ഏതാണ്ട് മൂന്ന് പതിറ്റാണ്ടുകാലത്തെ ഗവേഷണത്തിനിടയിൽ പൗരാണികമായ മനുഷ്യാധിവാസ സ്ഥാനങ്ങൾ പലതും അടയാളപ്പെടുത്തുന്നതിന് പുരാവസ്തു ഗവേഷകർക്ക് കഴിഞ്ഞു. കാബൂളിന് 150 കിലോമീറ്റർ തെക്കു–വടക്കായി "നിയണ്ടർതാൽ" മനുഷ്യന്റേത് എന്ന് സംശയിക്കുന്ന അവശിഷ്ടങ്ങൾ കണ്ടുകിട്ടുകയുണ്ടായി. ലഭ്യമായ പുരാവസ്തു സാമഗ്രികളുടെ തെളിവുകളിൽനിന്നും 100,000 വർഷം പിന്നിലേക്ക് അഫ്ഗാനിലെ മനുഷ്യാധിവാസ ചരിത്രം കൊണ്ടുപോകുന്നതിന് ഗവേഷകർക്ക് കഴിയുന്നുണ്ട്.

ആദിമനിവാസികൾ

നവീന ശിലായുഗ നിവാസികളുടേതായ പണി ആയുധങ്ങളും ഉപകരണങ്ങളും അഫ്ഗാനിസ്ഥാനിൽനിന്നും ലഭിക്കുകയുണ്ടായിട്ടുണ്ട്. കണ്ടഹാറിനു സമീപത്തുനിന്നും ബി സി 5000–തിലേതെന്ന് അനുമാനിക്കുന്ന അവശിഷ്ടങ്ങൾ ലഭിക്കുകയുണ്ടായി. എന്നാൽ ചരിത്രകാരന്മാരുടെ പൊതു അഭിമതം സിന്ധുനദീതട സംസ്കാരവുമായി ബന്ധപ്പെട്ട ഒരു ജനതയുടെ നാഗരികത 2000 ബി സിയിൽ അഫ്ഗാനിസ്ഥാനിൽ

നിലനിന്നിരുന്നു എന്നാണ്. അവരുടെ ഓട്ടു സംസ്കാരത്തിന്റെ അവശിഷ്ടങ്ങൾ നമുക്ക് കണ്ടെടുക്കാനായിട്ടുണ്ട്. മോഹൻ ജദാരോവിലെയും ഹാരപ്പയിലെയും നാഗരികതകളുമായി അവർക്ക് വിനിമയ ബന്ധങ്ങളും ഉണ്ടായിരുന്നു. സിന്ധുനദീതട സംസ്കാരവുമായിട്ടെന്നതുപോലെ തന്നെ മെസപ്പൊട്ടോമിയൻ സംസ്കാരവുമായിട്ടും അഫ്ഗാനിലെ ആദിമനിവാസികൾ ബന്ധപ്പെട്ടിരുന്നു. ഇന്നത്തെ അഫ്ഗാൻ നഗരങ്ങളായ കണ്ടഹാർ, ഹെറാത്ത്, കാബൂൾ, മസാരി–ഷെരിഫ് എന്നിവയുടെയെല്ലാം സമീപപ്രദേശങ്ങളിൽ നടന്ന ഉത്ഖനനങ്ങൾ ഈ വാദത്തെ പിന്തുണയ്ക്കുന്ന നിരവധി തെളിവുകൾ പുറത്തെടുക്കുന്നതിന് സഹായകമായിട്ടുണ്ട്. മസാരി ഷെരിഫിൽനിന്നും ഇറാനിയൻ കളിമൺ പാത്രങ്ങളും ചെമ്പ് ഉപകരണങ്ങളും കണ്ടെടുക്കുകയുണ്ടായി (See, Hamid Wahed Alikuzai 2013).

ആര്യൻ കുടിയേറ്റങ്ങൾ

ക്രിസ്തുവിനുമുമ്പ് രണ്ടാം സഹസ്രാബ്ദത്തിൽ അഫ്ഗാനിലെ പൗരാണിക സമൂഹങ്ങൾക്കെതിരെ വൈദേശിക ആക്രമണങ്ങളുണ്ടായി എന്നാണ് ഒരു കൂട്ടം ചരിത്രകാരന്മാരുടെ അനുമാനം. ബി സി 2000 –1500 കാലഘട്ടത്തിൽ ഇന്തോ ഇറാനിയൻ ഗോത്രങ്ങൾ അഫ്ഗാനിലേക്ക് കടന്നുകയറി. അത്തരം കടന്നുകയറ്റങ്ങളാണ് അഫ്ഗാനിലെയും ഇന്ത്യയിലെയും ഇന്നത്തെ ഭാഷയും സംസ്കാരവും രൂപപ്പെടുത്തിയെടുത്തതെന്നും ഇക്കൂട്ടർ വാദിക്കുന്നു. ഉസ്ബക്കുകളും തുർക്ക്മെനിസ്ഥാൻ ഗോത്രങ്ങളും ഒഴികെയുള്ള അഫ്ഗാനികൾ ഇന്തോ–യൂറോപ്യൻ ഭാഷാഭേദങ്ങളാണ് ഉപയോഗിക്കുന്നത്. ആധുനിക അഫ്ഗാൻ ഭാഷയ്ക്ക് ഇന്ത്യൻ ഭാഷയോടുള്ളതിനേക്കാൾ അടുപ്പം ഇറാനിയൻ ഭാഷയോടാണ് (Ibid :124 – 140).

ആര്യന്മാർക്കുമുമ്പുള്ള ജനസമൂഹങ്ങളുടെ എണ്ണം അഫ്ഗാനിൽ ഇന്ന് നാമമാത്രമാണ്. ചരിത്രകാരന്മാരുടെ പൊതുനിഗമനം കാലിവളർത്തുകാരായ ആര്യന്മാർ ഇന്ത്യയിലേക്ക് കടന്നത് മദ്ധ്യേഷ്യയിൽനിന്നാണെന്നാണ്. ചില ചരിത്രകാരന്മാർ ആര്യൻ അധിനിവേശ സിദ്ധാന്തം തന്നെ തള്ളിക്കളയുന്നുമുണ്ട്. ആര്യന്മാരുടെ കടന്നുകയറ്റം സിന്ധുനദീതട സംസ്കാരത്തെ പൊടുന്നനെ ഇല്ലാതെയാക്കി എന്നാണ് ഒരു അഭിമതം. ആര്യൻ അധിനിവേശ സംസ്കാര സൈദ്ധാന്തികർ അഫ്ഗാനിസ്ഥാനിലെ സ്ഥലനാമങ്ങളുമായി വേദങ്ങളിലെ സ്ഥലനാമങ്ങളെ ബന്ധിപ്പിക്കുന്നതിനാണ് പരിശ്രമിക്കുന്നത്. ചരിത്രത്തിൽ അഫ്ഗാനിസ്ഥാനെക്കുറിച്ചുള്ള ലിഖിതപരാമർശങ്ങൾ നമുക്ക് കാണാനാവുന്നതും വേദഗ്രന്ഥങ്ങളിലാണ്. ആര്യന്മാർ ആദ്യം അധിവാസമുറപ്പിച്ച ബാൾക്ക് (ബാക്ട്രിയ) പ്രദേശം നഗരങ്ങളുടെ മാതാവായാണ് അറിയപ്പെടുന്നത്. അഫ്ഗാനിസ്ഥാന്റെ മദ്ധ്യ–വടക്കൻ ഭൂമേഖലയാണിത്. ബാൾക്ക്–സമർഖണ്ഡ–ചൈന–കാബൂൾ വാണിജ്യ മേഖലകളും ഇക്കാലത്തുണ്ടായിരുന്നതായി അനുമാനിക്കുന്നു.

വടക്കേ ഇന്ത്യയിലും സമീപ അഫ്ഗാൻ പ്രദേശങ്ങളിലും ആര്യ മതം ആദരിക്കപ്പെട്ടിരുന്നു. എന്നാൽ പില്ക്കാലത്ത് ആര്യന്മാരുടെ ഒരു രണ്ടാംകുടിയേറ്റം ഇറാനിൽനിന്ന് അഫ്ഗാനിലേക്ക് ഉണ്ടാവുകയും സൊരാഷ്ട്രമതം (Zoroastrianism) ഇവിടെ പ്രചാരത്തിലാവുകയും ചെയ്തു. സൊരാഷ്ട്ര മതഗ്രന്ഥമായ *അവെസ്ഥ*യിൽ (Zand Avesta) അഫ്ഗാൻ പ്രദേശങ്ങളെക്കുറിച്ചുള്ള വിവരണങ്ങളുണ്ട്. ഈ രണ്ടാം കുടിയേറ്റമാകണം ഇന്ന് അഫ്ഗാൻ ഭാഷയിൽ കാണുന്ന ഇറാനിയൻ ഭാഷാസ്വാധീനത്തിന്റെ അടിത്തറ. പൗരാണിക ഇറാനിൽനിന്നുമാണ് സൊരാഷ്ട്ര മതം ഉത്ഭവിക്കുന്നത്. നാടോടികളായ ആര്യന്മാരെ കാർഷിക വൃത്തിയിലേക്ക് തിരിയാൻ പ്രേരിപ്പിച്ചതും അധിദേവനായ അഹുരമസ്ദായെ പുജിക്കുവാൻ ആര്യൻ ഗോത്രങ്ങളോട് ആഹ്വാനം ചെയ്തതും സൊരാഷ്ട്ര മതസ്ഥാപകനായ സരതുഷ്ട്രരാണ്. വടക്കൻ അഫ്ഗാനിസ്ഥാൻ സൊരാഷ്ട്ര മതത്തിന്റെ ഹൃദയഭൂമിയാണ്. ബാൾക്കിൽ നടന്ന കലാപത്തിൽ ബി സി 9–6 നൂറ്റാണ്ടുകൾക്കിടയിൽ എപ്പോഴോ സരതുഷ്ട്രർ കൊല്ലപ്പെട്ടു എന്ന് അനുമാനിക്കുന്നു.

പേർഷ്യൻ ചക്രവർത്തി സൈറസിന്റെ ഭരണകാലത്താണ് (ബി സി 559–530) *അവെസ്ഥ* എഴുതപ്പെടുന്നത്. ബി സി 6–ലാണ് സരതുഷ്ട്രരുടെ മരണം എന്ന അനുമാനത്തെ ഈ കാലഗണന ശക്തിപ്പെടുത്തുന്നുണ്ട്. സൊരാഷ്ട്ര മതത്തെ പേർഷ്യൻ സാമ്രാജ്യത്തിന്റെ (ബി സി 522–486) ഔദ്യോഗിക മതമാക്കിയത് ദാരിയസ് ഒന്നാമന്റെ വാഴ്ചയുടെ കാലത്താണ്. സൊരാഷ്ട്ര മതം അധഃപതിച്ചുതുടങ്ങിയത് ക്രിസ്തുവർഷം ഏഴാം നൂറ്റാണ്ടിലെ മുസ്ലിം ആക്രമണങ്ങളോടെയാണ്. ഇന്ന് ഇന്ത്യയിലും ഇറാനിലുമുള്ള ചെറിയ സമൂഹങ്ങളിൽ മാത്രമാണ് സൊരാഷ്ട്ര മതം നിലനില്ക്കുന്നത്. അഫ്ഗാനിസ്ഥാനിൽ നാമമാത്രമായി പോലും സൊരാഷ്ട്രമതം നിലനില്ക്കുന്നില്ല. ബഹുദൈവവിശ്വാസത്തിൽനിന്നും ഏകദൈവവിശ്വാസത്തിലേക്കുള്ള പരിവർത്തനത്തിന്റെ മതമായി സൊരാഷ്ട്രമതത്തെ കാണുന്ന ചിന്തകരുണ്ട്. ആദിമ യഹൂദ, ജൈന, ബുദ്ധ, ക്രൈസ്തവ മതങ്ങളെ സൊരാഷ്ട്രമതം സ്വാധീനിച്ചതായി പല മതപണ്ഡിതന്മാരും നിരീക്ഷിക്കുന്നു (See, John F A Swayer 1999).

റോമാ ചരിത്രകാരനായ ആര്യന്റെ അഭിപ്രായത്തിൽ അഫ്ഗാനിസ്ഥാൻ ആദ്യം കീഴടക്കിയത് മദ്ധ്യപൂർവ്വേഷ്യൻ വംശങ്ങളാണ്. ഇറാൻ മുതൽ കണ്ടഹാർവരെ ഈ ജനസമൂഹം വ്യാപിച്ചിരുന്നു. സൈറസ് ഒന്നാമന്റെ സാമ്രാജ്യം ഇന്നത്തെ അഫ്ഗാനിസ്ഥാന്റെ തെക്കെ അറ്റംമുതൽ പടിഞ്ഞാറ് ബാബിലോൺ വരെ വ്യാപിച്ചിരുന്നു. ദാരിയൂസ് ഒന്നാമൻ ത്രേസും (ബൾഗേറിയയിലും തുർക്കിയിലുമായി കിടക്കുന്ന ഒരു പ്രദേശം), ഗ്രീസും കീഴടക്കി സാമ്രാജ്യം വിസ്തൃതമാക്കി. പില്ക്കാലത്ത് മാസിഡോണിയൻ ചക്രവർത്തിയായ അലക്സാണ്ടർ പേർഷ്യൻ സാമ്രാജ്യത്തിന്റെ പകുതിയോളം കീഴടക്കി. അഫ്ഗാനിസ്ഥാനിലെ ഹെറാത് നഗരം പണിതുയർത്തി.

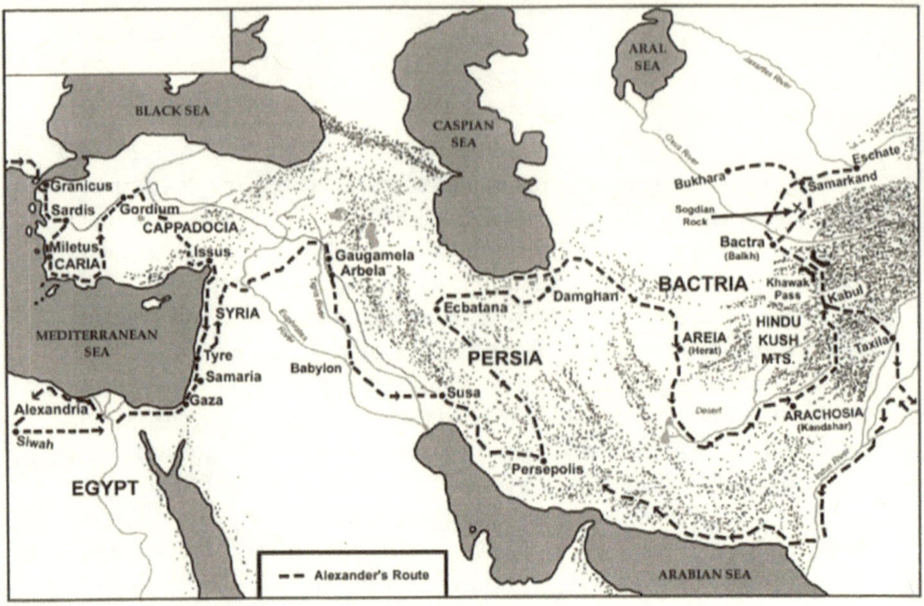

അലക്സാണ്ടർ കീഴടക്കിയ പേർഷ്യൻ സാമ്രാജ്യത്തിന്റെ ഭൂപടം

ദാരിയൂസ് ഒന്നാമന്റെ ലിഖിതങ്ങളനുസരിച്ച് അഫ്ഗാനിസ്ഥാൻ പേർഷ്യൻ ചക്രവർത്തിമാരുടെ പൈതൃകസ്വത്താണ്. പേർഷ്യ സാമ്രാജ്യ ചരിത്രം നമുക്കുലഭിക്കുന്നത് റോമൻ ചരിത്ര രചനകളിൽനിന്നാണ്. ബി സി അഞ്ചാം നൂറ്റാണ്ടിൽ ദാരിയൂസ് അഫ്ഗാനിലെ പക്തിയൂക് ഗോത്രത്തെ കീഴടക്കിയതായിട്ട് ഹെറോഡോട്ടസ് രേഖപ്പെടുത്തിയിട്ടുണ്ട്. അവരിൽനിന്നും 170 താലന്ത് സ്വർണ്ണം കപ്പമായി നേടിയിരുന്നു എന്നും പറയുന്നു. വിസ്തൃതമായ പേർഷ്യ സാമ്രാജ്യത്തിന്റെ ഭരണം വിവിധ സത്രാപുകളായി രാജ്യത്തെ വിഭജിച്ചുകൊണ്ടാണ് നടത്തിയത്. എന്നാൽ അഫ്ഗാനിലെ സത്രാപുകളെ ദീർഘകാലം പേർഷ്യൻ അധികാരത്തിൻ കീഴിൽ നിർത്താൻ കഴിഞ്ഞിരുന്നില്ല. ദാരിയൂസ് മൂന്നാമന്റെ കാലത്ത് അലക്സാണ്ടറുടെ ആക്രമണങ്ങളെ ചെറുക്കാൻ വടക്കൻ അഫ്ഗാനിസ്ഥാനിലെ (ബാക്ട്രിയ) സത്രാപുകൾ പിന്തുണനല്കിയിരുന്നു. എങ്കിലും യുദ്ധവിജയം അലക്സാണ്ടർക്കുതന്നെ ആയിരുന്നു. അഫ്ഗാനിലും പരിസരങ്ങളിലുമായി ഏഴുവർഷം അലക്സാണ്ടർ ചെലവഴിക്കുകയും ബാക്ട്രിയൻ രാജകുമാരി റുഖ്സാനയെ വിവാഹം കഴിക്കുകയും ചെയ്തു. അങ്ങനെ അഫ്ഗാൻ നാടോടിക്കഥകളിൽ അലക്സാണ്ടറിന്റെയും റുഖ്സാനയുടെയും പ്രണയകഥകൾ ഇന്നും പറഞ്ഞുപോരുന്നു.

ഹെറാത്ത്, കണ്ടഹാർ, കാബൂൾ മേഖലകളിൽ അലക്സാണ്ടർ തന്റെ പേരിൽ പട്ടണങ്ങൾ പണിതുയർത്തി. ഇന്ത്യയുടെ ബിയാസ് നദിക്കര വരെ എത്തിയെങ്കിലും വിജയിയായ അലക്സാണ്ടർക്ക് തന്റെ സേനയുടെ നിർബ്ബന്ധംമൂലം പിന്തിരിയേണ്ടിവന്നു. എങ്കിലും 13000 ഗ്രീക്ക് പൗരന്മാർ ബാക്ട്രിയയിൽ പട്ടാളക്കാരുമായി വാസമുറപ്പിച്ചിരുന്നു. അലക്സാണ്ടറുടെ പിൻഗാമി സെലൂക്കസ് നെക്ടറുടെ നേതൃത്വത്തിൽ ഗ്രീസിൽനിന്നും അഫ്ഗാനിലേക്ക് കുടിയേറ്റങ്ങളുണ്ടാവുകയും അലക്സാണ്ടർ

സ്ഥാപിച്ച പട്ടണങ്ങളിൽ ജീവിതം ആരംഭിക്കുകയും ചെയ്തു. അങ്ങനെ ഹെലനിക് സംസ്കാരത്തിന്റെ പ്രഭാതശോഭ ബാക്ട്രിയയിൽ പരന്നു. മൗര്യ സാമ്രാജ്യ സ്ഥാപകനായ ചന്ദ്രഗുപ്തമൗര്യൻ ബി സി 303 ൽ സെലുക്കസിനെ ആക്രമിക്കുകയും ഹിന്ദുക്കുഷ് പർവ്വതനിരകളിൽ വച്ച് സെലുക്കസിനെ പരാജയപ്പെടുത്തുകയും ചെയ്തു. എങ്കിലും ബാക്ട്രിയ സെലുക്കസിന്റെ കീഴിൽത്തന്നെ ആയിരുന്നു. ഈ പോരാട്ടത്തോടെ യാണ് കിഴക്കും പടിഞ്ഞാറും തമ്മിലുള്ള വിനിമയ പാതകൾ തുറക്ക പ്പെടുന്നത്.

ഗ്രീക്കുകാരുടെ ആധിപത്യത്തിൽനിന്നും ക്രമേണ വടക്കൻ അഫ്ഗാ നിസ്ഥാൻ സ്വതന്ത്രമായി. ദിയോദോറസ് രണ്ടാമന്റെ കാലത്ത് (ബി സി 250) ഗ്രീക്ക് ബാക്ട്രിയ സ്വതന്ത്ര രാജ്യമായി. നാടോടികളായ പാർത്ഥി യന്മാരാണ് ഈ പുതിയ സാമ്രാജ്യത്തിന്റെ സ്ഥാപകരായത്. രണ്ട് തല മുറകൊണ്ട് വടക്കൻ അഫ്ഗാനിസ്ഥാനും മദ്ധ്യേഷ്യയും ചേർത്ത് ഒരു സ്വതന്ത്ര സാമ്രാജ്യം രൂപംകൊണ്ടു. ഗ്രീക്കോ–ബാക്ട്രിയൻ രാജാവായ ദിമിത്രിയസ് ഒന്നാമൻ തെക്കോട്ടു നീങ്ങുകയും ഇന്ത്യയുടെ വടക്കൻ മേഖലകൾ ആക്രമിച്ചു തുടങ്ങുകയും ചെയ്തു. ബി സി രണ്ടാം നൂറ്റാ ണ്ടിലെ അതിക്രമങ്ങളെത്തുടർന്ന് ഇന്ത്യയുടെ വടക്കൻ പ്രദേശങ്ങൾ ഇന്തോ–ഗ്രീക്ക് രാജാക്കന്മാരുടെ കീഴിലായി. ഇതോടെ ബുദ്ധമതം കിഴ ക്കൻ ഗ്രീസിലേക്ക് വ്യാപിച്ചുതുടങ്ങി. മെനാണ്ടറിനെപ്പോലെ ആദരണീ യരായ ഇന്തോ–ഗ്രീക്ക് രാജാക്കന്മാർ ബുദ്ധമത അനുയായികളായിരുന്നു. ബി സി 125 ൽ സ്കിതിയന്മാരുടെയും കുഷാനനന്മാരുടെയും ആക്രമ ണഫലമായി വടക്കൻ ഗ്രീക്കോ–ബാക്ട്രിയൻ ഭരണകൂടങ്ങൾ ഇല്ലാതെ യായി. ഇതോടൊപ്പം തന്നെ അഫ്ഗാനിസ്ഥാന്റെ മണ്ണിൽനിന്നും ഗ്രീക്കു ഭാഷയും മറഞ്ഞു. എങ്കിലും വടക്കുകിഴക്കൻ അഫ്ഗാനിസ്ഥാനിലെ നൂറി സ്ഥാനിൽ യവനസംസ്കാരത്തിന്റെ ശേഷിപ്പായി ഒരു നാമമാത്ര ജന സമൂഹമുണ്ട്; നൂറിസ്ഥാനികൾ.

ഗ്രീക്കോ ബാക്ട്രിയൻ ഭരണകാലത്താണ് ചൈനയും അഫ്ഗാനും തമ്മിലടുക്കുന്നതും ചൈനയിലെ വിശേഷവസ്തുക്കൾ അഫ്ഗാനി സ്ഥാനിലൂടെ മദ്ധ്യേഷ്യയിലേക്കും പാശ്ചാത്യലോകത്തേക്കും എത്തു ന്നതും. പ്രസിദ്ധമായ പട്ടുവഴിത്താര (സിൽക്ക്റൂട്ട്) വെട്ടിത്തിളങ്ങുന്നതും ഇതേകാലത്താണ്. ഏതാണ്ട് 1700 വർഷം ഹെലനിക് സംസ്കാരത്തിന്റെ കിഴക്കൻ വിനിമയ പാതയായി ഈ വാണിജ്യപാത വർത്തിച്ചു. മതവും തത്ത്വചിന്തയും കലയും സംഗീതവും ഈ വഴിത്താരയിലൂടെ കമ്പോള ചരക്കുകൾക്കൊപ്പം കൈമാറിപ്പോന്നു. 1964–78 കാലഘട്ടത്തിൽ അമു ദാരിയ നദീതതടത്തിൽ ഫ്രഞ്ച് പുരാവസ്തു ഗവേഷകർ നടത്തിയ ഉത്ഖ നനങ്ങളിലൂടെ പ്രൗഢമായ ഒരു ഗ്രീക്ക് സംസ്കാരത്തിന്റെ അവശിഷ്ട ങ്ങൾ കണ്ടെത്തുകയുണ്ടായി. എന്നാൽ അപ്രതീക്ഷിതമായ താലിബാൻ മുന്നേറ്റത്തോടെ പുരാവസ്തു ഗവേഷണങ്ങൾ അവസാനിപ്പിക്കേണ്ടി വന്നു. തുടർന്നു നടന്നത് ചരിത്രവസ്തുക്കളുടെയും കലാശേഖരങ്ങളു

ടെയും കനത്തകൊള്ളയും നശീകരണവുമാണ്. 2000 ൽ താലിബാനുകൾ ബാമിയനിലെ പുരാവസ്തുശേഖരം ബുൾഡോസറുകളുപയോഗിച്ച് തകർത്തുകളഞ്ഞു.

അഫ്ഗാനിലേക്കുള്ള മൗര്യൻ കുഷാൻ പടയോട്ടങ്ങൾ

അഫ്ഗാനിസ്ഥാന്റെ തെക്കൻ മേഖലകളിലേക്ക് ഗ്രീക്കുകാർ കടക്കും മുമ്പ് വിശാലമായ മൗര്യസാമ്രാജ്യത്തിന്റെ ഭാഗമായിരുന്നു അഫ്ഗാനിസ്ഥാൻ. മാസിഡോണിയൻ സൈന്യത്തിന്റെ പിൻബലത്തോടെയാണ് ചന്ദ്രഗുപ്തമൗര്യൻ തന്റെ സാമ്രാജ്യം സ്ഥാപിച്ചത്. എന്നാൽ അലക്സാണ്ടറും സൈന്യവും പിൻവാങ്ങിയപ്പോൾ ചന്ദ്രഗുപ്തമൗര്യൻ സെലൂക്കസ് നെക്ടറുമായി ഏറ്റുമുട്ടുകയും ഹിന്ദുക്കുഷ് മലയുടെ താഴ്വാരങ്ങളിൽ അധികാരം സ്ഥാപിക്കുകയും ചെയ്തു. സെലുക്കസും ചന്ദ്രഗുപ്തമൗര്യനും തമ്മിൽ ഒരു സന്ധിയുണ്ടാക്കുകയും അഞ്ഞൂറോളം ആനകളെ ചന്ദ്രഗുപ്തമൗര്യൻ സെലൂക്കസിന് സമ്മാനിക്കുകയും ചെയ്തു. ഈ സമ്മാനങ്ങൾ സെലൂക്കസിനെ മദ്ധ്യേഷ്യയിൽ അജയ്യനാക്കി. ചന്ദ്രഗുപ്തമൗര്യന്റെ പൗത്രൻ അശോകൻ ഇന്ത്യ മുഴുവൻ കീഴടക്കിയപ്പോഴും സെലൂക്കസുമായുള്ള ഉടമ്പടി ലംഘിച്ചില്ല. വടക്കൻ മേഖലകളിലെ അജയ്യശക്തിയായി ഗ്രീക്കോ-ബാക്ട്രിയൻ സാമ്രാജ്യത്തെ മൗര്യസാമ്രാജ്യം അംഗീകരിച്ചു. തന്റെ അവസാനയുദ്ധത്തിൽ 100000 ആളുകളെയാണ് അശോകൻ ബലികഴിച്ചത്. ഈ യുദ്ധത്തോടെ അശോകൻ സമാധാനപ്രിയനായി ബുദ്ധമതം സ്വീകരിച്ചു. ബുദ്ധമത പ്രചരണത്തിനായി സന്ന്യാസിമഠങ്ങളും സ്തൂപങ്ങളും ലിഖിതങ്ങളും ഉപയോഗിച്ച അശോകന്റെ കാലത്ത് ഈജിപ്തിലെ അലക്സാണ്ട്രിയയിൽ വരെ ബുദ്ധമത അനുയായികളുണ്ടായിരുന്നു.

ഗ്രീക്ക് ചരിത്രകാരനായ മെഗസ്തനീസ് അശോകന്റെ കൊട്ടാരത്തിൽ താമസിക്കുകയും ഇന്ത്യൻ ഉപഭൂഖണ്ഡത്തെക്കുറിച്ച് എഴുതുകയും ചെയ്തു. 1958 ൽ കണ്ടഹാറിൽനിന്നും അശോക സ്തൂപങ്ങളിൽ ഗ്രീക്ക് ഭാഷയിലും അരാമിക് ഭാഷയിലുമുള്ള ലിഖിതങ്ങൾ കണ്ടെത്താനായി. പേർഷ്യൻ സാമ്രാജ്യത്തിന്റെ ഭരണ ഭാഷയായിരുന്നു അരാമിക്. അശോകന്റെ കാലശേഷം മൗര്യസാമ്രാജ്യം തകർന്നു. ഒരു ബ്രാഹ്മണൻ അശോകന്റെ പിൻഗാമിയെ 185 ബി സി യിൽ വധിച്ചു. തുടർന്ന് ബുദ്ധമതത്തിനെതിരെയുള്ള ബ്രാഹ്മണ പോരാട്ടങ്ങൾ ആരംഭിച്ചു. ഗ്രീക്ക് അനുകൂല ഭരണകൂടത്തിനെതിരെ നടന്ന അതിക്രമങ്ങളാണ് ഗ്രീക്കോ-ബാക്ട്രിയനായ ദിമിത്രിയസിനെ വടക്കേ ഇന്ത്യ ആക്രമിക്കാൻ പ്രേരിപ്പിച്ചത്. അത് ബുദ്ധമതത്തിന് വടക്കേ ഇന്ത്യയിൽ അല്പം ആശ്വാസം നേടിക്കൊടുത്തു. മൗര്യ ഭരണത്തിൻ കീഴിലാണ് യവനസംസ്കാരവുമായി ഭാരതീയ സംസ്കാരത്തിനുണ്ടായ സങ്കലനം അതിന്റെ പാരമ്യത്തിലെത്തിയത്. പില്ക്കാലത്ത് കുഷാൻ സാമ്രാജ്യം സ്ഥാപിതമായി. ഏതാണ്ട് അഞ്ഞൂറുവർഷക്കാലം കുശാനന്മാർ വടക്കുപടിഞ്ഞാറൻ

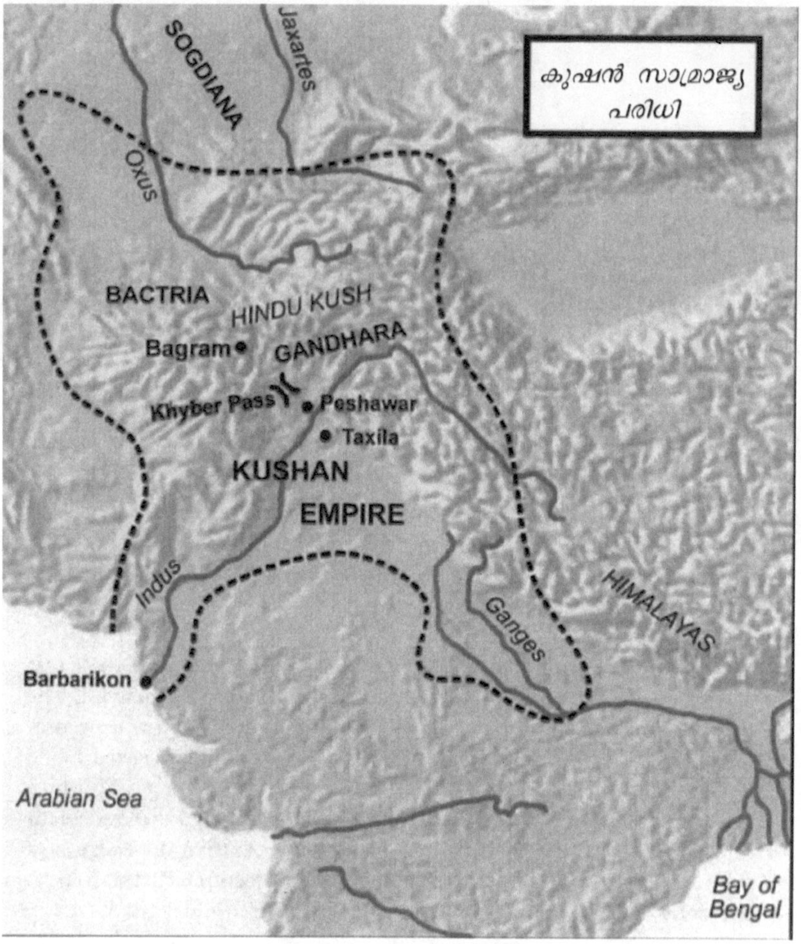

കുഷൻ സാമ്രാജ്യ പരിധി

ഇന്ത്യയും അഫ്ഗാനിസ്ഥാനും മദ്ധ്യേഷ്യയും ഉൾപ്പെടുന്ന പ്രദേശത്ത് ഭരണം നടത്തി. യവന–ഭാരതീയസങ്കലനത്തിന്റെ പരിണിതഫലമാണ് ഗാന്ധാര കലകളും മഹായാന ബുദ്ധിസവും. ഗാന്ധാര ദേശത്തെക്കുറിച്ചുള്ള പരാമർശങ്ങൾ മഹാഭാരതത്തിൽ കാണാനാവും. കൗരവരുടെ മാതാവ് ഗാന്ധാരി, ഗാന്ധാര രാജാവായ സുബലന്റെ പുത്രിയാണ്. ഗാന്ധാരദേശത്തിന്റെ അതിര് സിന്ധുനദീതടം മുതൽ കാബൂൾ വരെയാണ്.

മദ്ധ്യേഷ്യയിൽനിന്നും ബി സി മൂന്നാം നൂറ്റാണ്ടിൽ അഫ്ഗാനിസ്ഥാനിലേക്ക് കുടിയേറിയ നാടോടികളാണ് പാർത്ഥ്യർ, ശാകന്മാർ, ഹൂണ

ബാമിയാൻ ബുദ്ധപ്രതിമ

ന്മാർ തുടങ്ങിയ വിഭാഗങ്ങളൊക്കെ. ഇതിൽ ശാകന്മാരാണ് പാഷ്ടൂണുകളുടെ പ്രപിതാമഹന്മാർ എന്ന സിദ്ധാന്തത്തിന് വലിയ പ്രചാരമുണ്ട്. മംഗോളിയ, സിങ്കിയാങ്, മദ്ധ്യേഷ്യ എന്നിവിടങ്ങളിലെ ഗോത്ര കലാപങ്ങളാണ് മദ്ധ്യേഷ്യയിലേക്കുള്ള കുടിയേറ്റക്കാരെ സൃഷ്ടിച്ചത്. ചൈനയിലെ സിങ്കിയാങ് പ്രദേശത്തുനിന്നുള്ള യുഹ്-ചിഹ് വിഭാഗങ്ങൾ ബി സി രണ്ടാം നൂറ്റാണ്ടുമുതൽ അഫ്ഗാനിലേക്ക് കുടിയേറിത്തുടങ്ങി. ഗ്രീക്കോ-ബാക്ട്രിയൻ രാജാക്കന്മാരെ തോല്പിച്ചുകൊണ്ട് വടക്കൻ അഫ്ഗാനിസ്ഥാനിൽ അവർ ഒരു രാജ്യം സ്ഥാപിച്ചു. ഗ്രീക്ക് ലിഖിത സമ്പ്രദായവും ഗ്രീക്ക് നാണയങ്ങളും ഉപയോഗിച്ച ഇവർ ഇറാനിയൻ സൊരാഷ്ട്രമതവിശ്വാസത്തിൽ തുടർന്നുപോന്നു. കുജുള കാഡ്ഫിസസ് ആണ് ഈ ഭരണകൂടത്തിന്റെ സ്ഥാപകൻ എന്നു കരുതുന്നു. എ ഡി നൂറാം ആണ്ടിൽ പാർത്ഥ്യരും ശാകന്മാരും ഉൾപ്പെടെയുള്ള ഒരു സൈന്യം കുശാനന്മാരെ ആക്രമിച്ചു. കുഷാൻ രാജവംശത്തിലെ മൂന്നാമത്തെ രാജാവായ കനിഷ്കൻ ഒന്നാമന്റെ സ്ഥാനാരോഹണ ചടങ്ങുകൾ നടക്കുന്ന സന്ദർഭത്തിലാണിത് നടന്നത്. കനിഷ്കൻ പേർഷ്യൻ സൈന്യത്തിനെതിരെ പോരാടി. തന്റെ രാജ്യതലസ്ഥാനം കാബൂളിൽ ഉറപ്പിച്ചു. കനിഷ്കന്റെ ഭരണകാലത്ത് പട്ടുപാതയിലൂടെയുള്ള വാണിജ്യം വിപുലമായി. ചൈനയിൽനിന്നും ഇന്ത്യയിൽനിന്നുമുള്ള ഉല്പന്നങ്ങൾ കുഷാൻ സാമ്രാജ്യത്തിലൂടെ റോമിലേക്ക് എത്തിച്ചേർന്നു. സഹിഷ്ണുതയുടെ സംവത്സരങ്ങളായിരുന്നു കുഷാൻ ഭരണകാലം. 1930-40 കാലഘട്ടത്തിലെ പരാവസ്തു ഗവേഷണങ്ങൾ കനിഷ്ക സാമ്രാജ്യത്തിലെ വാണിജ്യ ബന്ധങ്ങളെക്കുറിച്ച് ഒട്ടേറെ തെളിവുകൾ കണ്ടെത്തി.

ബുദ്ധമത സംരക്ഷകനും പ്രചാരകനുമായ കനിഷ്കൻ സൊരാഷ്ട്രമതത്തെയും പില്ക്കാല ഇറാനിയൻ വിശ്വാസമായ മിത്രാരാധനയേയും കാത്തുപാലിച്ചുപോന്നു. ക്രിസ്തുവർഷം മൂന്നാം നൂറ്റാണ്ടിൽ (എ ഡി

ബാമിയാൻ ബുദ്ധപ്രതിമ താലിബാൻ ആക്രമണത്തിനുശേഷം

217–75) രൂപപ്പെട്ട മാനിക്കേയൻ മതവും അഫ്ഗാനിൽ അതിന്റേതായ ഇടം കണ്ടെത്തിയിരുന്നു. നിരവധി ഹൈന്ദവക്ഷേത്രങ്ങളുടെ അവശിഷ്ടങ്ങളും കിഴക്കൻ അഫ്ഗാനിസ്ഥാനിൽനിന്നും ലഭ്യമായിട്ടുണ്ട്. പ്രവാചകനെന്ന് സ്വയം വിശേഷിപ്പിച്ച പേർഷ്യനായ മണി/മാനി ആണ് മാനിക്കേയൻ മതത്തിന്റെ സ്ഥാപകൻ. പല പൗരാണിക മതങ്ങളുടെയും സങ്കലനമായിരുന്നു മാനിക്കേയനിസം. പില്ക്കാല ക്രൈസ്തവ–ബുദ്ധമതങ്ങളെ മാനിക്കേയനിസം സ്വാധീനിച്ചിരുന്നു. എന്നാൽ ഇസ്ലാമിന്റെ ആവിർഭാവത്തിനുശേഷം ഈ മതം അഫ്ഗാനിസ്ഥാനിൽ തുടർന്നു നിലനിന്നില്ല. ചൈന, കൊറിയ, ജപ്പാൻ തുടങ്ങിയ രാജ്യങ്ങളിലേക്ക് ബുദ്ധമതമെത്തിയത് അഫ്ഗാനിസ്ഥാനിലൂടെയാണ്. ചൈനയെയും യൂറോപ്പിനെയും തമ്മിൽ ബന്ധിപ്പിക്കുന്ന പട്ടുപാതയിൽ കാബൂൾ നഗരത്തിന് വടക്കുപടിഞ്ഞാറൻ യവനസംസ്കാരത്തിന്റെ മുദ്രകളും വഹിച്ചുനില്ക്കുന്ന ഒരു ബുദ്ധപ്രതിമയുണ്ടായിരുന്നു. 2000 ൽ താലിബാനുകൾ ഈ പ്രതിമ നശിപ്പിച്ചു. ഇതേ പാതയിലൂടെയാണ് ഒന്നാം നൂറ്റാണ്ടിൽ ക്രിസ്തുമതവും 9–ാം നൂറ്റാണ്ടിൽ ഇസ്ലാംമതവും ഇന്ത്യൻ ഉപഭൂഖണ്ഡത്തിലേക്ക് പ്രവേശിച്ചത്. ഗ്രീക്ക് ദർശനങ്ങളും ഇന്ത്യൻ ബുദ്ധിസവും തമ്മിലുള്ള സങ്കലനത്തിലാണ് മനുഷ്യാവതാരമെടുത്ത ദൈവം എന്ന ആശയം രൂപപ്പെടുന്നത്. ദുർബ്ബലരെ ആദരിക്കുക, പാപികൾക്ക് മോചനം നല്കുക തുടങ്ങിയ ആശയങ്ങൾ ബുദ്ധമതത്തിൽനിന്ന് ആദിമക്രൈസ്തവ ദർശനത്തിലേക്ക് കടന്നുചെന്നതായി കരുതുന്നു. ബോധിസത്വന്റെ ജീവിതവീക്ഷണങ്ങൾ ക്രിസ്തുവിനെ സ്വാധീനിച്ചതായും ചരിത്രകാരന്മാർ അനുമാനിക്കുന്നു. ഗാന്ധാരബുദ്ധപ്രതിമകൾ ഭാരതീയ യവനസംസ്കാര സങ്കലനത്തിന്റെ ഉത്തമനിദർശനങ്ങളാണ്. കുഷാൻ സാമ്രാജ്യം എ ഡി 224 ൽ പേർഷ്യൻ ആക്രമണത്തിലൂടെ നാമാവശേഷമായി.

സസാനിയൻസും ഹൂണന്മാരും

കുഷാൻ ഭരണകൂടത്തെ തുരത്തി പേർഷ്യൻ സാമ്രാജ്യത്തെ പുനർ പ്രതിഷ്ഠിക്കണമെന്ന് ആഗ്രഹിക്കുന്ന ഒരു വിഭാഗം എന്നും വടക്കൻ ഇറാനിൽ ശക്തമായിരുന്നു. അങ്ങനെ പേർഷ്യയിൽനിന്നുള്ള സസാനി യൻ അതിക്രമം അതിനുള്ള വഴിയൊരുക്കി. തെക്കൻ പേർഷ്യയിൽ നിന്നുള്ള ഗോത്രങ്ങൾ അതിനുള്ള പിന്തുണകൊടുക്കുകയും ചെയ്തു. ഇതോടെ എ ഡി 224 ൽ അർധാഷിർ ഒന്നാമൻ സസാനിയൻ അധി കാരം അഫ്ഗാനിസ്ഥാനുമേൽ സ്ഥാപിച്ചു. ഇതോടൊപ്പം തന്നെ വടക്കെ ഇന്ത്യയിൽ ഗുപ്തന്മാരും ശക്തിയാർജ്ജിച്ചു തുടങ്ങി. ഇതോടുകൂടി കുഷാനുകളുടെ ആധിപത്യം ഇന്ത്യയിൽനിന്നും അഫ്ഗാനിലെ പരിമി തമായ പ്രദേശങ്ങളിലേക്ക് ചുരുക്കേണ്ടിവന്നു. പിന്നീടുള്ള കാലം കുഷാൻ ഭരണകൂടം സസാനിയൻ ചക്രവർത്തിയുടെ വാഴ്ചയിൽ ഒരു സത്രാപി മാത്രമായി പരിമിതപ്പെട്ടു. കുശാനന്മാരുടെ കീഴിലെ ബുദ്ധ മതവും പരിമിതമായിത്തുടങ്ങി. സൊരാഷ്ട്രമതവും ഹിന്ദുമതവും ബുദ്ധ മതത്തിനെതിരെ ആഞ്ഞടിച്ചുതുടങ്ങി. ഹൂണന്മാരുടെ കടന്നുകയറ്റം വരെ അത് നിലനിന്നു പോന്നു എന്നുപറയാം. കിഴക്കോട്ടുള്ള നാടോടി ഗോത്ര ങ്ങളുടെ കടന്നുകയറ്റം ഈ കാലഘട്ടത്തിന്റെ സവിശേഷതയായിരുന്നു. പലപ്പോഴും ഗോത്രങ്ങൾ സങ്കലനങ്ങൾക്ക് വിധേയമായി.

അഫ്ഗാനിസ്ഥാനും വടക്കേ ഇന്ത്യയുമാണ് വൈദേശിക അതിക്ര മങ്ങൾക്ക് കൂടുതൽ വിധേയമായ ഭൂപ്രദേശങ്ങൾ. ഇതിൽ മാരകമായ അതിക്രമങ്ങൾ അഴിച്ചുവിട്ടത് മംഗോളിയയിൽനിന്നുള്ള ഹൂണന്മാരാണ്. ക്രിസ്തുവിനുശേഷം അഞ്ചാം നൂറ്റാണ്ടിന്റെ മദ്ധ്യത്തിലാണ് അമുദാരിയ നദികടന്ന് ഹൂണന്മാർ അഫ്ഗാനിസ്ഥാനിലേക്ക് പ്രവേശിക്കുന്നത്. യൂറോ പ്പിനെയും മദ്ധ്യേഷ്യയെയും കിടുകിടെ വിറപ്പിച്ച ഹൂണന്മാർ യുദ്ധ വീര്യത്തിലും ക്രൗരത്തിലും മറ്റെല്ലാ ജനസമൂഹങ്ങളെയും അമ്പരപ്പി ച്ചു. അവർ മനുഷ്യരല്ല എന്ന തോന്നലുകളാണ് മറ്റുജനസമൂഹങ്ങളിൽ ജനിപ്പിച്ചത്. വടക്കേ ഇന്ത്യയും അഫ്ഗാനിസ്ഥാനും കീഴടക്കാൻ ഹൂണ ന്മാർക്ക് അധികകാലം വേണ്ടിവന്നില്ല. എ ഡി 565 ൽ സസാനിയൻ-തുർക്കി സംയുക്ത പോരാട്ടത്തിലൂടെയാണ് ഹൂണന്മാരെ തോല്പിച്ചത്. അങ്ങനെ അമുദാരിയ നദിയുടെ വടക്കൻ കരകൾ അവർ വീണ്ടെടുത്തു. തുടർന്നുള്ള ഒരു നൂറ്റാണ്ടുകാലം അഫ്ഗാനിസ്ഥാൻ സസാനിയൻ ഭര ണത്തിൻകീഴിൽത്തന്നെ ആയിരുന്നു. വടക്ക് ഹൂണന്മാരായ സത്രാപി കളും തെക്ക് കുശാനുകളും ഭരണം നടത്തി. കിഴക്ക് ഗുപ്തന്മാരുടെ കീഴിലായിരുന്നു ഇന്ത്യ. ഒരായിരം വർഷത്തെ വൈദേശിക കടന്നുകയ റ്റങ്ങൾക്കും പരിവർത്തനങ്ങൾക്കുംശേഷം രാജ്യം ഒരിക്കൽക്കൂടി പേർ ഷ്യൻ സാമ്രാജ്യത്തിന്റെയും സൊരാഷ്ട്ര മതത്തിന്റെയും കീഴിലമർന്നു. സിന്ധുനദീതടം അതിരിട്ടുകൊണ്ട് പടിഞ്ഞാറ് പേർഷ്യൻ ഭരണവും കിഴക്ക് ഇന്ത്യയിൽ ഹിന്ദുഭരണവും നിലനിന്നു.

അന്ത്യപ്രവാചകൻ മുഹമ്മദിന്റെ മരണം ചരിത്രത്തിലെ നാഴികക്കല്ലാണ്. എ ഡി 632-നുശേഷം മുഹമ്മദ് നബിയുടെ അനുയായികൾ അറേബ്യയിൽനിന്നും സംസ്കാരത്തിന്റെ കളിത്തൊട്ടിലായ മെസപ്പെട്ടോമിയൻ ഭൂമിയിലേക്ക് പടയോട്ടങ്ങളാരംഭിച്ചു. ഏതാണ്ട് ഇരുപതു വർഷംകൊണ്ട് 1500 കിലോമീറ്റർ അകലെയുള്ള അഫ്ഗാനിസ്ഥാൻ വരെ അവർ പടയോട്ടം നടത്തി. എ ഡി 700 ൽ സ്പെയിൻ മുതൽ അഫ്ഗാനിസ്ഥാൻ വരെയുള്ള പ്രദേശങ്ങൾ അറബ് മുസ്ലീങ്ങളുടെ കീഴിലായെങ്കിലും അഫ്ഗാൻ ഗോത്രങ്ങളെ കീഴടക്കാൻ അവർ പിന്നെയും നൂറ്റമ്പത് വർഷമെടുത്തു.

ഇസ്ലാമിന്റെ വ്യാപനം

തങ്ങൾക്കു മുമ്പുണ്ടായിരുന്ന ഇതര ജനസമൂഹങ്ങളെപ്പോലെ തന്നെ അറബ് മുസ്ലീം സമൂഹവും പാശ്ചാത്യവും പൗരസ്ത്യവുമായ സമൂഹങ്ങൾക്കുമേൽ അധിനിവേശം നടത്തി. ആര്യന്മാർ മുതൽ ഹൂണന്മാർ വരെ എങ്ങനെയാണോ അപരിചിത ഭൂഭാഗങ്ങളിലേക്ക് വ്യാപനം നടത്തിയത് അതേരീതിയിൽത്തന്നെ ആയിരുന്നു അറബ് മുസ്ലീങ്ങളുടെ വ്യാപനവും. ബൈസന്റിയൻ – സസാനിയൻ ശക്തികളുടെ ശുഷ്കമായ ഖജനാവും യുദ്ധങ്ങളിലൂടെ പരിക്ഷീണരായ സൈന്യവും രണവീരന്മാരായ അറബികളുടെ വിജയത്തിന് കളമൊരുക്കി. സസാനിയൻ ഭരണകൂടത്തിനുള്ളിൽത്തന്നെ രൂപംകൊണ്ട ഗോത്രങ്ങളുടെ അതൃപ്തിയും അവരുടെ പരാജയത്തിന് ആക്കംകൂട്ടി. ക്രൈസ്തവരും, യഹൂദന്മാരും, കോപ്റ്റിക് സമൂഹങ്ങളും അറബികളെ സ്വാഗതം ചെയ്തതത് മതപീഡനത്തിൽനിന്നും രക്ഷതേടുന്നതിനാണ്. എന്നാൽ പരിണിതഫലം അതായിരുന്നില്ല. അധികാരവും ഭൗതിക നേട്ടങ്ങളും ആർജ്ജിക്കുന്നതിനൊപ്പം തന്നെ മതവ്യാപനത്വരയും ശക്തിപ്പെട്ടു. ചിതറിപ്പോയ അറബ് ഗോത്രങ്ങൾ പ്രവാചകന്റെ കീഴിൽ സംഘടിതമായി. പ്രവാചകനിലൂടെ വെളിപ്പെട്ട സത്യത്തെ മറ്റുള്ളവരിലേക്ക് എത്തിക്കുന്നതിന് അറബ് പടയാളികൾ ഉത്സുകരായി. യഹുദന്മാർക്കും ക്രൈസ്തവർക്കും ദൈവം വെളിപാടുകൾ നല്കിയതുപോലെ അറബികൾക്കും വെളിപാടുകൾ *ഖുർആനി*ലൂടെ നല്കപ്പെട്ടിരിക്കുന്നതായി അറബികൾ വിശ്വസിച്ചു.

ഇസ്ലാം മതത്തിന്റെ സാർവ്വലൗകിക്കമായ മാനം പില്ക്കാലത്തുമാത്രമാണ് വികസിച്ചുവന്നത്. അറബ് സൈന്യത്തേക്കാൾ കരുത്തുള്ളതായിരുന്നു അറബ് തത്ത്വചിന്ത. 200-300 വർഷമായിരുന്നു അറബ് സൈന്യത്തിന്റെ അധീശകാലമെങ്കിൽ ഏഷ്യയുടെയും ആഫ്രിക്കയുടെയും വിദൂരകോണുകളിൽപ്പോലും അറബ് – ഇസ്ലാമിക തത്ത്വചിന്തയും ദർശനവും കടന്നുചെല്ലുകയും മേധാവിത്തം പുലർത്തുകയും ചെയ്തു. അഫ്ഗാനിസ്ഥാനിലെ പൗരാണിക മതങ്ങളെ എല്ലാം ഇല്ലായ്മചെയ്തുകൊണ്ട് ഇസ്ലാം അഫ്ഗാനിസ്ഥാനിൽ ആഴത്തിൽ വേരോടി. അഫ്ഗാനിലെ പഴയ ലിപിസമ്പ്രദായങ്ങൾ മാറി, അറബി പ്രചാരത്തിലായി. ഇന്നും അഫ്ഗാ

നിസ്ഥാനിലെ വൈവിദ്ധ്യമാർന്ന ചരിത്രവും പാരമ്പര്യവുമുള്ള ഗോത്ര വിഭാഗങ്ങളെ സംയോജിപ്പിക്കുന്ന ഏകമതം ഇസ്ലാം മാത്രമാണ്.

അറബികൾ എ ഡി 635 ൽ ബൈസന്റിയൻ സാമ്രാജ്യത്തിൽനിന്നും സിറിയ പിടിച്ചെടുത്തതിനുശേഷം മെസപ്പൊട്ടോമിയയിലേക്ക് കടക്കുകയും, സ്റ്റെസിഫോൺ; ഇന്നത്തെ ബാഗ്ദാദ് നഗരത്തിനു സമീപം വരെ എത്തി പേർഷ്യൻ തലസ്ഥാനം അധീനമാക്കുകയും ചെയ്തു. തൊട്ടടുത്ത ഏതാനും വർഷങ്ങൾക്കുള്ളിൽ അറബ് സൈന്യം പേർഷ്യൻ സാമ്രാജ്യം മുഴുവൻ അതിന്റെ അധീനതയിലാക്കി. ക്രിസ്തുവർഷം 650 ൽ അറബ് സൈന്യം വടക്കൻ അഫ്ഗാനിൽ ചുവടുറപ്പിച്ചു. ഹെറാത്തും, ബാൾക്കും അനുബന്ധപ്രദേശങ്ങളും അവരുടെ കീഴിലായി. അറബ് സൈനികമുന്നേറ്റത്തിന്റെ ആദിമ ദശാബ്ദങ്ങളിൽ അവർ അഫ്ഗാനിസ്ഥാനിന്റെ കിഴക്കൻ പ്രദേശങ്ങളിലെക്ക് കടന്നുകയറിയിരുന്നില്ല. ഈ പ്രദേശങ്ങളിൽ ചെറിയ കൊള്ളകൾ നടത്തി തൃപ്തിയടഞ്ഞു.

എട്ടാം നൂറ്റാണ്ടുവരെയെങ്കിലും ഇറാനിലെയും ഇറാക്കിലെയും ജനങ്ങൾ പൂർണ്ണമായി ഇസ്ലാം മതത്തിലേക്ക് പരിവർത്തനം ചെയ്യപ്പെട്ടിരുന്നില്ല. എന്നാൽ സാമ്പത്തികവും ഉദ്യോഗപരവുമായ പ്രീണനങ്ങളിലുടെയുള്ള മതപരിവർത്തനങ്ങൾ ആദ്യകാലങ്ങളിൽ നടന്നിരുന്നു. ഏകദൈവവിശ്വാസം ക്രൈസ്തവർക്കും യഹൂദന്മാർക്കും പൊതുവിൽ സ്വീകാര്യമായി. അഫ്ഗാൻ മലനിരകളിലെ സൊരാഷ്ട്രിയർ, ബുദ്ധിസ്റ്റുകൾ, ഷമാനിസ്റ്റുകൾ തുടങ്ങിയ വിഭാഗങ്ങൾ രൂക്ഷമായ ചെറുത്തുനില്പുതന്നെ ഇസ്ലാമിക വ്യാപനത്തിനെതിരെ നടത്തി. മുഹമ്മദ് ക്രൈസ്തവരെയും മുസ്ലീങ്ങളെയും ഒരേ രീതിയിലാണ് കണ്ടത്. പ്രവാചകനെ തുടർന്നുവന്ന ഖലീഫ ഒമർ സൊരാഷ്ട്രിയർക്കുകൂടി ചില ആനുകൂല്യങ്ങൾ നല്കി. എന്നാൽ തുടർന്നുവന്ന ഖലീഫമാർ ഇതരമതങ്ങളെ ഉന്മൂലനം ചെയ്യാനാണ് ശ്രമിച്ചത്.

എട്ടാം നൂറ്റാണ്ടിൽ സൊരാഷ്ട്രിയർ മതപീഡനം ഭയന്ന് ഇന്ത്യയിലേക്ക് പലായനം നടത്തി. ഹെറാത്തും ബാൾക്കും കീഴടക്കിയതിനെ തുടർന്ന് കണ്ടഹാർ, കാബൂൾ പാകിസ്ഥാനിലെ സിന്ധ് പ്രദേശവും അറബികൾ പിടിച്ചെടുത്തു. കാബൂളിലെ ഭരണാധികാരികളെ തങ്ങളുടെ കീഴിൽ സംരക്ഷിത മേഖലയായി നിർത്തുകയാണ് അറബികൾ ആദ്യം ചെയ്തത്. ഇസ്ലാമിന്റെ കടന്നുവരവിനുശേഷമാണ് അഫ്ഗാനിലെ ഹിന്ദുഷാഹി (കുഷി, ഹൂണർ, തുർക്കി) വിഭാഗങ്ങൾക്കിടയിൽ ഹിന്ദു ഉദ്ധാനം ഉണ്ടാവുകയും ഗണേശപൂജ ആരംഭിക്കുകയും ചെയ്തത്. ഗണേശപൂജ അഫ്ഗാനിസ്ഥാനിൽനിന്നും മറ്റു പ്രദേശങ്ങളിലേക്ക് ആരംഭിച്ച് പ്രചരിക്കുകയാണ് ചെയ്തത്. അത് ഇസ്ലാമിനെതിരെയുള്ള ഹിന്ദുഷാഹികളുടെ പ്രതിരോധ പ്രസ്ഥാനമായിരുന്നു. ആധുനിക സാമൂഹികസംഘാടനരീതികൾ അപരിചിതമായ സമൂഹങ്ങൾ മതത്തിന്റെ മേലാപ്പണിയിച്ച് പ്രതിരോധസംരംഭവും ആവിഷ്കരിച്ചു. ഹിന്ദുഷാഹികൾ കാബൂളിൽ

എ ഡി 870 വരെയും ഗാന്ധാരത്തിലും (കിഴക്കൻ അഫ്ഗാനിസ്ഥാൻ) പാകിസ്ഥാൻ അതിർത്തിയിലുമായി ഏതാനും ചില വർഷങ്ങൾകൂടി ഭരണം നടത്തി.

അബ്ബാസിയ (Abbasids) ഖലീഫമാരുടെ നേതൃത്വത്തിലുള്ള ഭരണ കാലമാണ് (എ ഡി 750) അറബ്‌വല്ക്കരണത്തിന് തുടക്കംകുറിക്കുന്നത്. അഫ്ഗാനിലേക്ക് കൂടുതൽ ശ്രദ്ധചെലുത്തുകയും അറബിസാഹിത്യവും കലയും വാസ്തുശില്പവിദ്യകളും അഫ്ഗാനിസ്ഥാനിൽ ആവിഷ്കരി ക്കപ്പെടുകയും ചെയ്തു. അബ്ബാസീഖലീഫയുടെ കൊട്ടാരത്തിലേക്ക് അഫ്ഗാനികൾ സ്വാഗതം ചെയ്യപ്പെട്ടു. അക്കാലത്തെ കവികളും കലാ കാരന്മാരും പേർഷ്യൻ പാരമ്പര്യമുള്ള അഫ്ഗാനികളായിരുന്നു. സമാ ധാനത്തിന്റെ ഒരു കാലഘട്ടത്തിൽ കലയും സംസ്കാരവും വാണിജ്യവും സ്വാഭാവികമായും അഭിവൃദ്ധിപ്പെട്ടു, ഹെറാത്, ബാൾക്ക്, സമർക്കണ്ട്, ബൊക്കാറോ തുടങ്ങിയ നഗരങ്ങൾ വീണ്ടും സാംസ്കാരിക കേന്ദ്രങ്ങ ളായി മാറി. ആയിരത്തൊന്നു രാവുകളിലൂടെ ജനഹൃദയങ്ങളിൽ എന്നും ജീവിക്കുന്ന ഹാറുൺ അൽ റഷീദ് (806) അബ്ബാസിയ രാജവംശത്തിലെ ശ്രദ്ധേയനായ ഭരണാധികാരിയാണ് (Shaista Wahab and Barry Youngerman 2007:55). ഇദ്ദേഹത്തെ തുടർന്നുവന്ന ഭരണാധികാരികളുടെ വാഴ്ചയിൻ കീഴിൽ അറബ് സാമ്രാജ്യത്തിനുള്ളിൽ അർദ്ധസ്വതന്ത്ര പ്രവ ശ്യകൾ രൂപംകൊണ്ടുതുടങ്ങി. 1867 ൽ യാക്കൂബ് ബിൻ ലായത് സഫാർത് എന്ന ഒരു ഇസ്ലാമിക മൗലികവാദിയും ചെമ്പുപണിക്കാ രനുമായ ഒരാൾ ഇന്ന് നിലവിലുള്ള അഫ്ഗാൻ പ്രദേശങ്ങളെ സംയോ ജിപ്പിച്ചു. ഇതോടൊപ്പം ഇറാനും സിന്ധുനദീതടവും യാക്കൂബിന്റെ ഭര ണത്തിൻകീഴിലായി. 870 ൽ കാബൂൾ ഇദ്ദേഹം പിടിച്ചടക്കുകയും ഹിന്ദു, ബുദ്ധ ഭരണകൂടങ്ങളെ ഇല്ലാതെയാക്കുകയും ചെയ്തു എന്നു കരുതുന്നു.

യാക്കൂബ് ബിൻ ലായത് സഫാർത്തിന്റെ പിൻഗാമികൾ തുടർന്നുള്ള 600 വർഷം സീസ്ഥാൻ പ്രദേശത്ത് ഭരണം നടത്തി. തെക്കൻ അഫ്ഗാ നിസ്ഥാനും ഇന്നത്തെ പാകിസ്ഥാനിലെ ബലൂചിസ്ഥാൻ മേഖലകളും ചേർന്ന് ശാകന്മാരുടെ അധീനതയിലുണ്ടായിരുന്ന പ്രദേശമാണ് *സീസ്ഥാൻ* എന്നറിയപ്പെടുന്നത്. ഏതാണ്ട് ഇതേ സമയത്തുതന്നെ (819 –864) ബൊക്കാറോ സമർക്കണ്ട് മേഖലകളെ സംയോജിപ്പിച്ചുകൊണ്ട് സമാനിദ് (Samanid) വംശവും ഭരണം ആരംഭിച്ചു. കലയുടെയും സാഹി ത്യത്തിന്റെയും പ്രോത്സാഹകരായിരുന്ന സമാനിദ് രാജവംശം എ ഡി 900 ത്തിൽ സഫാർത് ഭരണകൂടത്തിനുമേൽ അധീശത്വം നേടി. അങ്ങനെ സഹിഷ്ണുതയുടെ പ്രഘോഷകരായ മുസ്ലീംഭരണാധികാരികളുടെ വാഴ്ച അമുദാരിയ നദിവരെ വിസ്തൃതമായ അഫ്ഗാനിനുമേൽ ഏതാണ്ട് നൂറുവർഷക്കാലം നിലനിന്നു. എ ഡി 960 ൽ മദ്ധ്യേഷ്യയിൽനി ന്നുള്ള നാടോടികളുടെ അതിക്രമങ്ങൾ ഉണ്ടായി. തുർക്കികളും മംഗോ ളികളുമാണ് ആക്രമണങ്ങൾ അരംഭിച്ചത്. 990 ൽ അവർ ബൊക്കാറോ പിടിച്ചെടുത്തു. ഒൻപതുവർഷത്തിനുള്ളിൽ സാമാനിദ വംശം ഇല്ലാ

തെയാക്കി (Ibid). യാഥാസ്ഥിതിക മുസ്ലീങ്ങളായിരുന്നു സമാനിദ് ഭരണ കൂടം എങ്കിലും പേർഷ്യൻ സാഹിത്യത്തിന്റെ വസന്തകാലമായിരുന്നു അവരുടെ വാഴ്ചയുടെ വർഷങ്ങൾ. പിന്നീട് അഫ്ഗാനിസ്ഥാനിൽ ഉയർന്നുവന്ന ഭരണകൂടം പോരാളികളായ, തീവ്ര ഇസ്ലാമിക വാദികളായ ഗസ്നവികളുടെ വാഴ്ചയായിരുന്നു. ഇസ്ലാമിക ഭരണകൂടങ്ങളുടെ പൊതു സ്വഭാവമായ പിടിച്ചെടുക്കലും അടിമകളാക്കിവയ്ക്കലും സഹജ സ്വഭാവമാക്കിയ ഭരണകൂടമായിരുന്നു ഗസ്നവികളുടേത്. ഇത്തരത്തിൽ അടിമകളുമായി ഭരണം പിടിച്ചെടുക്കാൻ പരിശ്രമിച്ച തുർക്കിയായിരുന്നു അൽപ്താജിൻ.

സമാനിദ് ഭരണകൂടത്തിനെതിരെ ഒരു പരാജിത സൈനികാക്രമണം നടത്തിയ അൽപ്താജിൻ തന്റെ അനുചരന്മാരുമായി സമർഖന്തിനടുത്തുള്ള ഗസ്നായിൽ അഭയം തേടി. അവിടെനിന്ന് സമാനിദുകൾക്കു വേണ്ടി 961 മുതൽ ഭരണം നടത്തി. ഇദ്ദേഹത്തിന്റെ അടിമയായിരുന്നു സുബക്തിജിൻ പിന്നീട് മരുമകനും ഗസ്നാവിന്റെ ഭരണാധികാരിയുമായി. ഇദ്ദേഹം 994 ൽ അമുദാരിയ നദിയുടെ തെക്കുള്ള ഖുറാസാന്റെ ഭരണാധികാരിയായി. ഇന്നത്തെ അഫ്ഗാനിസ്ഥാൻ, ഇറാൻ, താജ്ക്കിസ്ഥാൻ മേഖലകളുൾപ്പെടുന്ന പ്രദേശമാണ് ഖുറാസാൻ. തുർക്കികളാൽ സാമാനിദ് വംശത്തിനു നേരിട്ട പരാജയത്തെ തനിക്ക് അനുകൂലമാക്കുകയാണ് സുബക്തിജിൻ ചെയ്തത്. ഇദ്ദേഹത്തിന്റെ പുത്രനാണ് ഗസ്നി രാജവംശത്തിന്റെ സ്ഥാപകനായ മുഹമ്മദ് ഗസ്നി (988–1030).

മുഹമ്മദ് ഗസ്നി പതിനേഴോളം പടയോട്ടങ്ങളാണ് ഇന്ത്യയിലേക്കു നടത്തിയത്. കാശ്മീർ, പഞ്ചാബ്, ബലൂചിസ്ഥാൻ, ഉത്തര ഗംഗാതടം എന്നിവ അധീനതയിലാക്കിക്കൊണ്ട് വിശാല ഇസ്ലാമിക സാമ്രാജ്യം സ്ഥാപിച്ചതും മുഹമ്മദ് ഗസ്നിയാണ്. ഗസ്നിയും അദ്ദേഹത്തിന്റെ മുല്ലമാരും ഇന്ത്യയിലും അഫ്ഗാനിസ്ഥാനിലും മതപരിവർത്തനങ്ങൾ നടത്തി. അഫ്ഗാനിസ്ഥാൻ ശുദ്ധ ഇസ്ലാമികരാഷ്ട്രമായി. മുഹമ്മദ് ഗസ്നി ഇറാനിന്റെ ചിലഭാഗങ്ങൾകൂടി പിടിച്ചെടുത്തു. ബാഗ്ദാദിലെ സുന്നി ഭരണകൂടം ഇതിന് മുഹമ്മദ് ഗസ്നിയെ പിന്തുണയ്ക്കുകയും ചെയ്തു. തന്റെ സാമ്രാജ്യത്തെ സ്ഥിരപ്പെടുത്തിയതിനുശേഷം മുഹമ്മദ് നിർമ്മാണപ്രവർത്തനങ്ങളിലേക്കുതിരിഞ്ഞു. നിരവധി മുസ്ലിം ദേവാലയങ്ങൾ അഫ്ഗാനിസ്ഥാനിൽ പണികഴിപ്പിച്ചു. ചരിത്രകാരന്മാർ, തത്ത്വചിന്തകർ, കവികൾ, കലാകാരന്മാർ എന്നിവരെ രാജസദസ്സിലേക്കു ക്ഷണിച്ചുവരുത്തി. അൽബറൂനി ഗസ്നിയുടെ സദസ്സിലെ പ്രമുഖനായ ചരിത്രകാരനായിരുന്നു. 1030 ൽ മുഹമ്മദ് ഗസ്നി മരിച്ചതിനെത്തുടർന്ന് സെൽജുക്കുകളുടെ ആക്രമണമുണ്ടായി. മുഹമ്മദിന്റെ പുത്രന്റെ മരണത്തോടെ ഗസ്നി സാമ്രാജ്യം ഇല്ലാതെയായി.

ഗസ്നി രാജവംശം ഇല്ലാതെയായതോടെ ചെറുരാജവംശങ്ങൾ രൂപം കൊണ്ടു തുടങ്ങി. ഇതിൽ പ്രധാനപ്പെട്ട രണ്ടു വിഭാഗങ്ങളായിരുന്നു ഗൂരിഡുകളും ഖുറാസാനിയനുകളും. ഗൂരിഡുകളുടെ നേതാവ് അലവുദീൻ

ജാമി മസ്ജിദ്

എന്നു പേരുള്ള ഒരു പോരാളിയായിരുന്നു. നഗരങ്ങൾ ചുട്ടു ചാമ്പലാക്കിയും കൊള്ളയടിച്ചുമാണ് ഇയാൾ മുന്നേറിയിരുന്നത്. 1186 ൽ ഗുരിഡുകൾ അവസാനത്തെ ഗസ്നവി ഭരണാധികാരിയെയും വധിച്ച് അധികാര സ്ഥാപനം നടത്തി. ഇതേ സമയത്തുതന്നെ ഗോറുകളും മദ്ധ്യ-വടക്കൻ അഫ്ഗാനിസ്ഥാനിൽ തങ്ങളുടെ അധികാരങ്ങൾ സ്ഥാപിക്കുവാൻ ശ്രമിച്ചു. കുശാനന്മാരും ഹൂണന്മാരും സ്ഥാപിച്ച രാജവംശമായിരുന്നു ഗോറുകൾ. 12-ാം നൂറ്റാണ്ടിൽ ഹെറാത്ത് കേന്ദ്രമാക്കിക്കൊണ്ടാണ് ഗോറുകൾ അധികാരത്തിലെത്തിയത്. മുൻ പേർഷ്യൻ ഭരണകൂടങ്ങളെപ്പോലെ വലിയ സാംസ്കാരിക സംഭാവനകളൊന്നും ഗോറുകളുടേതായി ഉണ്ടായില്ല. സാവകാശം പടിപടിയായി ഭൂപ്രദേശങ്ങൾ അധീനമാക്കിക്കൊണ്ട് സാമ്രാജ്യവികസനം സാദ്ധ്യമാക്കുകയായിരുന്നു ഗോറുകളുടെ ലക്ഷ്യം. ഗിയാസുദീൻ ഗോറിയുടെ ഭരണകാലത്താണ് അഫ്ഗാനിസ്ഥാനിലെ ജാമി മസ്ജിദ് പണികഴിപ്പിച്ചത്.

മംഗോൾ ആക്രമണങ്ങൾ

ചെങ്കിസ്ഖാന്റെ നേതൃത്വത്തിലുള്ള മംഗോൾ ആക്രമണങ്ങൾ ലോകത്തിന്റെ തന്നെ ഗതിമാറ്റുന്നതായിരുന്നു. രണ്ടു ലക്ഷത്തോളം സൈനികരുമായാണ് മംഗോളുകൾ പതിമൂന്നാം നൂറ്റാണ്ടിൽ അഫ്ഗാനിലേക്ക് കയറിയത്. വടക്കൻ ചൈനയിൽ മംഗോളുകളുടെയും തുർക്കി

കളുടെയും ഒരു ഗോത്രമഹാസഖ്യം രൂപപ്പെടുത്തിക്കൊണ്ടാണ് ചെങ്കിസ്ഖാൻ തന്റെ പടയോട്ടങ്ങൾക്ക് തുടക്കംകുറിക്കുന്നത്. 1206 ൽ ഏകീകൃത നിയമവ്യവസ്ഥയും ഏകീകൃതമതവും മംഗോൾ ഭാഷയും അടിസ്ഥാനമാക്കിക്കൊണ്ടാണ് ചെങ്കിസ്ഖാൻ സൈന്യവ്യൂഹത്തെ ചിട്ടപ്പെടുത്തിയത്. വേഗം, ആൾബലം, ഭീകരത എന്നിവയിൽ മംഗോളുകളോട് കിടപിടിക്കുവാൻ പ്രാപ്തിയുള്ള സൈന്യങ്ങൾ ഉണ്ടായിരുന്നില്ല. അഫ്ഗാനിലെ ഗോത്രങ്ങൾ ചെറുത്തുനില്പുകൾ പോലുമില്ലാതെ മലമടക്കുകളിലൂടെ പലായനം ചെയ്യുകയായിരുന്നു. അഫ്ഗാനിസ്ഥാന്റെ സാംസ്കാരിക മഹത്വവും വ്യാവസായിക പുരോഗതിയും, സാമൂഹിക വികാസവും ഒരു നൂറ്റാണ്ടിനപ്പുറത്തേക്ക് പിന്തള്ളുന്നതിന് മംഗോൾ പടയോട്ടങ്ങൾക്കു കഴിഞ്ഞു. ചൈനയെ അടിയറവു പറയിച്ചതിനുശേഷം പടിഞ്ഞാറ് ഖുറാസ്ഥാനിലേക്കും അവിടെനിന്നും ബാഗ്ദാദിലേക്കും പട നയിച്ചു. 1221 ൽ അഫ്ഗാനിസ്ഥാൻ മംഗോളിയരുടെ കാൽക്കീഴിലമർന്നു. അവർ സമ്പന്നമായ ഒരു രാജ്യത്തെ മരുഭൂമിയാക്കി, ജനങ്ങളെ അരിഞ്ഞുതള്ളി. അവരുടെ എല്ലുകളും തൊലികളും പൂഴിയിലേക്ക് ഉരിഞ്ഞെറിഞ്ഞു. എന്നാൽ ചെങ്കിസ്ഖാന്റെ പട്ടാളമേധാവിക്ക് ആദ്യപരാജയം കാബൂളിൽനിന്നും ഏറ്റുവാങ്ങേണ്ടിയും വന്നു. ഇതിൽ ക്ഷുഭിതനായ ചെങ്കിസ്ഖാൻ ഒന്നൊഴിയാതെ ബാമിയൻ താഴ്‌വരയിലെ മനുഷ്യരെയും മൃഗങ്ങളെയും ഉന്മൂലനം ചെയ്തു. ചെടികൾ പോലും വെട്ടി നശിപ്പിച്ചു. ഇറാൻ മുതൽ ഉക്രയിൻവരെയുള്ള പ്രദേശങ്ങൾ കീഴടക്കിയതിനുശേഷമാണ് ചെങ്കിസ്ഖാൻ ഇന്ത്യയിലേക്ക് തിരിയുന്നത്. സിന്ധുനദീതടത്തിൽ പോരാട്ടം നടക്കുമ്പോൾത്തന്നെ ഹെറാത്തിലും ബാൾക്കിലും പ്രക്ഷോഭങ്ങൾ പുനരാരംഭിച്ചു. അതുകൊണ്ട് വീണ്ടും അഫ്ഗാനിസ്ഥാനിലേക്ക് ശ്രദ്ധ ചെലുത്തേണ്ടിവന്നു. ചെങ്കിസ്ഖാൻ അഫ്ഗാനിസ്ഥാനിലെ പോരാട്ടം മടുത്ത് അവസാനിപ്പിക്കുകയാണ് ഉണ്ടായത്. 1227 ൽ ചെങ്കിസ്ഖാൻ മരണമടഞ്ഞു. അഫ്ഗാനുൾപ്പെടെയുള്ള പ്രദേശങ്ങൾ നാലായി വിഭജിച്ചു. ഹെറാത്, ബാൾക്ക്, ഘസ്ന പ്രദേശങ്ങൾ മദ്ധ്യേഷ്യൻ ഖാനേറ്റുകളുടെ കീഴിലായി. അഫ്ഗാൻ മലകളിൽ ചെങ്കിസ്ഖാന്റെ സൈന്യത്തിൽ ഒരു വിഭാഗത്തെ നിലനിർത്തി. അവരാണ് അഫ്ഗാനിലെ ഹസാരകൾ. അവരിൽ ബഹുഭൂരിപക്ഷവും കിഴക്കൻ ഏഷ്യൻ പൈതൃകമുള്ളവരാണ്.

1245 ൽ താജീക് കാർട് വംശത്തിൽപ്പെട്ട ഗവർണർമാരുടെ അധീനതയിലേക്ക് ഹെറാത്തും പശ്ചിമ അഫ്ഗാനിസ്ഥാനും ചെന്നു ചേർന്നു. ഹെറാത്തും തെക്കൻ പ്രദേശത്തുള്ള കണ്ടഹാറിലേക്കും താജിക്കുകൾ അവരുടെ അധികാരം വ്യാപിപ്പിക്കുകയും നഗരങ്ങൾ പുനർനിർമ്മിക്കുകയും ചെയ്തു. ഇന്നും അഫ്ഗാനിൽ കാണുന്ന താജിക്കുകളുടെ സാന്നിദ്ധ്യം ഈ പശ്ചാത്തലത്തിലാണ് രൂപപ്പെടുന്നത്.

ചെങ്കിസ്ഖാന്റെ സൈന്യം മുസ്ലീങ്ങൾ മാത്രമായിരുന്നില്ല. മംഗോൾ പ്രദേശത്ത് നിരവധി മുസ്ലീങ്ങൾ സൈന്യത്തിൽ ഉണ്ടായിരുന്നു. മംഗോളിയനായ ഖാൻ ഹുലാഗു 1258 ൽ ബാഗ്ദാദിലെ അബ്ബാസിയ ഖലീ

ഫയെ കൊന്നുകൊണ്ട് 500 വർഷം ദൈർഘ്യമുള്ള അബ്ബാസിയ ഭരണത്തിന് അവസാനംകുറിച്ചു. ഹുലാഗുവിന്റെ ക്രിസ്ത്യാനിയായ ഭാര്യയും മകളും അദ്ദേഹത്തെ സ്വാധീനിച്ച് ക്രൈസ്തവ കുരിശുയുദ്ധക്കാരുമായി ചേർന്ന് സിറിയ പിടിച്ചെടുക്കുവാൻ നിർബ്ബന്ധിച്ചു. അങ്ങനെ സിറിയ പിടിച്ചെടുത്തെങ്കിലും ആ നൂറ്റാണ്ടിന്റെ അവസാനത്തിൽ സിറിയ വീണ്ടും ഇസ്ലാമിലേക്ക് മടങ്ങി. ഈജിപ്തിലെ അടിമവംശം മാംലുക് വംശം 1260 ൽ സിറിയയിൽ മംഗോൾ സൈന്യത്തെ തോല്പിച്ചു. സ്വാഭാവികമായും പുതിയ അധികാരിയുടെ മതത്തിന് സിറിയൻ മംഗോളിയർ വിധേയമാക്കേണ്ടിവന്നു. അങ്ങനെ മംഗോളിയർ ചൈനയിൽ ബുദ്ധമത അനുയായികളും പാശ്ചാത്യലോകത്ത് മുസ്ലീങ്ങളുമായി മാറി.

ഇൽ–ഖാൻ മഹമ്മദ് ഘസാൻ 1295 ൽ താൻ ഇസ്ലാം മതവിശ്വാസിയായി മാറുന്നതായി പ്രഖ്യാപിക്കുകയും തന്റെ കോടതി നിയമങ്ങൾ ഇസ്ലാമിക നിയമങ്ങളാക്കുകയും ചെയ്തു. അതിന്റെ പ്രത്യാഘാതങ്ങൾ കിഴക്കൻ ഏഷ്യയിലും ഉണ്ടായി. അടുത്ത നൂറ്റാണ്ടിൽ മംഗോളുകൾ ഇസ്ലാം മതത്തിന്റെ കടുത്ത അനുയായികളായി മാറി. മംഗോളിലെ ഖാനുകൾ അവരുടെ കിരാതഭാവങ്ങൾ കൈയൊഴിഞ്ഞു. കിഴക്കൻ ഏഷ്യ വീണ്ടും പുതിയ പടയോട്ടങ്ങൾക്ക് തയ്യാറായി.

തൈമൂർ രാജവംശം

ചെങ്കിസ്ഖാന്റെ വംശപാരമ്പര്യത്തിൽപ്പെട്ട തൈമൂർ കാർഷിക മേഖലയായ സമർഖന്തിലെ ചെറിയ പ്രവിശ്യയുടെ അധികാരി ആയിരുന്നു. 1336 ൽ ഖാൻ ആ സ്ഥാനം ഉപേക്ഷിച്ച് എമിർ സ്ഥാനം ഏറ്റെടുത്ത് ഉസ്ബക്കുകളുടെ ഒരു രാജ്യം തെക്കുപടിഞ്ഞാറൻ അഫ്ഗാനിസ്ഥാനിൽ രൂപപ്പെടുത്താൻ തൈമൂറിനുകഴിഞ്ഞു. ഉസ്ബക്കുകളുടെ ദേശീയ നേതാവായാണ് തൈമൂർ ഇന്നും അറിയപ്പെടുന്നത്.

ചെങ്കിസ്ഖാന്റെ സൈന്യം മുസ്ലീങ്ങൾ മാത്രമായിരുന്നില്ല. മംഗോൾ പ്രദേശത്ത് നിരവധി മുസ്ലീങ്ങൾ സൈന്യത്തിൽ ഉണ്ടായിരുന്നു. മംഗോളിയനായ ഖാൻ ഹുലാഗു 1258 ൽ ബാഗ്ദാദിലെ അബ്ബാസിയ ഖലീഫയെ കൊന്നുകൊണ്ട് 500 വർഷം ദൈർഘ്യമുള്ള അബ്ബാസിയ ഭരണത്തിന് അവസാനം കുറിച്ചു.

ഉസ്ബക്കിസ്ഥാനിലെ ഏറ്റവും കൂടുതൽ ജനസംഖ്യയുള്ള മൂന്നാമത്തെ വിഭാഗമാണ് ഉസ്ബക്കുകൾ. തൈമൂർ സ്വയം വിശേഷിപ്പിച്ചത് അമുദാരിയ നദീതടത്തിന്റെ ചക്രവർത്തിയായാണ്. തന്റെ പ്രപിതാമഹൻ ചെങ്കിസ്ഖാന്റെ സാമ്രാജ്യം പുനർസ്ഥാപിക്കണമെന്ന ലക്ഷ്യത്തോടെ തൈമൂർ 1370 ൽ യുദ്ധോത്സുകനായി പുറപ്പെട്ടു. ഒരുപക്ഷേ, ചെങ്കിസ്ഖാനേക്കാൾ ഒരു പടികൂടി മുന്നിലേക്കുപോയിരിക്കാം തൈമൂർ എന്നതിൽ തർക്കമില്ല. കിഴക്ക് ദില്ലി വരെയും പടിഞ്ഞാറ് അങ്കാറ, ഡെമാസ്കസ് പ്രദേശങ്ങളും വടക്ക് മോസ്ക്കോവരെയും തൈമൂർ തന്റെ സാമ്രാജ്യം വിസ്തൃതമാക്കി. കിരാതമായ പടയോട്ടങ്ങളായിരുന്നു തൈമൂറിന്റേത്. ഹിന്ദുക്കളെ കൊന്നൊടുക്കിയും മുസ്ലിം സുൽത്താന്മാരെ പാപ്പരാക്കിയുമാണ് മുന്നേറിയതെങ്കിലും തന്റെ ദിഗ് വിജയങ്ങളുടെ അന്ത്യത്തിൽ ഹെറാത്തും ബാൾക്കും പുനർനിർമ്മിച്ചു.

തൈമൂറിന്റെ വിജയങ്ങൾ ചിരസ്ഥായി ആയിരുന്നില്ല. തൈമൂറിന്റെ പിൻഗാമികൾ മദ്ധ്യേഷ്യയിലും അഫ്ഗാനിസ്ഥാനിലുമായി പരിമിതപ്പെട്ടു. പതിനാറാം നൂറ്റാണ്ടുവരെ തൈമൂറിന്റ പിൻഗാമികൾ ഈ പ്രദേശത്ത് ഭരണം നടത്തി. തൈമൂർ പിടിച്ചെടുത്ത കൈപ്പണിക്കാരും കരകൗശല വിദഗ്ദ്ധരും സമർഖന്തിലേക്ക് എത്തിച്ചേർന്നത് മദ്ധ്യേഷ്യയിൽ മറ്റൊരു സാംസ്കാരിക വിപ്ലവത്തിന് കാരണമായി. പട്ടുപാതയിലെ വാണിജ്യം വീണ്ടും അഭിവൃദ്ധമായി.

പട്ടുനൂൽ പാത

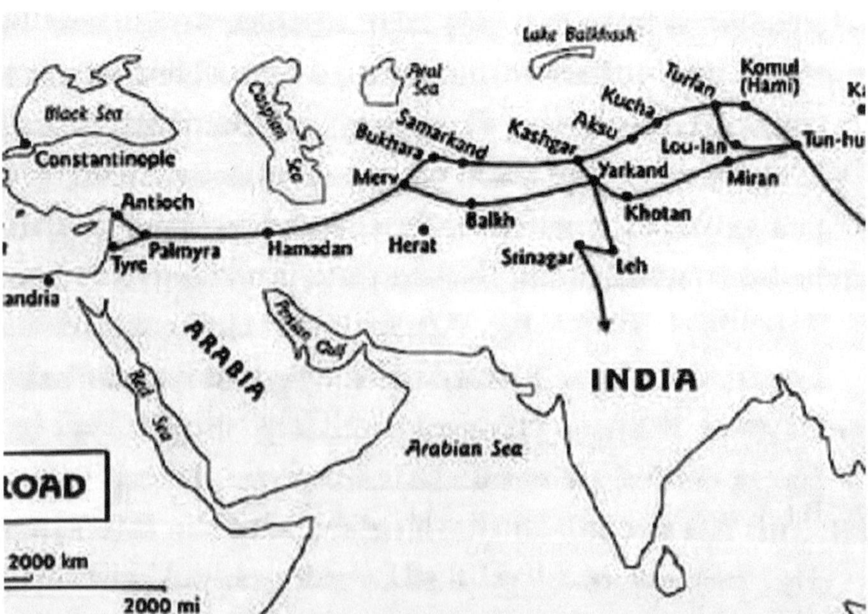

മംഗോൾ ആക്രമണങ്ങളിലൂടെയുള്ള ഇറാനിയൻ പട്ടണങ്ങളുടെ തകർച്ചയുടെ ഗുണഭോക്താവ് അഫ്ഗാനിലെ ഹെറാത്തും സമർഖന്തുമായിരുന്നു. തൈമൂറിന്റെ മൂത്തപുത്രൻ ഷാരൂഖ് (1405–47)കലകളുടെ പ്രണേതാവായിരുന്നു. തന്റെ തലസ്ഥാനം ഹെറാത്തിലാണ് അദ്ദേഹം സ്ഥാപിച്ചത്. ഒരു നവോത്ഥാന കാലഘട്ടത്തിലൂടെയാണ് തൈമൂറിന്റെ പിൻഗാമികളുടെ കീഴിൽ അഫ്ഗാനിസ്ഥാൻ കടന്നുപോയത്. പേർഷ്യൻ –ചൈനീസ് സംസ്കാരങ്ങളുടെ കൂടിച്ചേരലിലൂടെയാണ് ഈ സാംസ്കാരിക നവോത്ഥാനം സാദ്ധ്യമായത്. 1451 ൽ തെക്കുകിഴക്കൻ അഫ്ഗാനിസ്ഥാനിലെ ഗിൽസായി പാഷ്ടൂണുകൾ ദില്ലി സുൽത്തനേറ്റിന്റെ അധികാരികളായി സ്വയം അവരോധിച്ചുകൊണ്ട് ലോദി വംശം സ്ഥാപിച്ചു. അമുദാരിയാ നദീതടത്തിൽ തിമൂറിന്റെ പിൻഗാമികളുടെ ഭരണം അവസാനിച്ചു. പുതിയ ഉസ്ബക്കിലെ ഷാബാനി രാജവംശം അധികാരത്തിലെത്തി. ഹ്രസ്വകാലത്തേക്ക് ഹെറാത്ത് പിടിച്ചെടുക്കാൻ കഴിഞ്ഞെങ്കിലും അത് നിലനിന്നില്ല. അമുദാരിയ നദിക്കപ്പുറത്തേക്കു പിൻവാങ്ങേണ്ടിവന്നു. ഇന്നും അഫ്ഗാനിസ്ഥാനും ഉസ്ബക്കിസ്ഥാനും തമ്മിലുള്ള അതിർത്തി അമുദാരിയ നദിതന്നെയാണ്. അന്തർദ്ദേശീയമായി അംഗീകരിക്കപ്പെട്ട അഫ്ഗാൻ അതിർത്തിതന്നെയാണ് അമുദാരിയ നദി. പതിനഞ്ചാം നൂറ്റാണ്ട് അവസാനിക്കുമ്പോഴേക്കും ഇന്നത്തെ അഫ്ഗാനിസ്ഥാനിലെ വംശീയ ഗോത്രസങ്കലനങ്ങൾ കൃത്യമായി രൂപപ്പെട്ടുകഴിഞ്ഞിരുന്നു.

മംഗോളിയൻ സാമ്രാജ്യം

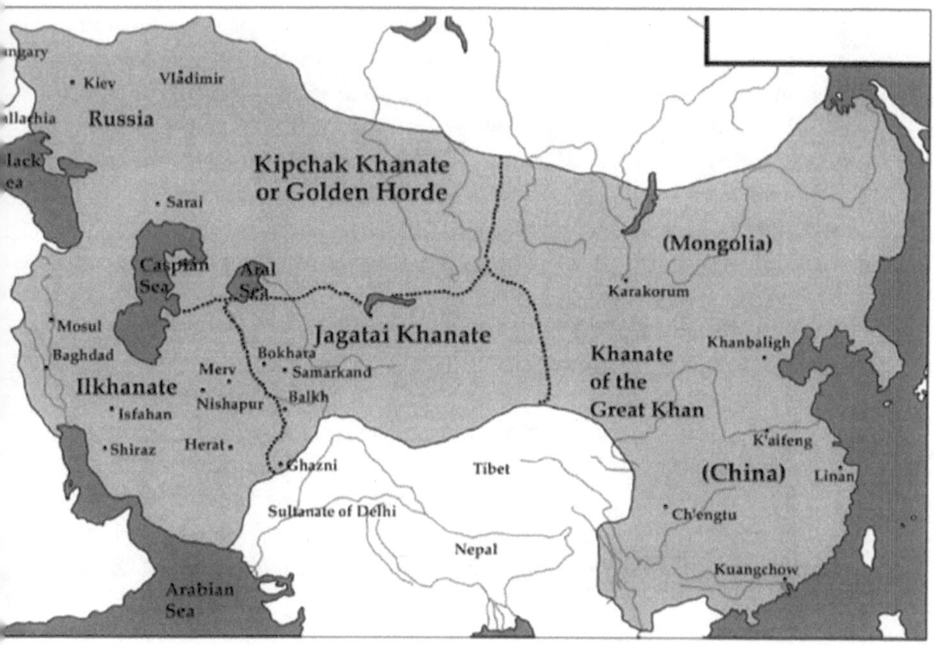

മുഗളന്മാരുടെ കീഴിൽ

മംഗോളിയന്മാരുടെയും തുർക്കികളുടെയും അധിനിവേശം പതിനാറാം നൂറ്റാണ്ടിലും പൂർണ്ണമായിരുന്നില്ല 1504 മംഗോളിയനായ സാഹിറുദ്ദീൻ മുഹമ്മദ് അഫ്ഗാനിസ്ഥാൻ ആക്രമിച്ചു. കേവലം 19 വയസ്സു മാത്രമുണ്ടായിരുന്ന ഈ പയ്യനാണ് ഇന്ത്യാചരിത്രത്തിൽ ബാബർ എന്നറിയപ്പെട്ടത്. ബാബർ എന്ന വാക്കിന്റെ അർത്ഥം കടുവ എന്നാണ്. കാബൂൾ കിരാതമായ ഭരണത്തിൽ വീർപ്പുമുട്ടുമ്പോഴാണ് ബാബറുടെ ആക്രമണം നടക്കുന്നത്. അമ്മവഴിക്ക് ചെങ്കിസ്ഖാനുമായും അച്ഛൻ വഴിക്ക് തൈമൂറുമായും പാരമ്പര്യം പങ്കുവയ്ക്കപ്പെട്ടിരുന്ന യോദ്ധാവാണ് ബാബർ. തനിക്ക് പൈതൃകമായിക്കിട്ടിയ ഫർഗാന പ്രദേശത്തോട് സമർഖന്തിനെ കൂട്ടിച്ചേർക്കാനുള്ള പോരാട്ടത്തിലായിരുന്നു ഈ പയ്യൻ. ബാബറുടെ പോരാട്ടങ്ങൾ പരാജയപ്പെട്ടതിനെത്തുടർന്ന് തെക്കൻ പ്രദേശങ്ങളിലേക്ക് ശ്രദ്ധതിരിക്കുകയും ദീർഘമായ പോരാട്ടങ്ങളിലൂടെ പാഷ്ടൂണുകളെ കീഴടക്കി കണ്ടഹാർവരെ എത്തുകയും ചെയ്തു. തുടർന്ന് ഇന്ത്യയിലേക്കുള്ള പടയോട്ടങ്ങൾ ആരംഭിച്ചു. 1526 ൽ ദില്ലിയിലെ ഘിൽസായി അഫ്ഗാൻ ഭരണകൂടത്തെ പരാജയപ്പെടുത്തി തുർക്കി നിയമങ്ങളും നടപ്പാക്കി. തന്റെ മരണത്തിന് നാലുവർഷം മുമ്പ് അഫ്ഗാനിസ്ഥാനും, വടക്കേഇന്ത്യയും പൂർണ്ണമായി അധീനതയിലാക്കി.

കവിയും ഗ്രന്ഥകർത്താവുമായ ബാബർ രചിച്ച ആത്മകഥ അഫ്ഗാനിസ്ഥാനെക്കുറിച്ചും തിമൂറിന്റെ പിൻഗാമികളെക്കുറിച്ചുമുള്ള വിലപ്പെട്ട വിവരങ്ങളാണ് നമുക്കു നല്കുന്നത്. അഫ്ഗാനിസ്ഥാന്റെ ഭൂമിശാസ്ത്രവും, ജൈവസമ്പത്തും ഈ രചനയിൽ വിവരിച്ചിട്ടുണ്ട്. ബാബറിന് കാബൂൾ ഏറെ പ്രിയങ്കരമായിരുന്നു. അത് അദ്ദേഹത്തിന്റെ വേനല്ക്കാല വസതിയുമായിരുന്നു. ഏതാണ്ട് മുന്നൂറുവർഷമാണ് ബാബർസ്ഥാപിച്ച മുഗൾ സാമ്രാജ്യം ഇന്ത്യയും അഫ്ഗാനിസ്ഥാനും ഭരിച്ചത്. ഈ വിശാലമായ ഭരണയന്ത്രം സംവിധാനം ചെയ്തത് ബാബറുടെ ജനറൽ ഷേർഖാനാണ്. ഇദ്ദേഹവും അഫ്ഗാൻകാരനാണ്. 1537 ൽ ബാബറിന്റെ പുത്രനിൽനിന്നും ഷേർഖാൻ അധികാരം പിടിച്ചെടുത്തെങ്കിലും പൗത്രൻ അക്ബർ 1556 ൽ ദില്ലിപിടിച്ച് അമ്പതുവർഷം ഭരണം നടത്തി. സാമ്രാജ്യവിസ്തൃതി നടത്തുകയും പരാജിതരായ അമുസ്ലീംഭരണാധികാരികളെ തന്റെ പ്രതിനിധികളായി വാഴിക്കുകയും ചെയ്തു. ഈ പ്രദേശങ്ങൾ പിന്നീട് ബ്രിട്ടീഷ് ഭരണത്തിൻകീഴിലായി. കലയുടെയും സാഹിത്യത്തിന്റെയും ഉപാസകനായ അക്ബർ മതസഹിഷ്ണുതയുടെയും വക്താവായിരുന്നു. ഏകദൈവവിശ്വാസത്തിലൂന്നി ഇസ്ലാം, സൊരാസ്ട്രയനിസം, ഹിന്ദുയിസം, ക്രൈസ്തവത എന്നിവയുടെ സങ്കലനമായ ദീൻ – ഇലാഹി (Divine Faith) എന്ന മതം അദ്ദേഹം 1582 ൽ പ്രഖ്യാപനം ചെയ്തു. മുഗളന്മാരിൽ അവസാനത്തെ രാജാവായ ഔറംഗസീബ് ഈ കീഴ്വഴക്കങ്ങൾ മറന്ന് ഹിന്ദു പീഡനം ആരംഭിച്ചതാണ് പിന്നീടുള്ള പ്രക്ഷോഭ

ങ്ങൾക്ക് കാരണമായത്. കാബൂൾ ഉൾപ്പെടെയുള്ള പാഷ്ടൂൺ പ്രദേശങ്ങൾ മുഗൾ സാമ്രാജ്യത്തിന്റെ ഭാഗമായിരുന്നു.

മുഗൾ, സഫാവിദ്, ഉസ്ബക്ക് വിഭജനം അഫ്ഗാനിസ്ഥാനിൽ പ്രാദേശിക താല്പര്യങ്ങളുടെ വളർച്ചയ്ക്ക് കാരണമായി. ഗോത്രങ്ങൾ അവയുടെ താല്പര്യങ്ങൾക്കനുസരിച്ച് സ്വതന്ത്രമായും ചിലപ്പോൾ സഖ്യങ്ങളിലൂടെയും അധികാര മത്സരത്തിലേർപ്പെട്ടു. സഫാവിദ് വംശംസ്ഥാപിച്ചത് സൂഫിമതനേതാക്കളുടെ പിന്മുറക്കാരായ കുർദുകളാണ്. ഇറാനെ സംബന്ധിച്ചിടത്തോളം അതിനെ സംയോജിപ്പിക്കുന്ന മതദർശനം ശീഇസമാണ്. ഷാ അബ്ബാസ് ഒന്നാമന്റെ കാലത്താണ് സഫാവിദ് വംശം അതിന്റെ വളർച്ചയുടെ പാരമ്യത്തിലെത്തുന്നത്. പശ്ചിമ യുറോപ്യൻ ശക്തികളുടെ പിന്തുണയുണ്ടായിരുന്ന അബ്ബാസ് ഓട്ടോമാൻ തുർക്കികൾക്കെതിരെയുള്ള പോരാട്ടത്തിൽ പാശ്ചാത്യ ശക്തികൾക്കുവേണ്ടി അതിന്റെ അതിർത്തികൾ തുറന്നുകൊടുക്കുവാൻ നിർബ്ബന്ധിതമായി. കൊളോണിയൽ താല്പര്യങ്ങളുടെ സംഘർഷങ്ങളിലേക്ക് സഫാവിദ് ഭരണകൂടവും സാവകാശം വീഴുകയായിരുന്നു.

അഫ്ഗാനി സ്വത്വബോധം

മുഗൾ ആധിപത്യത്തിനെതിരെയുള്ള പോരാട്ടങ്ങളിൽനിന്നാണ് അഫ്ഗാനി സ്വത്വബോധം രൂപപ്പെടുന്നത്. കവിയും പോരാളിയും തത്ത്വചിന്തകനുമായ ഖുശാൽ ഖാൻ ഖട്ടക് (1613–90) അഫ്ഗാനിലെ രാഷ്ട്രീയ പോരാളിയും സ്വാതന്ത്ര്യേച്ഛയുടെ പ്രതീകവുമാണ്. പാഷ്ടോ കവിതകളിലൂടെ തന്റെ പ്രതിരോധത്തെ ആഘോഷിക്കുകയായിരുന്നു ഖട്ടക്ക്. പാഷ്ടൂണുകളോട് സംഘടിക്കുവാനും മുഗളന്മാരുടെ പ്രീണനങ്ങൾക്കും കോഴയ്ക്കും വിധേയരാകാതിരിക്കാനും അദ്ദേഹം ജനങ്ങളെ ആഹ്വാനം ചെയ്തു. ഔറംഗസീബ് അദ്ദേഹത്തെ തടവിലാക്കുകയും പിന്നീട് വിട്ടയക്കുകയും ചെയ്തു. ഖട്ടക് തന്റെ ശവകുടീരത്തിൽ ഇങ്ങനെ എഴുതണമെന്ന് ആവശ്യപ്പെട്ടു, "അഫ്ഗാനികളുടെ അഭിമാനം കാത്തുസൂക്ഷിക്കുവാൻ ഞാൻ പോരാടി. എന്റെ നാമം ഖുശാൽ ഖാൻ ഖട്ടക്."

ആധുനികവും സുസ്ഥിരവുമായ സ്വത്വാവകാശപോരാട്ടം അഫ്ഗാനികൾക്കിടയിൽ ആരംഭിച്ചത് പാഷ്ടൂണുകളുടെ ഇടയിൽനിന്നാണ്. സഫാവിദ് ഭരണകൂടത്തിനെതിരെ പ്രക്ഷോഭം നയിച്ച ഘിൽസായി പാഷ്ടൂൺ നേതാവാണ് മിർ വായ്സ് ഖാൻ. അഫ്ഗാനികളെ നിർബ്ബന്ധപൂർവ്വം ശീഈ ഇസ്ലാമിലേക്ക് പരിവർത്തനം ചെയ്യുന്നതിന്റെ പേരിലായിരുന്നു ഈ പോരാട്ടം. 1709 ൽ മിർ വായ്സ് കണ്ടഹാർ പിടിക്കുകയും സഫാവിദ് ഗവർണറെ വധിക്കുകയും ചെയ്തു. ഘിൽസായികൾ തുർക്കി പാരമ്പര്യമുള്ളവരാണെങ്കിലും അബ്ദാലികളുമായി ശത്രുതയിലായിരുന്നു. മിർ വായ്സ് ഖാന്റെ വിജയം അവരെ പ്രചോദിതരാക്കി. അവർ ഹെറാത് മേഖല 1717 ൽ പേർഷ്യയിൽനിന്നും സ്വതന്ത്രമായതായി പ്രഖ്യാപിച്ചു. ഘിൽസായി പാഷ്ടൂണുകളുടെ വിജയം ദീർഘമായിരു

ന്നില്ല. മിർ വായ്സ് ഖാന്റെ മരണത്തെത്തുടർന്ന് (1715) പുത്രൻ മുഹമ്മദ് അധികാരം പിടിച്ചെടുത്ത് മറ്റൊരു രാജവംശം സ്ഥാപിക്കുവാൻ പരിശ്രമിച്ചെങ്കിലും ആ സംരംഭവും പരാജയപ്പെട്ടു.

1736 ൽ നാദിർഷാ പേർഷ്യൻ സിംഹാസനത്തിൽ അവരോധിതനായി. അബ്ദാലികളുടെയും ഘിൽസായി അഫ്ഗാനികളുടെയും സൈനിക ശേഖരത്തെ ഉപയോഗിച്ച് തന്റെ അധികാരം ഉറപ്പിക്കാനാണ് നാദിർഷാ ശ്രമിച്ചത്. ഇന്ത്യയിലേക്ക് മുഗൾ സമ്പത്ത് കൈക്കലാക്കാൻ നാദിർഷ പല കടന്നുകയറ്റങ്ങളും നടത്തിയിട്ടുണ്ട്.

നാദിർഷായുടെ അംഗരക്ഷകനും ഖജാൻജിയുമായിരുന്ന അഹമ്മദ് എന്ന പാഷ്ടൂൺ വംശജൻ 4000 ആളുകളെ ചേർത്ത് ഒരു സൈന്യത്തെ രൂപപ്പെടുത്തി. കണ്ടഹാറിലെ സദൊസായി ഗോത്ര നേതാവായിരുന്നു അഹമ്മദ്. എന്നാൽ 1747 ൽ നാദിർ കൊല്ലപ്പെട്ടതിനെത്തുടർന്ന് അബ്ദാലി ഗോത്രത്തിലെ ഒൻപതു നേതാക്കൾ ചേർന്ന് ഒരു അസംബ്ലിയുണ്ടാക്കി അതിൽ വച്ച് അബ്ദാലികളുടെ പൊതു നേതാവായി അഹമ്മദിനെ അവരോധിച്ചു. അഹമദ് ഷാ അവരോധിതനായ 1747 മുതൽ 1978 വരെ അഫ്ഗാനിസ്ഥാനിൽ രാജാക്കന്മാരെ സംഭാവനചെയ്തത് പാഷ്ടൂൺ ഗോത്രമാണ്. ദുരാണി പുഷ്ടൂണുകൾ എന്നുകൂടി അബ്ദാലികൾ അറിയപ്പെടാറുണ്ട്. ഇന്ത്യയിലോ ഇറാനിലോ ദുരാണി പാഷ്ടൂണുകൾ ഒരിക്കലും വാഴ്ച നടത്തിയിരുന്നില്ല. പേർഷ്യൻ ഷിയാകളാണ് രാജാവിന്റെ അംഗരക്ഷകരായി പ്രവർത്തിച്ചത്. അവരുടെ പിൻഗാമികൾ ഇന്നും അഫ്ഗാനിസ്ഥാനിൽ ഒരു ഭരണവിഭാഗമായി ജീവിക്കുന്നു. അഹമ്മദ് ഷാ അഫ്ഗാൻ ജനതയെ സംബന്ധിച്ചിടത്തോളം അഹമ്മദ് ഷാ ബാബയാണ്.

1747 ൽ അഫ്ഗാൻ ഗോത്ര സമിതി (ജിർഗ) സംയുക്തമായി ഒരു ഖാനിനെ (രാജാവ്) തെരഞ്ഞെടുക്കുമ്പോൾ പേർഷ്യൻ മുഗൾ സാമ്രാജ്യങ്ങളിൽനിന്നും ഭിന്നമായ ഒരു സ്വതന്ത്ര രാഷ്ട്രത്തെ വിഭാവന ചെയ്യുകയായിരുന്നു. വൈദേശിക ആധിപത്യത്തിൽനിന്നും സ്വതന്ത്രമായ തദ്ദേശീയ നേതൃത്വമായിരുന്നു അഹമ്മദ് ഷായുടേത്. ദുരാണിയൻ സാമ്രാജ്യം സ്ഥാപിതമാകുമ്പോൾത്തന്നെ ലോകത്തിന്റെ ചിത്രം കഴിഞ്ഞനൂറ്റാണ്ടുകളിൽനിന്നും ഭിന്നമായി. മുഗൾ സാമ്രാജ്യം മതസങ്കുചിതത്വവും ആഭ്യന്തര കലഹങ്ങളുംകൊണ്ട് നാശോന്മുഖമായി. പേർഷ്യൻ സാമ്രാജ്യം നൂറ്റാണ്ടുകളുടെ യുദ്ധങ്ങളിലൂടെ തകർന്നടിഞ്ഞു. പട്ടുപാത ഏറക്കുറെ അപ്രസക്തമായി. യൂറോപ്യരും അറബികളും കടൽ മാർഗ്ഗം ഇന്ത്യയിലേക്ക് എത്തിത്തുടങ്ങി. യുദ്ധ സാങ്കേതിക വിദ്യ മാറുകയും കുതിരപ്പടയാളികൾ അപ്രസക്തമാവുകയും ചെയ്തു. യൂറോപ്പ് ഏഷ്യയിലേക്ക് അതിന്റെ വഴിതെളിച്ചു കഴിഞ്ഞിരുന്നു. ഇസ്ലാമിക ലോകത്ത് ഒട്ടോമൻ തുർക്കികൾ മാത്രമാണ് നിർണ്ണായകമായ ഒരു രാഷ്ട്രീയ ശക്തിയായി നിലകൊള്ളുന്നത്. അതാവട്ടെ അഫ്ഗാനെ സ്പർശിക്കാനാവാത്തത്ര അകലെയുമാണ്. പതിനെട്ടാം നൂറ്റാണ്ടിൽ ദക്ഷിണ ഏഷ്യയിലേക്ക് ബ്രിട്ടണും റഷ്യയും സാമ്രാജ്യത്വ ശക്തികളായി പ്രവേ

ശിച്ചുകഴിഞ്ഞിരുന്നു. അഫ്ഗാന്റെ അതിർത്തികളെ അവർ മെല്ലെ അപഹരിച്ചു തുടങ്ങി.

അഹമ്മദ് ഷായുടെ മുമ്പിലുണ്ടായിരുന്ന ഏറ്റവും വലിയ വെല്ലുവിളി അഫ്ഗാനിസ്ഥാനെ ഏകോപിപ്പിക്കുക എന്നതായിരുന്നു. കണ്ടഹാറിനെ തലസ്ഥാനമായി നിലനിർത്തിക്കൊണ്ട് ഗസ്നിയും കാബൂളും അദ്ദേഹം പിടിച്ചെടുത്തു. അടുത്ത വർഷം മുഗൾ ചക്രവർത്തിമാരിൽനിന്നും പെഷ്വാറും സിന്ധും പിടിച്ചെടുത്തുകൊണ്ട് അഫ്ഗാൻ അതിർത്തി സിന്ധുനദിവരെ വ്യാപിപ്പിച്ചു. പാഷ്ടൂണുകളെ സംയോജിപ്പിക്കുകയും അവരിൽ ദേശീയബോധം സന്നിവേശിപ്പിക്കുന്നതിനും അഹമ്മദ് ഷാ ശ്രമിച്ചു. എന്നാൽ, കിഴക്കും തെക്കുമുള്ള പാഷ്ടൂണുകൾ ഈ ദേശനിർമ്മാണത്തിൽ ഭാഗഭാക്കായില്ല. അവർ അഫ്ഗാനിൽനിന്നും വേർപെടുത്തപ്പെട്ടു. 1749 ൽ ഹിന്ദുക്കുഷിലുള്ള തുർക്മെൻ, ഉസബക്ക്, താജിക്, ഹസാരാ മേഖലകളെ തന്റെ സാമ്രാജ്യത്തിലേക്ക് കൊണ്ടുവരുന്നതിന് ഷാ പരിശ്രമിച്ചെങ്കിലും അത് ദുഷ്കരമായ ഒരു പ്രക്രിയയായി അവശേഷിച്ചു. തുടർന്നുള്ള വർഷങ്ങളിൽ തന്റെ സാമ്രാജ്യം ഇന്ത്യയിലേക്ക് വിസ്തൃതമാക്കാനാണ് അഹമ്മദ് പരിശ്രമിച്ചത്. കശ്മീർ, പഞ്ചാബ്, ലാഹോർ പട്ടണം എന്നിവ അഹമ്മദ് ഷാ സ്വന്തമാക്കി. 1757 ൽ ദില്ലി മുഗൾ സാമ്രാജ്യം പിടിക്കുകയും മുഗൾ ചക്രവർത്തിയെ തന്റെ രണ്ടാമത്തെ പുത്രൻ തൈമൂർഷായുടെ അധികാരത്തിൻകീഴിൽ നിർത്തുകയും ചെയ്തു. ദില്ലി സുൽത്താൻ തന്റെ സാമ്രാജ്യത്തിനുമേലുള്ള അഫ്ഗാൻ അധികാരം അംഗീകരിച്ചെങ്കിലും അമുസ്ലിം സമൂഹങ്ങൾക്ക് അത് സ്വീകാര്യമായിരുന്നില്ല. പഞ്ചാബിൽ സിഖ് മതം പ്രാമാണികത നേടി. രണവീരന്മാരായ മറാത്തകൾ

1797 ലെ ഇന്ത്യയുടെ ചിത്രം കഴിഞ്ഞ നൂറ്റാണ്ടിലേതിൽനിന്നും ഏറെ ഭിന്നമായിരുന്നു. മുഗൾ സാമ്രാജ്യത്തിൽ ഈസ്റ്റ് ഇന്ത്യാക്കമ്പനി നിർണ്ണായക ശക്തിയായി.
കമ്പനി സൈന്യത്തിന്റെ ചുമതല ലോർഡ് വെല്ലിംഗ്ടണിന്റെ അനന്തരവനായ വെല്ലസ്ലി പ്രഭുവിനായിരുന്നു. ബ്രിട്ടൺ ഇന്ത്യയിൽ ഒരു നിർണ്ണായക ശക്തിയായി. അഹമദ് ഷായുടെ സാമ്രാജ്യം ശിഥിലമായി.

തൈമൂർഷായിക്കെതിരെ പോരാട്ടം നടത്തുകയും സിഖുകാരുടെ പിന്തുണയോടെ 1757 ൽ തൈമൂർഷായെ തുരത്തുകയും ചെയ്തു. ഇതിൽ ക്ഷുഭിതനായ അഹമ്മദ് ഷാ ഹിന്ദുക്കൾക്കും സിഖുകാർക്കുമെതിരെ വിശുദ്ധയുദ്ധം പ്രഖ്യാപിച്ചു. ഹിന്ദുക്കൾ ഫ്രഞ്ചുകാരുടെ സഹായം തേടി. ഇന്ത്യാചരിത്രത്തിലെ വിശ്രുതമായ പാനിപ്പത്ത് യുദ്ധം അങ്ങനെയാണ് അരങ്ങേറിയത്. ഈ യുദ്ധം പില്ക്കാല ഇന്ത്യാ ചരിത്രത്തിൽ നിർണ്ണായകമായി. യുദ്ധത്തിലൂടെ വലിയ നഷ്ടം നേരിട്ട ഇന്ത്യൻ ജനതയ്ക്ക് തുടർന്നുവന്ന കൊളോണിയൽ ശക്തികളെ എതിരിടാനുള്ള കെല്പില്ലാതെയായി.

1797 ലെ ഇന്ത്യയുടെ ചിത്രം കഴിഞ്ഞ നൂറ്റാണ്ടിലേതിൽനിന്നും ഏറെ ഭിന്നമായിരുന്നു. മുഗൾ സാമ്രാജ്യത്തിൽ ഈസ്റ്റ് ഇന്ത്യാക്കമ്പനി നിർണ്ണായക ശക്തിയായി. കമ്പനി സൈന്യത്തിന്റെ ചുമതല ലോർഡ് വെല്ലിംഗ്ടണിന്റെ അനന്തരവനായ വെല്ലസ്ലി പ്രഭുവിനായിരുന്നു. ബ്രിട്ടൺ ഇന്ത്യയിൽ ഒരു നിർണ്ണായക ശക്തിയായി. അഹമ്മദ് ഷായുടെ സാമ്രാജ്യം ശിഥിലമായി.

ഗോത്രകലാപങ്ങൾ രാജ്യവ്യാപകമായി അരങ്ങേറി. ബറക്സായികളും സദോസികളും തമ്മിലുള്ള യുദ്ധം രാജ്യത്തെ ഗോത്രം ഗോത്രമായി വിഭജിച്ചു. ഈ കലാപങ്ങളിൽനിന്നാണ് മുഹമ്മദ്സായി രാജവംശം പിറക്കുന്നത്. മുഹമ്മദ് സായി ഭരണകൂടത്തിന്റെ പിറവിയും പാശ്ചാത്യ ഇടപെടലുകളുടെ ചരിത്രവും അർഹിക്കുന്നത് സമാന കാലഘട്ടത്തിലാണ്. ദുറാനി പാഷ്ടൂണുകളുടെ സേവകരായിരുന്നു മുഹമ്മദ് സായി രാജവംശസ്ഥാപകർ. അമീർ ദോസ്തുമുഹമ്മദ്, അമീർ ഷേർ അലീഖാൻ, അമീർ അബ്ദുർ റഹീം ഖാൻ എന്നിവരായിരുന്നു ഈ രാജവംശത്തിലെ പ്രമുഖ ഭരണകർത്താക്കൾ.

4

യൂറോപ്യൻ അധിനിവേശങ്ങൾ

ഏഴാം നൂറ്റാണ്ടു മുതൽ യൂറോപ്യന്മാരുടെ ആഗമനം വരെയുള്ള കാലഘട്ടത്തിൽ അഫ്ഗാനിസ്ഥാന്റെ സാമൂഹികവും സാംസ്കാരികവുമായ അടിത്തറകൾക്ക് വലിയ മാറ്റങ്ങളുണ്ടായിരുന്നില്ല. ഈ കാലഘട്ടത്തിലുടനീളം കുടിയേറ്റങ്ങൾ ഉണ്ടായിരുന്നു. അഫ്ഗാനിസ്ഥാനിലേക്ക് കുടിയേറിയവർ മതപരിവർത്തനം ചെയ്യപ്പെടുകയോ, അല്ലെങ്കിൽ താഴ്ന്ന സാമൂഹിക വിഭാഗമായി നിലകൊള്ളുകയോ ആണ് ഉണ്ടായിട്ടുള്ളത്. 19-ാം നൂറ്റാണ്ടിൽ യൂറോപ്പ് ലോകവ്യാപകമായി ഇടപെട്ടു തുടങ്ങിയതോടെ സാംസ്കാരികവും ഭൂമിശാസ്ത്രപരവുമായ അതിർത്തികൾപോലും മാറ്റപ്പെട്ടു. സമുദ്രമാർഗ്ഗത്തിലുള്ള വാണിജ്യ പാതകൾക്കുമേൽ യുറോപ്പ് അധീശത്വം നേടി. ഈ കോയ്മ പഴയ സാമ്രാജ്യങ്ങളെ പരിമിതപ്പെടുത്തുന്നതിനും വാണിജ്യത്തിനുമേൽ അധീശത്വം നേടുന്നതിനും യൂറോപ്യൻ ശക്തികളെ സഹായിച്ചു.

1498 ൽ യൂറോപ്യൻ ശക്തികൾ ദക്ഷിണേഷ്യയിലെത്തിയെങ്കിലും അവരുടെ സാന്നിദ്ധ്യം ഉൾനാടുകളിലേക്ക് എത്തിയിരുന്നില്ല. അതുകൊണ്ടുതന്നെ അഫ്ഗാനിസ്ഥാനെ സംബന്ധിച്ചിടത്തോളം യൂറോപ്യൻ സാന്നിദ്ധ്യം ഗൗരവമർഹിക്കുന്ന ഒന്നായിരുന്നില്ല. പതിനാറാം നൂറ്റാണ്ടാകുമ്പോഴേക്കും പോർച്ചുഗല്ലിന്റെ പാതയിലേക്ക് മിക്കയൂറോപ്യൻ രാഷ്ട്രങ്ങളും പ്രവേശിച്ചുകഴിഞ്ഞിരുന്നു. സ്പെയിൻ, ഫ്രാൻസ്, നെതർലാന്റ്, ബ്രിട്ടൺ തുടങ്ങിയ രാഷ്ട്രങ്ങൾ സമുദ്രവാണിജ്യത്തിൽ മത്സരാധിഷ്ഠിതമായിത്തന്നെ മുന്നേറി. 1600 ഡിസംബർ 1 ന് ഇംഗ്ലണ്ടിലെ എലിസബത്ത് രാജ്ഞി ബ്രിട്ടീഷ് ഈസ്റ്റ് ഇന്ത്യാക്കമ്പനിക്ക് വ്യാപാരത്തിനുള്ള കുത്തകാവകാശം നല്കി. ഇത് ഗവൺമെന്റിന്റെ അനുഗ്രഹാശിസ്സുകളോടെ കിഴക്കൻ നാടുകളിൽനിന്നും പടിഞ്ഞാറേക്ക് സമ്പത്തുകടത്തുന്ന സംരംഭമായി മാറി.

ബ്രിട്ടീഷുകാർക്ക് തങ്ങളുടെ ആദ്യത്തെ സംഭരണശാല നിർമ്മിക്കുന്നതിനുള്ള അനുമതി മുഗൾ ചക്രവർത്തിയായ ജഹാംഗീറാണ് 1615 ൽ നല്കിയത്. ഇത് മദ്ധ്യപടിഞ്ഞാറൻ തുറമുഖ പട്ടണമായ സൂറത്തിലായിരുന്നു. ഒരു നൂറ്റാണ്ടിനുള്ളിൽ ബോംബെ, കൽക്കട്ട, മദ്രാസ് എന്നിവിടങ്ങളിലും ബ്രിട്ടൺ സംഭരണശാലകൾ തുറന്നു. കമ്പനി അതിന്റെ താല്പര്യങ്ങളെ പ്രാദേശികമായി നിയമിച്ച ശിപായിമാരിലൂടെ നിർവ്വഹിച്ചു. 1707 ൽ ഔറംഗസീബിന്റെ അന്ത്യംവരെ മുഗൾ സാമ്രാജ്യത്തിൽ ബ്രിട്ടീഷുകാർക്ക് പരിരക്ഷയുണ്ടായിരുന്നു. എന്നാൽ പിന്നീടുള്ള കാലഘട്ടം വാണിജ്യപരവും അധികാരപവുമായ താല്പര്യങ്ങൾക്കുവേണ്ടി നുഴഞ്ഞുകയറി ഇടം കണ്ടെത്തുന്ന യൂറോപ്യൻ ശക്തികളുടെ പടക്കളമായി ഏഷ്യൻ ഭൂഖണ്ഡം മാറ്റപ്പെട്ടു. കോളനികൾക്കുവേണ്ടിയുള്ള പോരാട്ടങ്ങൾ 1756–63 കാലഘട്ടത്തിൽ ഫ്രാൻസും ബ്രിട്ടണും തമ്മിലുള്ള തുറന്ന യുദ്ധമായി. ഒരുപക്ഷേ, ഒന്നാമത് ലോകയുദ്ധം എന്ന വിശേഷണം ഈ സപ്തവത്സരയുദ്ധത്തിന് അനുചിതമായിരിക്കുകയില്ല. ഇന്ത്യയിൽ ബ്രിട്ടൺ ഫ്രാൻസിനെതിരെ വിജയം നേടുകയും ഇന്ത്യൻ മഹാസമുദ്രത്തിൽ അധീശാധികാരി ആയി മാറുകയും ചെയ്തു. റോബർട്ട് ക്ലൈവിന്റെ നേതൃത്വത്തിൽ അധികാരമേഖലകൾ വിസ്തൃതമാക്കുന്നതിനാണ് തുടർന്ന് ബ്രിട്ടൺ ശ്രമിച്ചത്. അങ്ങനെ മുഗൾ കോടതിയിലെ നിർണ്ണായക സാന്നിദ്ധ്യമായി ബ്രിട്ടൺ മാറി. കമ്പനിയുടെ വഴിവിട്ട മുന്നേറ്റങ്ങളിൽ അതൃപ്തി പൂണ്ട ബ്രിട്ടീഷ് പാർലമെന്റ് കമ്പനിക്കുമേൽ ചില നിയന്ത്രണങ്ങൾ ഏർപ്പെടുത്തുവാൻ തീരുമാനിക്കുകയും 1773 ൽ ഗവർണർ ജനറൽമാരെ ഭരണകാര്യങ്ങൾ നിയന്ത്രിക്കുന്നതിനായി അയക്കുകയും ചെയ്തു.

ഗ്രേറ്റ് ഗെയിം

പത്തൊമ്പതാം നൂറ്റാണ്ടിലെ അഫ്ഗാനിസ്ഥാന്റെ രാഷ്ട്രീയ ജീവിതത്തെ നിർണ്ണായകമായി സ്വാധീനിച്ച ഘടകമായിരുന്നു മുഹമ്മദ് സായി രാജവംശത്തിന്റെ സ്ഥാപനം. അഫ്ഗാനിലേക്കുള്ള പാശ്ചാത്യ ശക്തികളുടെ കടന്നുവരവും ഇതേ കാലഘട്ടത്തിലാണ് ഉണ്ടാവുന്നത് (Mohammad Hassan Kakar 2006:1). 1826 ൽ ദോസ്ത് മുഹമ്മദ് ഖാൻ കാബൂളിന്റെ ഗവർണറായി. 1834 ൽ അമീർ ആവുകയും ചെയ്തു (Ibid: 9). ദോസ്ത് മുഹമ്മദിന്റെ കാലഘട്ടത്തിലാണ് ബ്രിട്ടണും റഷ്യയും തമ്മിലുള്ള പോരാട്ടങ്ങളാരംഭിക്കുന്നത്. പില്ക്കാലത്ത് ചരിത്രത്തിൽ ഗ്രേറ്റ് ഗെയിം എന്നറിയപ്പെട്ട അധികാരക്കളികളുടെ തുടക്കമായിരുന്നു ഇത്. അഫ്ഗാനിസ്ഥാനിൽ നിലനിന്നിരുന്ന അരാജകത്വം റഷ്യൻ സാമ്രാജ്യത്തെ അവിടേക്ക് ക്ഷണിക്കും എന്നുതന്നെ ഇംഗ്ലീഷുകാർ കരുതി. ബ്രിട്ടന് തങ്ങളുടെ അധികാരം അഫ്ഗാനിസ്ഥാനിലേക്ക് വ്യാപിപ്പിക്കാനുള്ള ഉപാധി ഗോത്രകലാപത്തിനുള്ളിലേക്ക് പ്രവേശിക്കുക എന്നതു മാത്രമായിരുന്നു.

ദി ഗ്രേറ്റ് ഗെയിം – ബ്രിട്ടീഷ് – റഷ്യൻ വിപുലീകരണം

റഷ്യയെ അധിനിവേശ ശക്തിയാക്കിമാറ്റിയത് മഹാനായ പീറ്ററും മഹതിയായ കാതറിനുമാണ്. ഒട്ടോമൻ തുർക്കികളുടെ പതനത്തെ തുടർന്ന് റഷ്യ അതിന്റെ സാമ്രാജ്യം വിസ്തൃതമാക്കിയത്. 1783 ൽ ക്രീമിയയും, 1800–1834 കാലഘട്ടത്തിൽ കരിങ്കടൽ, കാസ്പിയൻ മേഖലകളും കീഴടക്കിയതിനുശേഷം മദ്ധ്യേഷ്യൻ പുൽമേടുകളിലേക്ക് കടന്നു (Angelo Rassanaygam 2005: xvii). ബ്രിട്ടൻ പ്രതീക്ഷിച്ചിരുന്ന റഷ്യൻ ഭീഷണി ഇന്ത്യയിലേക്ക് ആഗതമായി എന്ന് അവർ തിരിച്ചറിഞ്ഞു. ഈ സമയംകൊണ്ട് ഇംഗ്ലീഷ് സൈന്യം പേർഷ്യൻ ഗൾഫിലെ ഘാർഗ് ദ്വീപിലെത്തി. ബ്രിട്ടീഷ് ഭീഷണിയെത്തുടർന്ന് പേർഷ്യൻ ഷാ പിൻവാങ്ങി. ഹെറാത്തിൽ ഷാ എത്തിയപ്പോൾ കൂടെ ഉണ്ടായിരുന്ന റഷ്യൻ ദൂതനു

മായി ദോസ്ത് മുഹമ്മദ് ചില ധാരണകൾ രൂപപ്പെടുത്തി, അതേസമയം തന്നെ മുഹമ്മദിന്റെ കണ്ടഹാറിലുണ്ടായിരുന്ന സഹോദരന്മാർ ഷായുമായും ഒരു ധാരണയിലെത്തി. റഷ്യയുമായി എന്തെങ്കിലും ധാരണയുണ്ടെങ്കിൽ അത് ഉപേക്ഷിക്കണമെന്ന് ദോസ്ത് മുഹമ്മദിനോട് ലോർഡ് ഓക്‌ലാൻഡ് ആവശ്യപ്പെട്ടു. എന്നാൽ ഓക്‌ലാൻഡിന്റെ ആവശ്യം തിരസ്കരിക്കപ്പെട്ടു. അങ്ങനെ ഒന്നാം ആംഗ്ലോ-അഫ്ഗാൻ യുദ്ധത്തിന് കളമൊരുങ്ങി (Shaista Wahab and Barry Youngerman 2007:81–82).

ഒന്നാം ആംഗ്ലോ-അഫ്ഗാൻ യുദ്ധം

അഫ്ഗാനിസ്ഥാനിലേക്കുള്ള പടയോട്ടത്തിന് ലോർഡ് ഓക്‌ലാൻഡ് വൻ തയ്യാറെടുപ്പുകളാണ് നടത്തിയത്. ഇതുമായി ബന്ധപ്പെട്ട് ഒരു ഉടമ്പടി തയ്യാറാക്കി. ഒന്നാമത്തെ ധാരണ രഞ്ജിത് സിങ്ങും ഷാ ഷൂജായും തമ്മിലുള്ളതായിരുന്നു. യുദ്ധം അവസാനിക്കുന്നതോടെ ഷാ ഷൂജ കാബൂളിന്റെ ഭരണാധികാരിയാകും എന്നതിനുള്ള ധാരണാപത്രമായിരുന്നു. ഇതിലൂടെ പെഷ്വാറും അതിർത്തി പ്രദേശങ്ങളും ഔപചാരികമായി സിഖുകാർക്ക് ലഭിക്കും. യുദ്ധത്തിനാവശ്യമായ സാമ്പത്തികം ബ്രിട്ടൺ നല്കും. ആദ്യധാരണയിൽ യുദ്ധസൈന്യത്തിലേക്ക് മുസ്ലീങ്ങളെ റിക്രൂട്ട് ചെയ്ത് രഞ്ജിത് സിങ്ങിന്റെ കീഴിൽ അണിനിരത്താൻ പദ്ധതിയിട്ടെങ്കിലും പിന്നീട് ഈ ആശയം ഉപേക്ഷിച്ച *ആർമി ഓഫ് ദി ഇൻഡസ്* എന്ന പേരിൽ കമ്പനി സൈന്യത്തെ രൂപീകരിക്കുന്നതിന് തീരുമാനിച്ചു. 89,000 അംഗങ്ങളുള്ള ഒരു സൈന്യത്തെയാണ് വിഭാവന ചെയ്തത്. 1838 ഒക്ടോബർ 1 ന് ഷിംലാ മാനിഫെസ്റ്റോ എന്നറിയപ്പെടുന്ന പ്രമാണം ദോസ്ത് മുഹമ്മദിനെ പ്രകോപിക്കുന്നതിലേക്ക് ലോർഡ് ഓക്‌ലാൻഡ് പുറപ്പെടുവിച്ചു. ഈ പ്രമാണത്തിൽ യഥാർത്ഥ അഫ്ഗാൻ ഭരണാധികാരിയായ ഷാ ഷൂജയെ അധികാരത്തിലേറ്റുമെന്ന് പ്രസ്താവിച്ചിരുന്നു. ഷൂജയെ ഭരണകാര്യങ്ങളിൽ ഉപദേശിക്കുന്ന സ്ഥിരഉപദേഷ്ടാവിന്റെ പേരും ഈ പ്രഖ്യാപനത്തിലുണ്ടായിരുന്നു. സൈന്യം ഡിസംബറിൽ ഫിറോസ്പൂരിൽനിന്നും ബലൂചിലേക്ക് നീങ്ങി.

1839 മാർച്ചിൽ ബലൂചിലെത്തുകയും അവിടത്തെ ഗോത്രങ്ങളുമായി ഏറ്റുമുട്ടുകയും ചെയ്തു. തുടർന്ന് കണ്ടഹാറിലേക്കുനിങ്ങി. അവിടത്തെ ഗോത്രവിഭാഗങ്ങളെ ബ്രിട്ടീഷുകാർ നേരത്തെ വിലക്കെടുത്തതിനാൽ ഒരു ഏറ്റുമുട്ടലില്ലാതെ വിജയം വരിക്കാനായി. തുടർന്ന് ഗസ്നിയിലേക്ക് നീങ്ങിയ സൈന്യത്തിന് രൂക്ഷമായ പോരാട്ടം നേരിടേണ്ടിവന്നു. ആഗസ്ത് 6 ന് ഇന്ത്യൻ-ബ്രിട്ടീഷ് ആർമി കാബൂളിലെത്തി. തന്റെ സ്നേഹിതരും സേനകളും എല്ലാം കൈവെടിഞ്ഞ സാഹചര്യത്തിൽ ദോസ്ത് മുഹമ്മദ് ബാമിയനിലേക്ക് പാലായനം ചെയ്തു. ഷാ ഷൂജയും ബ്രിട്ടീഷുകാരും കാബൂളിലേക്ക് പ്രവേശിച്ചു.

ബ്രിട്ടീഷ് മിലിട്ടറിയെ അഫ്ഗാനിസ്ഥാനിൽ നിലനിർത്താനുള്ള വരുമാനം ബ്രിട്ടീഷുകാർ പ്രതീക്ഷിച്ച തരത്തിൽ സമാഹരിക്കാൻ ഷാ

ഷുജയ്ക്ക് കഴിഞ്ഞില്ല. ഷുജയുടെ ജനസമ്മിതി ബ്രിട്ടീഷുകാർ പ്രതീക്ഷിച്ച അത്ര മികച്ചതായിരുന്നില്ല. തങ്ങൾ കൈവരിച്ച നേട്ടം നിലനിർത്താൻ തക്ക ഒരു സൈന്യത്തെ കാബൂളിലും കണ്ടഹാറിലുമായി വിന്യസിച്ചതിനുശേഷം മറ്റുള്ളവരെ ഇന്ത്യയിലേക്ക് തിരിച്ചയക്കാൻ സൈനിക മേധാവികൾ നിർബ്ബന്ധിതരായി. അവിശ്വാസികളുടെ സാന്നിദ്ധ്യം പ്രദേശവാസികൾ ഇഷ്ടപ്പെടുന്നില്ല എന്നും അവർ വേഗം തിരിച്ചറിഞ്ഞു. ബ്രിട്ടൺ അഫ്ഗാനിൽ താവളമുറപ്പിച്ചതറിഞ്ഞ് റഷ്യൻ സേന അഫ്ഗാനിലേക്ക് കടന്നു. അരാൾ കടലിനടുത്തുള്ള കിവാ ഘാനേറ്റ് ആക്രമിച്ചു. കൊടും ശൈത്യം കാരണം അവർക്ക് മുന്നേറാനാവാതെ പിൻവാങ്ങേണ്ടിവന്നു. ഈ വാർത്ത കേട്ട ഷാ ഷുജ ബ്രിട്ടീഷ് സേനയുടെ സാന്നിദ്ധ്യം ആവശ്യപ്പെട്ടു. പക്ഷേ, കാബൂളിലെ ബാലാഹിസാർ കോട്ട ബ്രിട്ടീഷ് സൈന്യത്തിനായി വിട്ടുകൊടുക്കാൻ കൂട്ടാക്കിയതുമില്ല. തന്മൂലം പട്ടാളക്കാർ പട്ടണത്തിനു വെളിയിൽ തമ്പടിക്കേണ്ടിവന്നു. സൈനികരെ സംബന്ധിച്ചിടത്തോളം അരക്ഷിതമായ ഒരു അവസ്ഥയായിരുന്നു ഇത്.

കണ്ടഹാറിലെ സൈനികത്താവളം അതിവേഗം തന്നെ ഘിൽസായികളുടെ ആക്രമണങ്ങൾക്ക് വിധേയമായി, ബലൂചികളുടെ പിന്തുണയും അവർക്കുണ്ടായിരുന്നു. ദോസ്ത് മുഹമ്മദ് 1840 സെപ്തംബറിൽ ബുഖാറയിൽനിന്നും മടങ്ങിവരികയും യുദ്ധം ആരംഭിക്കുകയും ചെയ്തു. പക്ഷേ, അതിവേഗം തന്നെ പരാജയം ഏറ്റുവാങ്ങേണ്ടിവന്നു. ഷാ ഷൂജ പണ്ടുകഴിഞ്ഞ ഇന്ത്യൻ താവളത്തിലേക്ക് പരാജിതനായ ദോസ്ത് മുഹമ്മദിനെയും മാറ്റി. ദുരാണികളെയും ഘിൽസായികളെയും അതിവേഗം അമർച്ചചെയ്തു. എന്നാൽ രണ്ടുവർഷത്തിനുള്ളിൽത്തന്നെ ഷൂജ ഭരണരംഗത്ത് ഒരു പരാജയമായി മാറി. ബ്രിട്ടീഷുകാർ അഫ്ഗാനിസ്ഥാന് നല്കിവന്ന സാമ്പത്തിക സഹായം കുറഞ്ഞു. ഗോത്രമൂപ്പന്മാർക്കുള്ള പാരിതോഷികങ്ങൾ വെട്ടിക്കുറച്ചു. ഘിൽസായികൾ പെഷ്വാറിലേക്കുള്ള വഴിയടച്ചു.1841 നവംബർ 2 ന് ബ്രിട്ടീഷ് പട്ടാളമേധാവി അലക്സാണ്ടർ ബേണസിനെയും സഹോദരനെയും വീടാക്രമിച്ചു കൊലപ്പെടുത്തി. രക്തരൂക്ഷിതമായ പോരാട്ടങ്ങൾ എല്ലായിടത്തുനിന്നും റിപ്പോർട്ടു ചെയ്യപ്പെട്ടു. പട്ടാളക്ക്യാമ്പ് നഗരത്തിൽനിന്നും ഒറ്റപ്പെട്ടു.

ദോസ്ത് മുഹമ്മദിന്റെ പുത്രൻ മുഹമ്മദ് അക്ബർ പോരാട്ടങ്ങളുടെ നേതൃത്വം ഏറ്റെടുത്തു. വിവിധ അഫ്ഗാൻ ഗോത്രങ്ങളെ വശത്താക്കാൻ മദ്ധ്യസ്ഥം വഹിച്ച മാക്ഹാട്ടൻ എന്ന ഇംഗ്ലീഷുകാരൻ ഡിസംബർ 23 ന് വധിക്കപ്പെട്ടു. ഈ ഒരു സാഹചര്യത്തിൽ അഫ്ഗാനിൽനിന്നും പിന്മാറാൻ സൈനികമേധവി ജനറൽ വില്യം എൽഫിൻസ്റ്റൺ തീരുമാനിച്ചു. പുറത്തു സുരക്ഷിതമായി വിടാം എന്നുള്ള ഘിൽസായികളുടെ ഉറപ്പിന്മേൽ 1842 ജനുവരി 6 ന് ബ്രിട്ടീഷ്-ഇന്ത്യൻ പട്ടാളം പിൻവാങ്ങി. ഫെബ്രുവരിയിൽ ബ്രിട്ടീഷ് ഗവൺമെന്റ് ഓക്ലാൻഡിനെ നീക്കി. അഫ്ഗാനുമേൽ ഇനി മറ്റൊരു ഇടപടലും അനുവദിക്കുന്നതല്ല എന്ന് പ്രഖ്യാപിച്ചു.

യുദ്ധം വരുത്തിയ ആൾനാശവും അർത്ഥനാശവും അലിഖാനെ ദുഃഖിതനാക്കി. ലോകകാര്യങ്ങളിൽ നിന്നൊക്കെ അകന്ന് ആത്മീയ കാര്യങ്ങളിൽ അദ്ദേഹം വ്യാപൃതനായി. ഭരണത്തിലേക്ക് അലിഖാനെ മടക്കിവരുത്താനുള്ള സൈന്യത്തിന്റെയും സുഹൃത്തുക്കളുടെയും ഉദ്യമങ്ങളും വിജയിച്ചില്ല.

അഫ്ഗാനിലേക്കുള്ള ബ്രിട്ടീഷ് പടയോട്ടം ബ്രിട്ടന് 2000000 പൗണ്ടിന്റെ ബാദ്ധ്യത യാണ് വരുത്തിവച്ചത്. അതിനപ്പുറം ആൾ നാശവും അപമാനവും. ബ്രിട്ടീഷ് പട്ടാളം പിൻവാങ്ങിയതോടെ ഉടലെടുത്ത അരാ ജകത്വം മുതലാക്കി ദോസ്ത് മുഹമ്മദ് ഖാൻ വീണ്ടും കാബൂളിലെത്തി അധി കാരം പിടിച്ചെടുത്തു.

1863 ജൂൺ 9 ന് ദോസ്ത് മുഹമ്മദ് ഖാൻ അന്തരിച്ചു. മുഹമ്മദ് ഖാൻ തന്റെ മരണത്തിനുമുമ്പ് മൂന്നാമത്തെ പുത്രൻ ഷേർ അലിഖാനെ തന്റെ പിൻഗാമിയായി നിശ്ചയിച്ചു. അലിഖാന്റെ മുതിർന്ന രണ്ടു സഹോദരന്മാർ 1847 ലും 1859 ലുമായി കൊല്ലപ്പെട്ടതിനെത്തുടർന്നാണ് മൂന്നാ മത്തെ പുത്രനെ രാജസ്ഥാനത്തേക്ക് നിർദ്ദേശിച്ചത് (Mohammad Hassan Kakar 2006:10). എന്നാൽ അധികാര സ്ഥാനത്തെ സംബന്ധിച്ചിടത്തോളം അഫ്ഗാനികൾ അപൂർവ്വമായേ പിതാക്ക ന്മാരെ അനുസരിക്കാറുള്ളൂ. ദോസ്ത് മുഹമ്മദ് ഖാന്റെ ഖബറിടത്തിൽനിന്നു തന്നെ അധികാര പോരാട്ടവും ആരംഭിച്ചു.

യുദ്ധം വരുത്തിയ ആൾ നാശവും അർത്ഥനാശവും അലിഖാനെ ദുഃഖി തനാക്കി. ലോകകാര്യങ്ങളിൽനിന്നൊക്കെ അകന്ന് ആത്മീയ കാര്യങ്ങളിൽ അദ്ദേ ഹം വ്യാപൃതനായി. ഭരണത്തിലേക്ക് അലിഖാനെ മടക്കിവരുത്താനുള്ള സൈ ന്യത്തിന്റെയും സുഹൃത്തുക്കളുടെയും ഉദ്യമങ്ങളും വിജയിച്ചില്ല.

1869 ൽ അലിഖാൻ ഇന്ത്യ ഔപചാ രികമായി സന്ദർശിച്ചു. ഗവർണർ ജനറൽ മായോയുമായി കൂടിക്കാഴ്ച നടത്തി. ഈ കൂടിക്കാഴ്ചയിൽ ബ്രിട്ടീഷുകാർ അലിക്ക് ആയുധങ്ങൾ നല്കാമെന്ന് വാഗ്ദാനം നല്കി. ഈ കൂടിക്കാഴ്ചയിൽ അമീർ ഇങ്ങനെ പറഞ്ഞു; "മനുഷ്യർ സമാധാ നവും നാഗരികതയുമാണ് ആഗ്രഹിക്കു

ന്നത്. എന്നാൽ അഫ്ഗാനിസ്ഥാനിൽ അത് കൈവരിക്കാൻ കഴിയുന്നില്ല." ബ്രിട്ടീഷുകാരുടെ പിന്തുണയോടെ അധികാരം പിടിച്ചെടുത്ത് ഒരു പുതിയ ഭരണ സംവിധാനം രൂപപ്പെടുത്താൻ അലിഖാൻ ശ്രമിച്ചു.

ബ്രിട്ടീഷ് സേനയുടെ മാതൃകയിലാണ് അഫ്ഗാൻ സൈന്യത്തെ അദ്ദേഹം ചിട്ടപ്പെടുത്തിയത്. നാല്പത്തിരണ്ട് റെജിമെന്റിലായി 56,173 ട്രൂപ്പുകളായിരുന്നു സൈന്യത്തിലുണ്ടായിരുന്നത്. കാബൂളിനെ ഒരു സൈനിക നഗരമാക്കി മാറ്റി. യുദ്ധശാസ്ത്രപഠനത്തിനുള്ള സംവിധാനങ്ങളും ഒരുക്കി. ഭൂരിപക്ഷ ഭാഷയായ പാഷ്ടോ ഔദ്യോഗിക ഭാഷയായി പ്രഖ്യാപിച്ചു. 1876 ൽ കാബൂൾ നഗരത്തിലെ ജനസംഖ്യയെടുത്തു. പട്ടാളസേവനം സന്നദ്ധ സേവനമാക്കി. പട്ടാളക്കാർക്ക് ശമ്പളം പണമായി നല്കിത്തുടങ്ങി. രാജ്യത്തെ ആകെ വരുമാനത്തിന്റെ 43 ശതമാനം ഈ കാലഘട്ടത്തിൽ സൈനിക ആവശ്യത്തിനുവേണ്ടി ചെലവഴിക്കേണ്ടി വന്നു. നികുതി സമ്പ്രദായം പരിഷ്കരിച്ചു. 1878 ൽ രാജ്യത്തിന് സൈനിക ഭീഷണിയുണ്ടെന്ന് മനസ്സിലാക്കി പട്ടാളത്തിനുവേണ്ടി കാബൂളിലെ പുരുഷന്മാർ നാലുരൂപ നികുതി അടയ്ക്കണമെന്ന നിയമം കൊണ്ടുവന്നു. ഇത് വലിയ അതൃപ്തിക്ക് കാരണമായി.

ഭരണമേഖലയിൽ ഒരു പന്ത്രണ്ടംഗ ഉപദേശകസമിതിയെ നിയമിച്ചു. സൈനികരും പൗരന്മാരും ഉൾപ്പെടുന്ന ഈ സമിതിയിലെ അംഗങ്ങളെ അമീർതന്നെയാണ് തെരഞ്ഞെടുത്തത്. ബഹുഭാര്യാ സമ്പ്രദായവും അടിമത്തവും നിരോധിച്ചില്ലെങ്കിലും അവ സമൂഹത്തിന് ദോഷകരമാണെന്ന സന്ദേശം അദ്ദേഹം നല്കി. പോസ്റ്റൽ സമ്പ്രദായം, പ്രിന്റിങ്, ആനുകാലിക പ്രസിദ്ധീകരണങ്ങൾ, നാണയ വിനിമയം എന്നിവയെല്ലാം ആവിഷ്ക്കരിക്കുന്നത് അലിഖാനാണ്. നാണയങ്ങളിൽ അഫ്ഗാൻ എന്നു രേഖപ്പെടുത്തി. ഇതോടൊപ്പം തന്നെ ആധുനിക വിദ്യാഭ്യാസസമ്പ്രദായത്തിന് തുടക്കംകുറിച്ചു. സ്കൂളുകൾ മദ്രസകളോട് ചേർന്നാണ് തുടങ്ങിയത്. കേന്ദ്രീകൃതമായ ഒരു ഭരണകൂടത്താൽ ഗ്രാമങ്ങളും മറ്റും ഭരണവിധേയമാക്കാൻ കഴിയുമായിരുന്നില്ല. പരമ്പരാഗതമായി നിലനിന്നിരുന്നത് പാഷ്ടൂൺവാലി നിയമങ്ങളും മുതിർന്നവരുടെ സമിതിയായ ജിർഗകളുമായിരുന്നു. പൊതു തർക്കങ്ങൾ ഉണ്ടാകുമ്പോൾ മാത്രമാണ് ഭരണകൂടം ഇടപ്പെട്ടിരുന്നത്. ഈ പരിഷ്കരണങ്ങളുടെ എല്ലാം കേന്ദ്രം അമീർ മാത്രമായിരുന്നു. കേന്ദ്രീകരണവും, ആധുനികവല്ക്കരണവും നടക്കുമ്പോൾ തന്നെ ഗോത്രവാദവും പ്രാദേശികവാദവും ശക്തിയാർജ്ജിച്ചിരുന്നു.

രണ്ടാം ആംഗ്ലോ അഫ്ഗാൻ യുദ്ധം

ഇന്ത്യൻ വൈസ്രോയി ആയി ലോർഡ് ലിറ്റൺ രംഗപ്രവേശം ചെയ്തതാണ് അഫ്ഗാൻ ചരിത്രത്തെ മാറ്റിമറിച്ച പ്രധാന സംഭവികാസങ്ങളുടെ തുടക്കംകുറിച്ചത്. 1876 ൽ ഇന്ത്യയിലെത്തിയ ലിറ്റന്റെ ലക്ഷ്യം അഫ്ഗാനിസ്ഥാനെ സമ്പൂർണ്ണമായി ബ്രിട്ടന്റെ ചൊൽപ്പടിയിലേക്ക് കൊണ്ടുവരിക എന്നതായിരുന്നു. രണ്ടാം ആംഗ്ലോ അഫ്ഗാൻയുദ്ധം പൊട്ടിപ്പുറ

രണ്ടാം ആംഗ്ലോ അഫ്ഗാൻ യുദ്ധകാല ചിത്രം

പ്പെടുന്നത് അലിഖാൻ റഷ്യയുമായുള്ള തങ്ങളുടെ ബന്ധം മെച്ചപ്പെടുത്താൻ ശ്രമിക്കുന്നതിലൂടെയാണ്. ഇതിൽ പ്രകോപിതരായ ബ്രിട്ടൺ 1878 ൽ അഫ്ഗാനിസ്ഥാനെ ആക്രമിച്ചു. വടക്കൻ പ്രദേശങ്ങൾ സംരക്ഷിക്കുന്നതിന് അലി കാബൂൾ വിട്ടു. തന്റെ പുത്രൻ യാക്കൂബ് ഖാനെ കാബൂൾ ഗവർണറായി അവരോധിച്ചതിനുശേഷമാണ് അദ്ദേഹം കാബൂൾ വിട്ടത്.

1879 ൽ അലി ഖാൻ മരണമടഞ്ഞതിനെത്തുടർന്ന് പുത്രൻ യാക്കൂബ് ബ്രിട്ടന്റെ പിന്തുണ ഉറപ്പാക്കിക്കൊണ്ട് അധികാരം പിടിച്ചെടുത്തു. ബ്രിട്ടന്റെ സമ്മർദ്ദങ്ങൾക്ക് വഴങ്ങി *ഗൻദാമാക് ഉടമ്പടി*യിൽ അഫ്ഗാനിസ്ഥാനും ബ്രിട്ടണും ഒപ്പുവച്ചു (Angelo Rasanayagam 2005:9). ഈ ഉടമ്പടിയിലൂടെ അഫ്ഗാനിസ്ഥാൻ ബ്രിട്ടന്റെ സംരക്ഷിത പ്രദേശമായി മാറി. ബാല ഹിസാറിൽ തമ്പടിച്ച ബ്രിട്ടീഷ് പട്ടാളം ആയുധനിയമം പാസാക്കി. ഇതിലൂടെ ജനങ്ങൾക്ക് ആയുധം കൈവശം വയ്ക്കുവാനുള്ള അവകാശം ഇല്ലാതെയായി. ബ്രിട്ടീഷുകാരുടെ ആധുനികനിയമത്തെക്കുറിച്ച് അറിവില്ലാതിരുന്ന നിരവധി ആളുകളെ ബ്രിട്ടീഷുകാർ വധിച്ചു. ഈ സാഹചര്യത്തിൽ യാക്കൂബ് സിംഹാസനം ഉപേക്ഷിച്ചു. ബ്രിട്ടീഷുകാർ അദ്ദേഹത്തെ ഇന്ത്യയിലേക്ക് നാടുകടത്തി. ഈ പ്രവൃത്തി ബ്രിട്ടീഷുകാർക്കെതിരെയുള്ള കലാപം പൊട്ടിപ്പുറപ്പെടാൻ കാരണമായി. കാബൂളിലെ ബ്രിട്ടീഷ് സൈന്യത്തെ ജനങ്ങൾ ആക്രമിക്കുകയും സൈനിക മേധാവിയെ വധിക്കുകയും ചെയ്തു. ബ്രിട്ടീഷ് വിരുദ്ധ കലാപം എല്ലായിടത്തും പടർന്നുപിടിച്ചു. ബ്രിട്ടീഷ് സേനയെ പിന്തുണച്ച 40000 ആളുകൾ വധിക്കപ്പെട്ടു. 1880 ൽ മുഹമ്മദ് അഫ്സലിന്റെ പുത്രൻ അബ്ദുൾ റഹ്മാൻ ഖാന് ബ്രിട്ടീഷുകാർ പിന്തുണ കൊടുത്തു. 1880 ൽ അദ്ദേഹം അധികാരം പിടിച്ചു.

അമീർ അബ്ദുർ റഹ്മാൻ ഖാൻ (1880–1901)

ബ്രിട്ടീഷ് സാമ്രാജ്യത്തിന് അഫ്ഗാൻ വിധേയപ്പെട്ട കാലമായിരുന്നു അബ്ദുർ റഹ്മാൻ ഖാന്റെ ഭരണകാലം. ബ്രിട്ടീഷ് വാഴ്ച അദ്ദേഹത്തെ സൈനികമായി ശക്തീകരിച്ചു. രാജ്യത്ത് സമ്പൂർണ്ണമായ അധികാരം നേടുന്നതിന് ഈ സൈനിക പിന്തുണ അദ്ദേഹത്തെ സഹായിച്ചു. ബാല ഹിസാർ ബ്രിട്ടീഷുകാരുടെ താവളമായി മാറി. കാബൂൾ പരമ്പരാഗതമായി രാജാവിന്റെ വസതിയുമായിരുന്നെങ്കിലും അബ്ദുർ റഹ്മാൻ പുതിയ കൊട്ടാരം പണികഴിപ്പിച്ചു. 1893 ൽ *ദുരന്ത് കരാർ* ബ്രിട്ടീഷുകാരുമായി ഒപ്പുവച്ചു. അഫ്ഗാനിസ്ഥാനും ബ്രിട്ടീഷ് ഇന്ത്യയും തമ്മിലുള്ള അതിർത്തി ഈ ഉടമ്പടിയിലൂടെ നിർണ്ണയിച്ചു. ഈ ഉടമ്പടിയിലൂടെ പാഷ്ടൂണുകളും ബലൂചികളും വിഭജിതരായി. രാജ്യത്തെ നിയന്ത്രിക്കാൻ കടുത്ത നിയമങ്ങളാണ് റഹ്മാൻ ഖാൻ ആവിഷ്കരിച്ചത്. തന്റെ ഭരണത്തിനെതിരെയുള്ള വെല്ലുവിളികളെ മൃഗീയമായി അടിച്ചമർത്തി. പലരും നാടുവിട്ടുപോയി. ഈ കാലഘട്ടം ഹസാരകൾക്കെതിരെ കടുത്ത അക്രമങ്ങളാണ് അഴിച്ചുവിട്ടത്. ഹസാരാജാട്ട് പിടിച്ചെടുത്തു. ഹസാരകൾ അബ്ദുർ റഹ്മാൻ ഖാന്റെ ദുർഭരണത്തിനെതിരെ പോരാട്ടമാരംഭിച്ചു. ഇത് സുന്നികളും ശിയകളും തമ്മിലുള്ള പോരാട്ടമായി മാറി.

സുന്നി മതനേതാക്കന്മാർ ശിയ ഹസാരകൾക്കെതിരെ ഫത്വ പുറപ്പെടുവിച്ചു. കാഫിറുകളായി അവരെ പ്രഖ്യാപിച്ചതോടെ ഹസാരകൾക്കെതിരെ നിയമനടപടിയെടുക്കുവാൻ അബ്ദുർ റഹ്മാന് കഴിഞ്ഞു. താൻ മത സംരക്ഷകനാണെന്നും ഹസാരകൾ അവിശ്വാസികളാണെന്നുമായിരുന്നു അബ്ദുർ റഹ്മാൻ ഖാന്റെ പ്രഖ്യാപനം. എന്നാൽ അമീറിന്റെ ഡോക്ടർ തന്റെ ഓർമ്മക്കുറിപ്പിൽ എഴുതിയത് അമീർ പ്രാർത്ഥിക്കുന്നത് ദൂരെനിന്നുപോലും താൻ കണ്ടിട്ടില്ല എന്നാണ് (Hafizulla Emadi 2010:16). ഹസാരകൾക്കെതിരെ അബ്ദുർ റഹ്മാൻ നിരത്തിയ കുറ്റാരോപണങ്ങളിൽ യാഥാർത്ഥ്യത്തിന്റെ കണികപോലുമുണ്ടായിരുന്നില്ല. ഹസാരകൾ അടിമകളാക്കപ്പെട്ടു. പ്രഭുകുടുംബങ്ങൾക്ക് വിലയ്ക്കുവാങ്ങാനും വില്ക്കാനും കഴിയുന്ന ചരക്കുകളായി ഹസാരകൾ മാറി. അൻപതുരൂപ ആൺകുട്ടികൾക്കും പന്ത്രണ്ട് വയസ്സിൽ താഴെയുള്ള പെൺകുട്ടികൾക്ക് 30 രൂപയുമായിരുന്നു വില (Ibid, 17). ഹസാര അടിമകളെ സമ്മാനമായി നല്കുന്ന പതിവുമുണ്ടായിരുന്നു. ഹസാരകൾ വിട്ടുപോയ മേഖലകൾ ഘിൽസായികൾ ഉൾപ്പെടെയുള്ള മറ്റു ഗോത്രങ്ങൾക്ക് കൈമാറി. എന്നിരിക്കിലും 1897 ൽ അടിമത്തം നിർത്തലാക്കുകയും ഹസാരകളുടെ കച്ചവട ചുങ്കം എടുത്തുകളയുകയും ചെയ്തു. എങ്കിലും ഹസാരകളുടെ അടിമസമാനമായ ജീവിതത്തിന് മാറ്റമുണ്ടായില്ല. അബ്ദുർ റഹ്മാൻ കാഫിർസ്ഥാനിലേക്ക് സൈനിക അതിക്രമം നടത്തുകയും ഇസ്ലാമിലേക്ക് ഹസാരകളെ നിർബ്ബന്ധിത മതപരിവർത്തനത്തിന് വിധേയമാക്കുകയും ചെയ്തു. ഈ പ്രദേശം ഒരു കാലത്ത് നൂറിസ്ഥാൻ എന്നാണ് വിളിക്കപ്പെട്ടത്. ആ പേരിന്റെ അർത്ഥം *വെളിച്ചത്തിന്റെ ഇടം* എന്നാണ്. 1901 ൽ

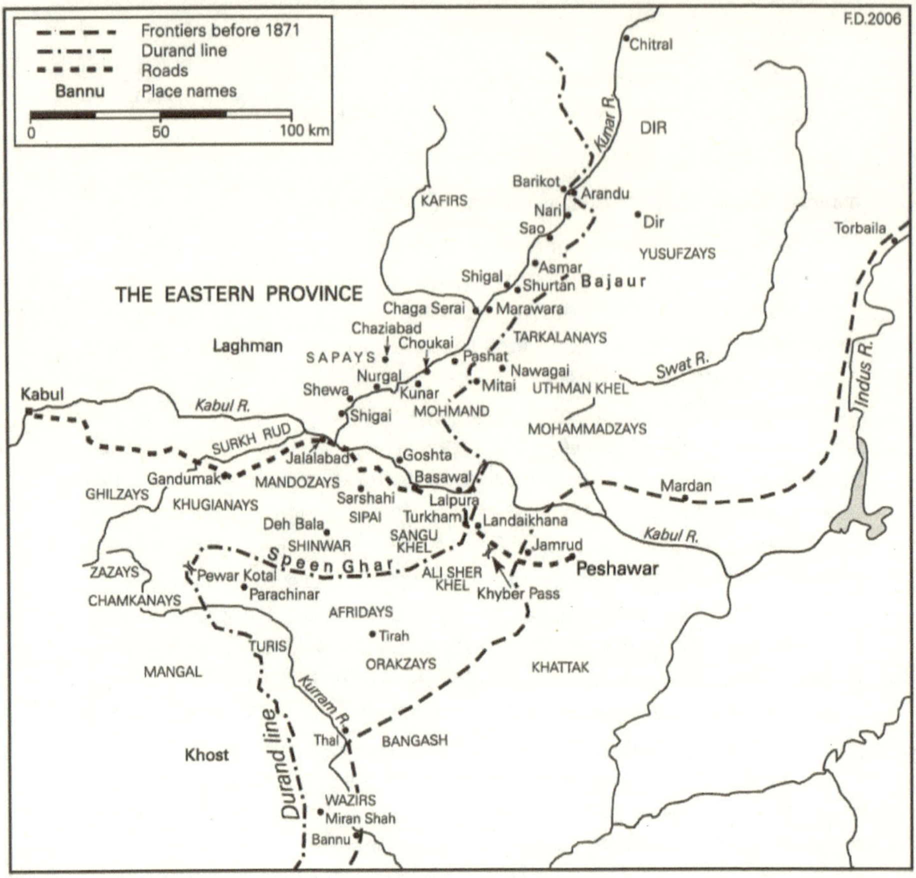

കിഴക്കൻ അഫ്ഗാനിസ്ഥാൻ

അബ്ദുർ റഹ്മാൻ ഖാൻ മരണമടഞ്ഞു. മകൻ ഹബീബുള്ള അധികാരമേറ്റു.

ബ്രിട്ടീഷുകാരുടെ പ്രധാനശത്രുക്കൾ മറാത്താഭരണാധികാരികളായിരുന്നു. നവീന സാങ്കേതികവിദ്യകളുടെയും നയതന്ത്രനൈപുണ്യത്തിന്റെയും മികവിലാണ് ഏതാനും ഇംഗ്ലീഷുകാർ ഇന്ത്യൻ ഉപഭൂഖണ്ഡം പിടിച്ചടക്കിയത്. ബ്രിട്ടീഷുകാരെ ചെറുത്തുകൊണ്ട് പഞ്ചാബിൽ സിഖ് പോരാളികളുണ്ടായിരുന്നതുകൊണ്ടുമാത്രമാണ് ഹ്രസ്വമായ ഒരു കാലത്തേക്കെങ്കിലും ഇംഗ്ലീഷുകാരെ അവഗണിക്കുവാൻ അഫ്ഗാനികൾക്കായത്. നെപ്പോളിയൻ ഒന്നാമന്റെ (1769–1821). സാമ്രാജ്യത്വ മോഹങ്ങളുടെ മുമ്പിലാണ് ദുറാനികൾ ഒരു വൈദേശിക ഭീഷണി കണ്ടുതുടങ്ങിയത്. 1807 ൽ ഒപ്പുവച്ച ഫ്രാങ്കോ–പേർഷ്യൻ ഉടമ്പടി ആദ്യം ഉന്നംവച്ചത് റഷ്യയെ ആയിരുന്നു. ഫ്രഞ്ച് സൈനിക മേധാവികൾ പേർഷ്യൻ ചക്രവർത്തിയെ അഫ്ഗാനിസ്ഥാനിലേക്ക് കടക്കുവാൻ നിർബ്ബന്ധിച്ചുകൊണ്ടിരുന്നു. അഫ്ഗാനിസ്ഥാൻ കീഴടക്കിക്കഴിഞ്ഞാൽ ഇന്ത്യയിലേക്ക് വേഗം കടക്കാം എന്നതായിരുന്നു അവരുടെ കണക്കുകൂട്ടൽ, അഥവാ അങ്ങനെ ഫ്രാൻസ് കണക്കുകൂട്ടുന്നതായി ബ്രിട്ടൺ കരുതുകതന്നെ ചെയ്തു. ബ്രിട്ടന്റെ പ്രഥമ ലക്ഷ്യം ഇന്ത്യയിലേക്കുള്ള ഫ്രാൻസിന്റെ നുഴഞ്ഞു

കയറ്റത്തെ ചെറുക്കുക എന്നതായിരുന്നു. 1807 ൽ ഫ്രാൻസ് റഷ്യക്കെതിരെ കൈവരിച്ച വിജയം അവരെ അസ്വസ്ഥരാക്കി. അതുകൊണ്ട് ഫ്രാൻസിനെ ചെറുക്കുന്നതിനുള്ള പദ്ധതിയുടെ ഭാഗമായാണ് അഫ്ഗാനിസ്ഥാനിലേക്ക് 1809 ൽ സമാധാന സംഘത്തെ കനത്ത പാരിതോഷികവുമായി ബ്രിട്ടൺ അയക്കുന്നത്. ഷാ ഷൂജയെ പ്രീണിപ്പിച്ച് അഫ്ഗാനിസ്ഥാനിൽ ബ്രിട്ടീഷുകാർ തങ്ങളുടേതായ ഇടം കണ്ടെത്തി. എന്നാൽ അത് പൊള്ളിക്കുന്ന വിജയംതന്നെ ആയിമാറി.

ബ്രിട്ടനെ ഇന്ത്യയിൽനിന്നും തുരത്തുക എന്നത് നെപ്പോളിയന്റെ ലക്ഷ്യമായിരുന്നു. 1798 ൽ തന്നെ നെപ്പോളിയൻ അതിനുള്ള പദ്ധതികൾ ആസൂത്രണം ചെയ്തിരുന്നു. 1798 ജൂലൈയിൽ കയ്റോയുടെ ഉൾനാടുകൾ ആക്രമിച്ചുകൊണ്ട് നെപ്പോളിയൻ പ്രഖ്യാപിക്കുന്നുണ്ട്; ഈജിപ്തിലൂടെ നമുക്ക് ഇന്ത്യയെ കീഴടക്കാം എന്ന്. ബ്രിട്ടീഷുകാർക്കെതിരെ പടനയിക്കുവാൻ ടിപ്പുസുൽത്താനെ പ്രചോദിപ്പിക്കുന്നതും നെപ്പോളിയനാണ്. നെപ്പോളിയൻ ടിപ്പുസുൽത്താനെഴുതുന്ന കത്തിൽ സഹായം അഭ്യർത്ഥിക്കുകയും താൻ ചെങ്കടൽ വരെ എത്തിയതായും പറയുന്നു. ബ്രിട്ടീഷ് നുകത്തിൽനിന്നും സ്വതന്ത്രനാവാൻ സർവ്വശക്തൻ ടിപ്പുവിന്റെ കരങ്ങൾക്ക് ശക്തിപകരട്ടെ എന്ന് പ്രാർത്ഥിച്ചുകൊണ്ട് കത്തുചുരുക്കുന്നു. സൂയസിലൂടെയുള്ള കപ്പൽപാത തുറക്കുക എന്നതും ഫ്രാൻസിന്റെ ലക്ഷ്യമായിരുന്നു.

ബ്രിട്ടനെ ദരിദ്രമാക്കിക്കൊണ്ട് ഫ്രാൻസിന്റെ അധീശത്വം വ്യാപിക്കണം എന്നതായിരുന്നു നെപ്പോളിയന്റെ ഉന്നം. എന്നാൽ ഫ്രാൻസിന്റെ സേനയെ അഡ്മിറൽ നെൽസൺ ഈജിപ്തിലെ നൈൽനദിയിൽ മുക്കിക്കൊന്നു എന്നാണ് ആലങ്കാരികമായി ചരിത്രകാരന്മാർ പറയുക. 1798 ആഗസ്തിൽ ഇന്ത്യയിലേക്കുള്ള നെപ്പോളിയന്റെ പടയോട്ടസ്വപ്നത്തിന് അർത്ഥവിരാമമിട്ടു. പുതിയ തന്ത്രം എന്ന നിലയിൽ പേർഷ്യൻ സാമ്രാജ്യത്തിലൂടെ അഫ്ഗാനിലേക്കും; അഫ്ഗാനിസ്ഥാനിൽനിന്ന് ഇന്ത്യയിലേക്കും കടക്കാമെന്ന് നെപ്പോളിയൻ കണക്കുകൂട്ടി. കോൺസ്റ്റാന്റിനോപ്പിളിലൂടെ 45,000 ഫ്രഞ്ച് ഭടന്മാരും കാക്കസ് പർവ്വതനിരകളിലൂടെ 45,000 റഷ്യൻ പടയാളികളും അഫ്ഗാനിലൂടെ ഇന്ത്യയിലേക്ക് നീങ്ങുക എന്നതായിരുന്നു നെപ്പോളിയന്റെ പദ്ധതി. ഈ രഹസ്യ അജണ്ട ബ്രിട്ടൺ ചോർത്തിയെടുക്കുകയും ഇന്ത്യക്കും പേർഷ്യക്കും ഇടയിൽ കിടക്കുന്ന രാജ്യങ്ങളെ അവർ നേരിടുന്ന ഭീഷണിയെക്കുറിച്ച് ബോധവല്ക്കരിക്കുകയും ചെയ്തു. ഗവർണർ ജനറൽ ലോർഡ് മിന്റോയാണ് ഇതിന് നേതൃത്വം കൊടുത്തത്. ലോർഡ് മിന്റോയെ സംബന്ധിച്ചിടത്തോളം നെപ്പോളിയന്റെ പദ്ധതി ആകർഷകമായ ഒന്നായിരുന്നില്ല. അതിന് ആവശ്യമായിവരുന്ന ഊർജ്ജം അനുമാനങ്ങൾക്കും അപ്പുറത്തായിരുന്നു എന്നാണ് അദ്ദേഹത്തിന്റെ അഭിമതം. പേർഷ്യയിലെ ഫ്രഞ്ച് നയതന്ത്ര വിദഗ്ദ്ധർ ഇന്ത്യൻ ദർബ്ബാറുകളിലേക്ക് പ്രവേശിക്കുവാൻ ഉറ്റുശ്രമിക്കുന്ന കാലവുമായിരുന്നു ഇത്. മിന്റോ തന്ത്രപരമായി ഇതിൽ ഇട

പെട്ടു; ടെഹറാൻ, ലാഹോർ, സിന്ധ്, കാബൂൾ ഭരണാധികാരികളെ പ്രീണിപ്പിച്ചുകൊണ്ടാണ് നെപ്പോളിയനെ തടയിടാൻ ശ്രമിച്ചത്.

റഷ്യയാവട്ടെ ഏഷ്യൻ രാഷ്ട്രമാണെങ്കിലും അതിലേറെ അഫ്ഗാനിസ്ഥാനെ ചകിതമാക്കുന്ന രാഷ്ട്രീയ ശക്തികൂടി ആയിരുന്നു. എന്നാൽ കാക്കസ് പർവ്വതപ്രാന്തങ്ങളിലേക്ക് റഷ്യൻ സേന കയറുകയും അധികാരം പിടിക്കുകയും ചെയ്ത സമയത്ത് ഫ്രാൻസ് പേർഷ്യക്ക് ആവശ്യമായ പിന്തുണ നല്കിയില്ല. റഷ്യയുടെ വിജയം ഫ്രാൻസിന്റെ ഇന്ത്യൻ സ്വപ്നങ്ങളെ തടയിട്ടു. റഷ്യയുടെ സാമ്രാജ്യത്വമോഹങ്ങളുടെ എക്കാലത്തെയും ലക്ഷ്യം മദ്ധ്യേഷ്യതന്നെ ആയിരുന്നു. തുറമുഖം, ജലലഭ്യത ഇവയൊക്കെ നേടാൻ കഴിയുന്ന മദ്ധ്യേഷ്യൻ രാഷ്ട്രങ്ങളെ റഷ്യക്ക് നിരോധിച്ചത് ഒട്ടോമൻ സാമ്രാജ്യമാണ്. എ ഡി 1600 ൽ സർ ഭരണകൂടം കാസ്പിയൻ കടലുവരെ എത്തിയിരുന്നു. പത്തൊമ്പതാം നൂറ്റാണ്ടിലാണ് പിന്നീട് റഷ്യ തെക്കോട്ടു വ്യാപിച്ചുതുടങ്ങുന്നത്. 1813 ൽ കാസ്പിയൻ കടൽ മേഖലയിലെ അധികാരങ്ങൾ ഒരു ഉടമ്പടിയിലൂടെ പേർഷ്യ റഷ്യക്ക് കൈമാറി. 1814 ൽ മറ്റൊരു ഉടമ്പടിയിലൂടെ പേർഷ്യയെ സ്വാധീനിക്കാൻ ബ്രിട്ടൺ ശ്രമിച്ചെങ്കിലും ടഹറാനിലുള്ള റഷ്യൻ ആധിപത്യം വർദ്ധിക്കുകയാണ് ഉണ്ടായത്. 1820 ൽ കസാക്ക് മേഖലകളും 1828 ൽ അർമ്മീനിയയും റഷ്യ പിടിച്ചെടുത്തു. ഇതോടെ മദ്ധ്യേഷ്യൻ ഖാനേറ്റുകളുടെ അധികാരം പരിമിതപ്പെടുകയായിരുന്നു. ബ്രിട്ടൺ, ഫ്രാൻസ്, റഷ്യ എന്നീ സാമ്രാജ്യ ശക്തികളുടെ കരങ്ങളിൽനിന്നും രക്ഷപ്പെടുക ക്ഷണസാദ്ധ്യമായിരുന്നില്ല. സ്വാഭാവികമായും ഇന്ത്യയിൽ നിർണ്ണായകശക്തിയായ ബ്രിട്ടൺ രണ്ടാം ആംഗ്ലോ–അഫ്ഗാൻ യുദ്ധത്തിലൂടെ അഫ്ഗാനിസ്ഥാന്റെ അധികാരം പിടിച്ചെടുത്തു. 1901 ൽ അബ്ദുർ റഹ്മാൻ ഖാന്റെ പുത്രൻ ഹബീബുള്ള അധികാരത്തിലെത്തിയതോടെ അഫ്ഗാനിസ്ഥാൻ സമ്പൂർണ്ണമായി ബ്രിട്ടന്റെ അധീനതയിലായി.

ഇരുപതാം നൂറ്റാണ്ടിലേക്ക്

സദോസായ് ഭരണകൂടത്തിന്റെ അന്ത്യനാളുകൾ രക്തരൂക്ഷിതമായ കലാപങ്ങളുടേതായിരുന്നുവെന്ന് നാം കണ്ടുകഴിഞ്ഞു. ദോസ്ത് മുഹമ്മദിന്റെ നേതൃത്വത്തിൽ ഏറ്റവും വലിയ പാഷ്ടൂൺ ഗോത്രം ബറക്സായി വംശം ഭരണാധികാരം പിടിച്ചെടുത്തു. എന്നാൽ ഒരാളുടെ കീഴിലേക്ക് അധികാരം സംയോജിപ്പിക്കുന്നതിനുപകരം അവർ ചെറിയ പ്രവിശ്യകളായി വിഭജിച്ച് ഭരിക്കുകയാണ് ചെയ്തത്. ഈ വിഭജനത്തിലൂടെ ലക്ഷ്യമാക്കിയത് സഹോദരന്മാർ സ്വതന്ത്രമായി പ്രവിശ്യകൾ ഭരിക്കുകയും നികുതിവരുമാനത്തിന്റെ മിച്ചം കാബൂളിലേക്ക് അയക്കുകയും ചെയ്യും എന്നാണ്. എന്നാൽ സഹോദരങ്ങളും അർദ്ധസഹോദരങ്ങളും എല്ലാം ചേർന്ന് കലുഷിതമായ ഒരു അന്തരീക്ഷം സൃഷ്ടിക്കുകയായിരുന്നു. സഹോദരങ്ങൾ സഹോദരങ്ങൾക്കെതിരെ പടനയിക്കുന്ന സാഹചര്യം

സംജാതമായി. ഈ പടക്കളത്തിൽ മാതൃഗോത്രങ്ങളും ഭാഗഭാക്കുകളായി. അങ്ങനെ രാജ്യം ഗോത്രം ഗോത്രമായി വിഭജിക്കപ്പെട്ടു. രക്തരൂക്ഷിത കലാപങ്ങളുടെ നാളുകളായി മാറിയ ഓരോ അധികാര കൈമാറ്റത്തിനുമിടയിലുള്ള സമാധാനത്തിന്റെ നാളുകൾ ഹ്രസ്വമായിരുന്നു.

ആഭ്യന്തര യുദ്ധത്തിന്റെ നാളുകളിൽത്തന്നെയാണ് അഫ്ഗാനിലേക്ക് വൈദേശിക നുഴഞ്ഞുകയറ്റങ്ങളും ഉണ്ടായത്. റഷ്യ അഫ്ഗാനിസ്ഥാനെ അതിന്റെ ചൊൽപ്പടിയിലാക്കുമെന്ന ഭയം അലിഖാന് ഉണ്ടായിരുന്നു. അതുകൊണ്ട് ബ്രിട്ടണുമായി സഖ്യം രൂപപ്പെടുത്താനാണ് അദ്ദേഹം ശ്രമിച്ചത്. പാൻ ഇസ്ലാമിക് മൂവ്മെന്റിന്റെ വക്താവായ സയ്യിദ് ജമാലുദ്ദീൻ അഫ്ഗാനി 1866 ൽ കാബൂളിലെത്തുകയും 1867-വരെ അവിടെ പാർക്കുകയും ചെയ്തു. ബ്രിട്ടനെ ഭയക്കുകയും റഷ്യയെ സ്നേഹിക്കുകയും ചെയ്ത അഫ്ഗാനി കാബൂളിൽ അഫ്സൽ ഖാന്റെയും, റഹ്മാൻ ഖാന്റെയും ഉപദേശകനായിരുന്നു. അലിഖാൻ അധികാരമേറ്റപ്പോഴും പഴയ ഉപദേശവുമായി അടുത്തുകൂടി. റഷ്യയുമായുള്ള സൗഹൃദം അലിഖാന് അസ്വീകാര്യമായിരുന്നു. അഫ്ഗാനിയെ അദ്ദേഹം കാബൂളിൽനിന്നും പുറത്താക്കി. തുടർന്ന് അധികാരത്തിലേറിയ അബ്ദുർ റഹ്മാൻ ഖാന്റെ കാലത്ത് രാജ്യം ബ്രിട്ടണ് വിധേയമായി. ഇരുപതാം നൂറ്റാണ്ടിലേക്ക് പ്രവേശിക്കുമ്പോൾ അഫ്ഗാനിസ്ഥാൻ സമ്പൂർണ്ണമായി ബ്രിട്ടീഷ് അധികാരത്തിൻകീഴിലായിക്കഴിഞ്ഞിരുന്നു.

ഹബീബുള്ളയും ബ്രിട്ടീഷ് കൊളോണിയലിസവും (1901-1919)

1901 ൽ തന്റെ പിതാവിന്റെ മരണത്തെത്തുടർന്ന് അധികാരത്തിലെത്തിയ ഹബീബുള്ള സമർപ്പിതനായ മുസ്ലീം ഭരണാധികാരിയായാണ് സ്വയം വിശേഷിപ്പിച്ചത്. മത സ്ഥാപനങ്ങളുടെ പിന്തുണ തന്റെ അധികാര സ്ഥാപനത്തിന് അദ്ദേഹത്തിന് ആവശ്യമായിരുന്നു. മതിയായ കാരണമില്ലാതെ സ്ത്രീകൾ പുറത്തിറങ്ങുകയോ, കട-കമ്പോളങ്ങളിൽ പോകുവാനോ പാടുള്ളതല്ല എന്നൊരു തിട്ടൂരം ഇദ്ദേഹം പുറപ്പെടുവിച്ചു. അതോടൊപ്പം തന്നെ സംഗീതനിപുണരും കലാകാരന്മാരും ആയ ആളുകളെ അവരുടെ ആവിഷ്കാരങ്ങളിൽനിന്നും വിലക്കി. രാജ്യത്തെ ഹിന്ദു പുരുഷന്മാർ മഞ്ഞ തലയിൽക്കെട്ടും, സ്ത്രീകൾ മഞ്ഞ കുപ്പായവും (ബുർഖ) അവരെ വേർതിരിച്ചറിയാൻ ധരിക്കണമെന്ന് കല്പിച്ചു. ഇസ്ലാമിലേക്ക് മതപരിവർത്തനം ചെയ്യുന്നവർക്ക് പണവും വസ്ത്രവും നല്കി ഭരണകൂടം അവരെ ആദരിച്ചിരുന്നു. തന്റെ പിതാവ് നാടുകടത്തിയ ആളുകൾക്ക് മാപ്പുകൊടുക്കുകയും തടവിൽ കിടന്നവരെ മോചിപ്പിക്കുകയും ചെയ്തു. പാഷ്ടൂണുകൾക്ക് നല്കിയ ഹസാരകളുടെ ഭൂമി സർക്കാർ ഭൂമിയായി പ്രഖ്യാപിച്ചു. പക്ഷേ, ഈ നയം എങ്ങനെ നടപ്പാക്കപ്പെട്ടു എന്ന് നിശ്ചയമില്ല. പാകിസ്ഥാനിലും, ഇറാനിലും മദ്ധ്യേഷ്യയിലുമായി ചേക്കേറിയ ഹസാരകളാരും പിന്നീട് തിരിച്ചുവന്നില്ല. അടിമവ്യാപാരം നിർത്തലാക്കിയെങ്കിലും അടിമകളെ സ്വതന്ത്രരായി പ്രഖ്യാപിച്ചില്ല.

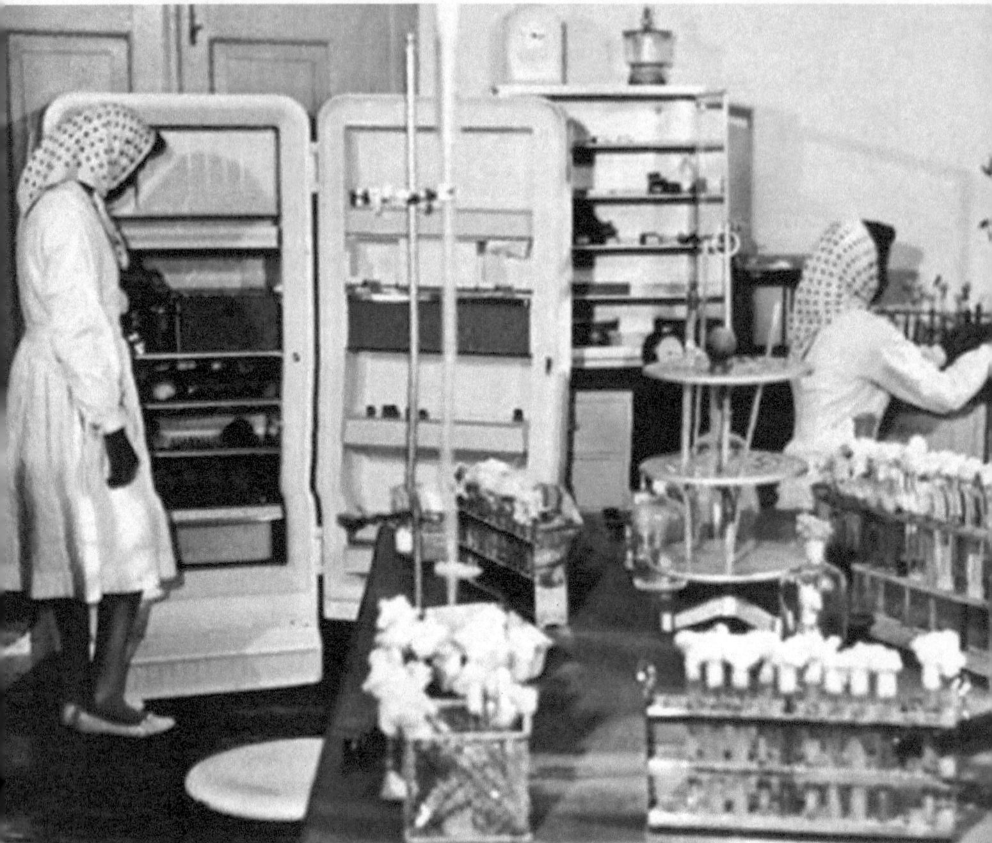

അമാനുള്ളയുടെ ഭരണകാലത്തെ കാബൂൾ സർവ്വകലാശാല ലാബുകൾ

അഫ്ഗാനിസ്ഥാന്റെ ആധുനിക വികസനത്തിന് തുടക്കംകുറിച്ചത് ഹബീബുള്ളയാണ്. ഫാക്ടറികളുടെ പ്രവർത്തനത്തിനാവശ്യമായ വൈദ്യുതി നിലയങ്ങൾ സ്ഥാപിച്ചു. കാബൂളും ജലാലാബാദും തമ്മിൽ ടെലിഫോൺ ബന്ധം സ്ഥാപിച്ചു. ആദ്യത്തെ വാർത്താ പത്രികയും ഹബീബുള്ളയുടെ ഭരണകാലത്താണ് പുറത്തിറങ്ങിയത്. 1903 ൽ പൊതു ഭരണകർത്താക്കളുടെ വിദ്യാഭ്യാസത്തിനായി ഹബീബുള്ള സ്കൂൾ സ്ഥാപിച്ചു. 1909 ൽ സൈനിക കോളേജ്, 1913 ൽ അദ്ധ്യാപക പരിശീലന കേന്ദ്രം, തെക്കൻ പ്രദേശങ്ങളിലെ പ്രഭുക്കന്മാർക്കായി ഒരു വിദ്യാലയം, കുട്ടികളുടെ വിദ്യാഭ്യാസത്തിനായുള്ള സ്കൂളുകൾ എന്നിവയും സ്ഥാപിച്ചു. നൂരിസ്ഥാനിലെ ആളുകളെ ഇസ്ലാമിലേക്ക് മതപരിവർത്തനം ചെയ്തു. ആധുനിക വിദ്യാലയം പ്രധാനമായും കാബൂളിലാണ് സ്ഥിതി ചെയ്തിരുന്നത്. മറ്റുകുട്ടികൾ അവരുടെ വിദ്യാഭ്യാസത്തിന് മദ്രസ്സകളെത്തന്നെയാണ് ആശ്രയിച്ചത്. ആധുനിക വിദ്യാഭ്യാസം സാർവ്വത്രികമാക്കുന്നതിനുള്ള ശ്രമങ്ങളൊന്നും ഹബീബുള്ള ചെയ്തില്ല. വിദ്യാസമ്പന്നർ തന്റെ ഭരണത്തിനൊരു ഭീഷണിയാണെന്നുതന്നെ അദ്ദേഹം കരുതി. തന്റെ പ്രജകളുടെ ജീവിത നിലവാരം അഭിവൃദ്ധിപ്പെടുത്തുന്നതിലേറെ സ്വന്തം സുഖക്ഷേമങ്ങൾക്കായി ജീവിച്ച ഭരണകർത്താ

വാണ് ഹബീബുള്ള. എന്നിട്ടും മതനേതാക്കന്മാർ അദ്ദേഹത്തെ മതത്തിന്റെയും-ദേശത്തിന്റെയും പ്രകാശമായി ആദരിച്ചു.

ഹബീബുള്ള തന്റെ ഭരണകാലമത്രയും ബ്രിട്ടനുമായുള്ള ഉടമ്പടി അക്ഷരം പ്രതി പാലിച്ചു. ദേശീയവാദികൾ, അദ്ദേഹത്തെ പഴിക്കുകയും ഭരണഘടനാനുസൃത രാഷ്ട്രത്തിനും ദേശീയവികസനത്തിനുമായി മുറവിളി കൂട്ടുകയും ചെയ്തു. യാഥാസ്ഥിതികരായ ഒരു കൂട്ടം വരേണ്യ വർഗ്ഗവും സ്വാതന്ത്ര്യേച്ഛുക്കളെ പിന്തുണച്ചു. അവരുടെ ലക്ഷ്യം അഫ്ഗാനിസ്ഥാനെ അന്തർദ്ദേശീയ ബന്ധങ്ങളിൽനിന്നും വേർപെടുത്തി പരമ്പരാഗതമായ സാമൂഹിക സാമ്പത്തിക വ്യവസ്ഥ തിരിച്ചുകൊണ്ടുവരിക എന്നതായിരുന്നു. സ്വാതന്ത്ര്യേച്ഛുക്കളുടെ പ്രക്ഷോഭങ്ങൾക്ക് ചെവികൊടുക്കാതെയിരുന്ന ഹബീബുള്ളയ്ക്ക് പിന്നീട് അതിന്റെ വിലകൊടുക്കേണ്ടിവന്നു. 1919 ഫെബ്രുവരി 20 ന് ഒരു രഹസ്യ സംഘടനയാൽ ഹബീബുള്ള വധിക്കപ്പെട്ടു. ഈ വധത്തിൽ ഹബീബുള്ളയുടെ പുത്രൻ അമാനുള്ളയ്ക്കും ചില ഉന്നത ഉദ്യോഗസ്ഥർക്കും പങ്കുണ്ടെന്ന ആരോപണം ഉയർന്നു. ഹബീബുള്ളയുടെ മരണം യാഥാസ്ഥിതികരും പരിഷ്കരണവാദികളും തമ്മിലുള്ള കലഹത്തിന് കാരണമായി. ജലാലാബാദിൽ ഹബീബുള്ളയുടെ സഹോദരൻ നസ്രുള്ള യാഥാസ്ഥിതികരുടെ പിന്തുണ

നേടി. അദ്ദേഹം രാജാവായി സ്വയം പ്രഖ്യാപിച്ചു. എന്നാൽ ഹബീബുള്ളയുടെ ഇളയപുത്രൻ അമാനുള്ള സൈന്യത്തിന്റെ സഹായത്തോടെ കാബൂളിൽ രാജാവായി തുടർന്ന് നസ്രുള്ളയും അനുയായികളും കീഴടങ്ങാൻ നിർബ്ബന്ധിതരായി.

സ്വാതന്ത്ര്യേച്ഛുവും പരിഷ്കാര വ്യഗ്രനുമായിരുന്നു അമാനുള്ള. അധികാരത്തിലേറിയ ഉടനെ തന്നെ ബ്രിട്ടന്റെ കാല്ക്കീഴിൽനിന്നും അഫ്ഗാനിസ്ഥാനെ മോചിപ്പിക്കുവാൻ ആഗ്രഹിച്ചു. അഫ്ഗാൻ ദേശീയവാദികളുടെ പിന്തുണയോടെ 1919 ഏപ്രിൽ 13 ന് അമാനുള്ള രാഷ്ട്രത്തെ അഭിസംബോധന ചെയ്തുകൊണ്ട് അഫ്ഗാനിസ്ഥാന്റെ സ്വാതന്ത്ര്യം പ്രഖ്യാപിച്ചു;

"ഞാനും എന്റെ രാഷ്ട്രവും സ്വതന്ത്രമാണെന്നും ആഭ്യന്തരവും വൈദേശികവുമായ കാര്യങ്ങളിൽ സ്വതന്ത്രവും പരമാധികാരവുമുള്ള രാഷ്ട്രമായിരിക്കുമെന്നും, അങ്ങനെ എന്റെ രാജ്യം മറ്റെല്ലാ ലോകരാജ്യങ്ങളെപ്പോലെയും സ്വതന്ത്ര രാഷ്ട്രമായിരിക്കുമെന്നും പ്രഖ്യാപിക്കുന്നു."

ഈ സ്വാതന്ത്ര്യ പ്രഖ്യാപനം ബ്രിട്ടനെ അസ്വസ്ഥമാക്കി. അവർ മൂന്നാം ആംഗ്ലോ–അഫ്ഗാൻ യുദ്ധം 1919 മെയിൽ അഴിച്ചുവിട്ടു. പക്ഷേ, തോറ്റു പിന്മാറേണ്ടിവന്നു. 1919 ആഗസ്ത് 8 ന് റാവൽപ്പിണ്ടി ഉടമ്പടിയോടെ അഫ്ഗാനിസ്ഥാൻ ബ്രിട്ടന്റെ അധീനതയിൽനിന്നും സ്വതന്ത്രമായി.

യൂറോപ്പിന്റെ ശാക്തിക സന്തുലനവുമായി ബന്ധപ്പെട്ടാണ് അഫ്ഗാനുമേലുള്ള അധിനിവേശങ്ങൾ ആരംഭിക്കുന്നത്. യൂറോപ്യൻ ശക്തികൾക്ക് ചെറുത്തുതോല്പിക്കാനാവാത്ത യുദ്ധവീര്യം അഫ്ഗാൻ ജനതയുടെ രക്തത്തിലലിഞ്ഞു ചേർന്നിട്ടുണ്ട്. ഭ്രാതൃഹത്യയുടെ നാളുകളിൽ ഗോത്രങ്ങളുടെ ആന്തരിക ശൈഥല്യത്തെ മുതലെടുത്തുകൊണ്ടാണ് വൈദേശിക ഭരണകൂടങ്ങൾക്ക് കടന്നുകയറാനായത്. എന്നാൽ, അമാനുള്ളയുടെ സ്വാതന്ത്ര്യവാഞ്ഛ യൂറോപ്യൻ ശക്തികളെ അഫ്ഗാനിൽനിന്നും താല്ക്കാലികമായെങ്കിലും മാറ്റിനിർത്താൻ കാരണമായി. അതോടൊപ്പം തന്നെ ഒരു സ്വതന്ത്രരാഷ്ട്രമായി ആഗോള രാഷ്ട്രീയത്തിലേക്ക് കടക്കാനുമായി.

5

സ്വാതന്ത്ര്യത്തിലേക്ക്

ആയിരത്തി തൊള്ളായിരത്തി പത്തൊൻപത് ഏപ്രിൽ 13 ന് അമാനുള്ളാ ഖാൻ അഫ്ഗാനിസ്ഥാന്റെ സ്വാതന്ത്ര്യം പ്രഖ്യാപിച്ചു. അഫ്ഗാനിൽ ദേശീയ ബോധത്തിന്റെ അലകളുയർത്തിയത് അഹമ്മദ് ഷാ അബ്ദാലിയാണെന്ന വാദമുണ്ട്. എന്നാൽ അഹമ്മദ് ഷായുടേത് പാഷ്ടൂൺ ഗോത്രരാഷ്ട്രസങ്കല്പം മാത്രമായിരുന്നു എന്നും മറ്റൊരു വിമർശനം നിലനില്ക്കുന്നു. എന്തായാലും ആധുനിക അഫ്ഗാനിസ്ഥാന്റെ ശില്പി എന്ന പദവി അഹമ്മദ് ഷായ്ക്കു തന്നെയാണ് ചരിത്രകാരന്മാർ നല്കുന്നത്. ആധുനികമായ ദേശീയവികാരത്തിന്റെ ഹൃദയസ്പർശിയായ വരികൾ കുറിച്ച കവിയാണ് അഹമ്മദ് ഷാ. ഷാ തന്റെ കവിതയിലൂടെ പറയുന്നു:

"രക്തംകൊണ്ട്
ഞങ്ങൾ നിന്നോടുള്ള പ്രണയത്തിൽ നിമഗ്നരാവുന്നു:
നിനക്കായ് യുവാക്കൾ ശിരസ്സറുക്കുന്നു
ഞാൻ നിന്നിലേക്കുവരുമ്പോൾ എന്റെ ഹൃദയം സ്വച്ഛമാകുന്നു
നിന്നിൽനിന്നകലുമ്പോൾ
ദുഃഖം പാമ്പിനെപ്പോലെ ഇഴഞ്ഞെത്തുന്നു.
ഞാൻ ദില്ലിയിലെ സിംഹാസനം വിസ്മരിച്ചു,
എന്റെ അഫ്ഗാനിലെ ഗിരിനിരകളെ ഓർമ്മിച്ചപ്പോൾ
നിനക്കും ലോകത്തിനുമിടയിൽ ഒരു തിരഞ്ഞെടുപ്പുണ്ടെങ്കിൽ;
എനിക്കു ശങ്കയില്ല, നിന്റെ വന്ധ്യമരുഭൂമികൾ എന്റേതാക്കുവാൻ"
(Stephen Tanner 2002:113).

ദുറാനികൾക്കുമുമ്പും അഫ്ഗാനിൽ സാമ്രാജ്യങ്ങളുണ്ടായിരുന്നു. പക്ഷേ, അവയൊക്കെ തുർക്കികളുടേതായിരുന്നു. ദുറാനികളുടെ വിജയം അഫ്ഗാനികൾ തന്നെ തങ്ങളുടെ ഭരണകർത്താക്കളായി മാറി എന്നതാണ്.

ദേശീയ പ്രസ്ഥാനങ്ങൾ

അഫ്ഗാനിലെ വിദേശാധിപത്യത്തിനെതിരെയുള്ള പോരാട്ടങ്ങൾ ഷാ ഷൂജയുടെ കാലത്തുതന്നെ ആരംഭിക്കുന്നതാണ്. ബ്രിട്ടീഷുകാരുടെ കടന്നുവരവ് ദോസ്ത് മുഹമ്മദിന്റെ പുത്രൻ മുഹമ്മദ് അക്ബറിനെ പ്രകോപിതനാക്കി. അദ്ദേഹം ബ്രിട്ടീഷുകാർക്കെതിരെയുള്ള പോരാട്ടത്തിൽ മരണം വരിച്ചു (Shaista Wahab and Barry Youngerman 2007:85). ഒന്നാം ആംഗ്ലോ-അഫ്ഗാൻ യുദ്ധത്തെത്തുടർന്ന് ഷൂജയുടെ പാവഭരണ കൂടത്തെ ബ്രിട്ടീഷുകാർ അധികാരത്തിലേറ്റിയത് ജനങ്ങൾക്ക് അസ്വീകാര്യമായി. മതനേതാക്കന്മാർ ഷൂജയുടെ പേര് വെള്ളിയാഴ്ച പ്രാർത്ഥനകളിൽനിന്നും ഒഴിവാക്കി. ബ്രിട്ടീഷ് ഈസ്റ്റ് ഇന്ത്യാക്കമ്പനിയുടെ താല്പര്യങ്ങൾ സംരക്ഷിക്കുന്ന അർമേനിയനാണ് ഷൂജ എന്ന് ജനങ്ങളുടെ ഇടയിൽ പ്രചരണം ഉണ്ടായി. ഷൂജ അച്ചടിച്ച നാണയങ്ങളിലെ വാചകം ജനങ്ങൾ പരിഹാസരൂപത്തിൽ തിരുത്തി വായിച്ചു. നാണയത്തിൽ രേഖപ്പെടുത്തിയത് ഇങ്ങനെയാണ്:

"സൂര്യ ചന്ദ്രന്മാരേക്കാൾ ശോഭയുള്ള സുവർണ്ണ രജത നാണയങ്ങൾ, കൺമണി മുത്തുകളിൽ മുത്തായ ഷാ ഷൂജ."

ഈ വാചകം അഫ്ഗാനികൾ തിരുത്തി

"അർമേനിയനായ ഷാ ഷൂജയുടെ നാണയങ്ങൾ സ്വർണ്ണവും വെള്ളിയുമാണ്. ലോർഡ് ബേൺസിന്റെ പ്രിയനും കമ്പനി ദാസനുമാണ് അയാൾ."

(Hafizulla Emadi 2010:14).

ബ്രിട്ടീഷുകാരും അവരുടെ ശിപായിമാരും ജനങ്ങളുടെ വെറുപ്പിനും കോപത്തിനും പാത്രമായി. അലക്സാണ്ടർ ബേൺസ് ജനങ്ങളുടെ അക്രമത്തിന് ഇരയായി വധിക്കപ്പെട്ടു. ഒന്നാം ആംഗ്ലോ അഫ്ഗാൻ യുദ്ധ സന്ദർഭത്തിൽ ജലാലാബാദിലേക്കുള്ള വഴിയിൽ ഷാ ഷൂജ ആക്രമിക്കപ്പെടുകയും വധിക്കപ്പെടുകയും ചെയ്തു.

രണ്ടാം ആംഗ്ലോ-അഫ്ഗാൻ യുദ്ധത്തിന്റെ പശ്ചാത്തലത്തിലും സമാനമായ സംഭവങ്ങൾ അരങ്ങേറി. യാക്കുബ് സിംഹാസനം ഉപേക്ഷിച്ച സന്ദർഭത്തിൽ കാബൂളിലെ സൈനികത്താവളം ജനങ്ങൾ ആക്രമിച്ചു. ബ്രിട്ടീഷുകാർക്കെതിരെ ശക്തമായ ജനകീയ രോഷം ഈ കാലഘട്ടത്തിലുടനീളം ഉണ്ടായിരുന്നു. ഹബീബുള്ള ബ്രിട്ടീഷ് ഭരണകൂടത്തിന് വിധേയനായിരിക്കുമ്പോഴും അദ്ദേഹം തുറന്നുവച്ച ആധുനികവല്ക്കരണവും മറ്റു നയങ്ങളും ഒരു ദേശീയ മുന്നേറ്റത്തിന് അടിത്തറയിട്ടു. തന്റെ പിതാവിന്റെ കാലത്ത് നാടുകടത്തപ്പെട്ട പല കുടുംബങ്ങൾക്കും അദ്ദേഹം

മാപ്പുനല്കിയതിനെത്തുടർന്ന് ദോസ്തു മുഹമ്മദിന്റെ കുടുംബം വീണ്ടും അഫ്ഗാനിസ്ഥാനിലെത്തി, ഹബീബുള്ള ഭരണകൂടത്തിൽ ഉന്നത സ്ഥാനം നേടി. ഇതോടൊപ്പം മടങ്ങിയെത്തിയ മുഹമ്മദ് ബഗ് താഴ്സി അഫ്ഗാനിലെ ദേശീയ മുന്നേറ്റത്തിൽ നിർണ്ണായക സാന്നിദ്ധ്യമായി മാറി. അഫ്ഗാനിസ്ഥാന്റെ ആധുനികവല്ക്കരണത്തിന് നേതൃത്വം നല്കിയ താഴ്സി ഇന്ത്യയിലും മദ്ധ്യേഷ്യയിലും മറ്റ് ഇസ്ലാമികരാഷ്ട്രങ്ങളിലും ദേശീയ പ്രസ്ഥാനങ്ങൾക്ക് പ്രചോദനമായി മാറി. ദീർഘകാലം സിറിയയിൽ താമസിച്ച താഴ്സിയുടെ ഭാര്യയും സിറിയൻ വംശജയാണ്. തുർക്കിയിലെ പരിവർത്തനങ്ങൾക്ക് നാന്ദിയായ യുവതുർക്കി പ്രസ്ഥാനം സ്ഥാപിച്ചത് താഴ്സിയാണ്. ഹബീബുള്ളയുടെ അനുമതിയോടെ ഒരു ദ്വൈമാസികയും താഴ്സി പ്രസിദ്ധീകരിച്ചിരുന്നു. പാൻ–ഇസ്ലാമിക് മൂവ്മെന്റുകൾക്കുവേണ്ടി നിലകൊള്ളുകയും ബ്രിട്ടന്റെ സാമ്രാജ്യത്വ നയത്തെ വിമർശന വിധേയമാക്കുകയും ചെയ്തു. ഹബീബുള്ളയുടെ രണ്ടുമക്കളുടെ അദ്ധ്യാപകൻ കൂടിയായിരുന്നു താഴ്സി. താഴ്സിയുടെ പെൺമക്കളെയാണ് അമാനുള്ളയും സഹോദരൻ ഇനായത്തുള്ളയും വിവാഹം കഴിച്ചത്. ഏക ഭാര്യാവാദത്തിന്റെ വക്താവായിരുന്നു താഴ്സി.

ഹബീബുള്ള ശ്രദ്ധേയമായ ചില ഭരണപരിഷ്കാരങ്ങൾ നടപ്പാക്കി. അതിക്രൂരമായ ശിക്ഷണ നടപടികളും തന്റെ പിതാവ് രൂപപ്പെടുത്തിയ ചാരപ്രവർത്തനരീതികളും ഇല്ലാതെയാക്കി. സാംസ്കാരികമായി പാശ്ചാത്യ മൂല്യങ്ങൾ പ്രചരിക്കുന്നതും ഹബീബുള്ളയുടെ ഭരണകാലത്താണ്. ഇംഗ്ലീഷ് ഹോസ്പിറ്റലുകളും പാശ്ചാത്യ വിദ്യാഭ്യാസവും നടപ്പായി. ദേശീയ പ്രസ്ഥാനത്തെ ശാക്തീകരിക്കുന്ന ഒരു അടിത്തറ അഫ്ഗാനിസ്ഥാനിൽ ഇതിലൂടെ രൂപപ്പെടുത്തി. 1906 ൽ ഇന്ത്യ സന്ദർശിച്ച ഹബീബുള്ള കണ്ട വികസനം താഴ്സിയുടെ ആധുനികവല്ക്കരണ പ്രവർത്തനത്തെ പ്രോത്സാഹിപ്പിക്കുവാൻ അദ്ദേഹത്തെ പ്രചോദിപ്പിച്ചു. ഒന്നാം ലോകയുദ്ധത്തിൽനിന്നും വിട്ടുനില്ക്കാനാണ് ഹബീബുള്ള ആഗ്രഹിച്ചത്. ലോകയുദ്ധം അവസാനിച്ചപ്പോൾ ബ്രിട്ടണിൽനിന്നും സമ്പൂർണ്ണമോചനം അദ്ദേഹം ആവശ്യപ്പെടുകയും ചെയ്തു. എന്നാൽ ബ്രിട്ടൺ അതിനു തയ്യാറായില്ല. അവരുടെ വാദം ഇപ്പോഴും റഷ്യയുടെ ഭീഷണി അഫ്ഗാനിസ്ഥാനുമേൽ നിലനില്ക്കുന്നു എന്നതായിരുന്നു.

സോവിയറ്റ് സാന്നിദ്ധ്യം

ലോകമെമ്പാടും സോഷ്യലിസ്റ്റ് ആശയങ്ങൾക്ക് പിന്തുണ ഏറിവരുന്ന പശ്ചാത്തലമായിരുന്നു സാറിസ്റ്റ് വാഴ്ചയ്ക്ക് അന്ത്യംകുറിച്ചുകൊണ്ട് റഷ്യയിൽ ബോൾഷെവിക്കുകൾ അധികാരത്തിലേറിയത്. അഫ്ഗാനിസ്ഥാന്റെ സ്വാതന്ത്ര്യത്തെ ഔപചാരികമായി അംഗീകരിച്ച പ്രഥമരാഷ്ട്രവും സോവിയറ്റ് യൂണിയനാണ്. ഇരു രാഷ്ട്രങ്ങളും സ്ഥാനപതികളെ നിയമിക്കുന്നതിനും പരസ്പര ധാരണയായി. 1919 സെപ്തംബറിൽ സോവിയറ്റ് യൂണിയന്റെ സ്ഥാനപതി അലക്സാണ്ടർ ബ്രാവിൻ

കാബൂളിൽ സ്ഥാനമേറ്റു. സോവിയറ്റ് യൂണിയന്റെ ആശയങ്ങളോടും, കോളനി രാജ്യങ്ങളുടെ മോചനത്തിനായും ഒന്നിച്ച് പ്രവർത്തിക്കുന്നതിനുള്ള സന്നദ്ധത അറിയിച്ചുകൊണ്ട് ഒക്ടോബറിൽ ജനറൽ മുഹമ്മദ് വാലിയുടെ നേതൃത്വത്തിലുള്ള ദൗത്യവാഹക സംഘം മോസ്കോയിലെത്തി. ലെനിൻ ഊഷ്മളമായ സ്വാഗതമാണ് നല്കിയത്. കോളനികളുടെ സ്വാതന്ത്ര്യം ഈ കൂടിക്കാഴ്ചയിൽ മുഖ്യ പ്രമേയമായി മാറി. കോളനിവിരുദ്ധവും, ദേശീയ പ്രക്ഷോഭങ്ങളെ ശക്തിപ്പെടുത്തുന്നതുമാണ് റഷ്യയുടെ നിലപാടുകൾ എന്ന് ഈ കൂടിക്കാഴ്ചയിൽ വ്യക്തമാക്കപ്പെടുകയും ചെയ്തു. അമുദാരിയ നദിയിലുള്ള ദർഘദ് ദ്വീപിനെ സംബന്ധിച്ച് ചർച്ച ചെയ്യുകയും സോവിയറ്റ് യൂണിയൻ ഈ ദ്വീപ് 1926 ൽ അഫ്ഗാനിസ്ഥാന് കൈമാറുകയുമുണ്ടായി. സോവിയറ്റ് യൂണിയനും അഫ്ഗാനിസ്ഥാനും തമ്മിലുള്ള ബന്ധം വിദ്യാഭ്യാസം, സാങ്കേതികവിദ്യ, സാംസ്കാരിക വിനിമയം എന്നീ മേഖലകളിൽ ശക്തിപ്പെടുകയുണ്ടായി.

അന്തർദ്ദേശീയ സമൂഹത്തിൽ അഫ്ഗാനിസ്ഥാന്റെ സ്ഥാനം മെച്ചപ്പെടുത്തുന്നതിനാണ് അമാനുള്ള പരിശ്രമിച്ചത്. തുർക്കിയുമായി നയതന്ത്ര ബന്ധങ്ങൾ 1921 ൽ സ്ഥാപിച്ചു. പരസ്പരം സ്വതന്ത്ര രാഷ്ട്രങ്ങളായി അംഗീകരിക്കുകയും സൈനികവും സാംസ്കാരികവുമായ വികസനത്തിനുള്ള പിന്തുണകൾ വാഗ്ദാനം ചെയ്യുകയും ചെയ്തു. ഇസ്ലാമിക ലോകത്ത് ഒത്തൊരുമിച്ച് പ്രവർത്തിക്കുന്നതിനുള്ള സാദ്ധ്യതയാണ് തുർക്കിയും അഫ്ഗാനിസ്ഥാനും തമ്മിലുള്ള ബന്ധങ്ങൾ തുറന്നത്. ഇതോടൊപ്പം തന്നെ അയൽരാജ്യമായ ഇറാനുമായും 1921 ജൂണിൽ നയതന്ത്ര ബന്ധങ്ങൾ ആരംഭിച്ചു. സോവിയറ്റ് യൂണിയൻ അഫ്ഗാനിസ്ഥാനെ സ്വതന്ത്ര രാഷ്ട്രമായി അംഗീകരിച്ചതോടെ ബ്രിട്ടൺ അല്പമൊന്ന് ആശ്വസിച്ചു. സോവിയറ്റ് യൂണിയന്റെ സമ്മർദ്ദം തങ്ങൾക്കുമേൽ കുറഞ്ഞു എന്നുള്ള ഒരു ധാരണയുണ്ടായി.

അഫ്ഗാനിസ്ഥാനാവട്ടെ അതിന്റെ കോളനി വിരുദ്ധ പോരാട്ടങ്ങളുടെ പ്രധാന ഇടമായി ഇന്ത്യയെ കാണുകയും ഇന്ത്യൻ സ്വാതന്ത്ര്യ സമരപോരാളികൾക്ക് ആവശ്യമായ ലഘുലേഖകൾ അഫ്ഗാനിൽനിന്നും ഇന്ത്യയിലേക്ക് എത്തിക്കുകയും, ഇന്ത്യൻ സ്വാതന്ത്ര്യ സമരസേനാനികളെ അഫ്ഗാനിലേക്ക് സ്വാഗതം ചെയ്യുകയും ചെയ്തു. അഫ്ഗാനിസ്ഥാന്റെ പിന്തുണ നേടിയ സ്വാതന്ത്ര്യ സമരപോരാളികളിൽ പ്രമുഖനായിരുന്നു അബ്ദുൽ ഗഫാർഖാൻ. ഇന്ത്യയിൽ അതിർത്തി ഗാന്ധി എന്ന പേരിലാണ് ഇദ്ദേഹം അറിയപ്പെടുന്നത്. ഇദ്ദേഹം മുന്നോട്ടു നയിച്ച നിയമലംഘന പ്രസ്ഥാനത്തിനുവേണ്ട പിന്തുണ നല്കുന്നതിന് അഫ്ഗാനിസ്ഥാൻ തയ്യാറായി. 1923 ഏപ്രിൽ 9 ന് അമാനുള്ള തന്റെ മതേതര ഭരണഘടന പ്രഖ്യാപിച്ചു. മുസ്ലീങ്ങൾക്കും അമുസ്ലീങ്ങൾക്കും ഭരണഘടന അനുസരിച്ച് തുല്യപദവി വാഗ്ദാനം ചെയ്തു. സ്ത്രീകൾക്ക് അവകാശങ്ങൾ വാഗ്ദാനം ചെയ്യുകയും അടിമത്തവും നിർബ്ബന്ധിത തൊഴിലും നിരോധിക്കുകയും ചെയ്തു. മത ന്യായാധിപന്മാരുടെ അവ

കാശങ്ങൾ വെട്ടിക്കുറച്ചു. രാജകുടുംബാംഗങ്ങളും ഗോത്രമൂപ്പന്മാരും അനുഭവിച്ചുവന്ന സൗജന്യങ്ങൾ എടുത്തുകളഞ്ഞു. സാർവ്വത്രിക വിദ്യാഭ്യാസം നടപ്പിലാക്കി. റോമൻ കലണ്ടർ അംഗീകരിച്ചു. അഫ്ഗാനിസ്ഥാനിൽ വിദ്യാഭ്യാസ വിപ്ലവത്തിന് തിരിതെളിക്കാൻ അമാനുള്ളയ്ക്ക് കഴിഞ്ഞു. പൊതുസമൂഹം, സ്ത്രീകൾ, കുട്ടികൾ എന്നിവരെ ലാക്കാക്കി പ്രത്യേകം പ്രസിദ്ധീകരണങ്ങളുണ്ടായി.

ലോകമെമ്പാടുമുള്ള പരിഷ്കരണപ്രസ്ഥാനങ്ങളോട് കൈകോർക്കാനും അവയോട് ചേർന്ന് ആധുനിക അഫ്ഗാനിസ്ഥാൻ രൂപപ്പെടുത്താനുമാണ് അമാനുള്ള ഖാൻ ശ്രമിച്ചത്. എന്നാൽ, അത് അഫ്ഗാനിസ്ഥാന്റെ സാംസ്കാരിക പരിസരങ്ങൾക്ക് ചേരുന്നതായിരുന്നില്ല. നൂറ്റാണ്ടുകളിലൂടെ യൂറോപ്പ് ആർജ്ജിച്ചെടുത്ത ഒരു സംസ്കൃതിയെ പൊടുന്നനെ ഗോത്രജനതയ്ക്കുമുകളിൽ പ്രതിഷ്ഠിക്കുമ്പോഴുണ്ടാകുന്ന സംഘർഷങ്ങൾ സ്വാഭാവികമായും അഫ്ഗാനിസ്ഥാനിലും ഉണ്ടായി.

യാഥാസ്ഥിതിക വീക്ഷണങ്ങൾ ശക്തമായി. യാഥാസ്ഥിതിക പക്ഷം അമാനുള്ളയുടെ പരിഷ്കരണങ്ങൾ അട്ടിമറിക്കാൻ തയ്യാറായി. യൂറോപ്യൻ നവോത്ഥാനത്തിലും റഷ്യൻ വിപ്ലവത്തിലും ആകൃഷ്ടനായ അമാനുള്ള ബൂർഷ്വാസി ഇനിയും രൂപപ്പെട്ടിട്ടില്ലാത്ത ഒരു സമൂഹത്തിലാണ് ബൂർഷ്വാ സാമൂഹിക വിപ്ലവാശയങ്ങൾ സന്നിവേശിപ്പിച്ചത്. അതുകൊണ്ടാണ് അദ്ദേഹത്തിന്റെ രാഷ്ട്രീയ-സാമൂഹിക ഇടപെടലുകൾ പരാജയപ്പെട്ടത് എന്നൊരു നിരീക്ഷണവും നിലനില്ക്കുന്നു (Hafizulla Emadi 2010:20). സാധാരണക്കാരുടെ തകരുന്ന സാമ്പത്തിക അവസ്ഥയും ഫ്യൂഡൽ മാടമ്പിമാരുടെ പരിഷ്ക്കാര വിരുദ്ധമനോഭാവവും അവഗണിച്ചത് പരാജയത്തിന്റെ മറ്റൊരു കാരണമായി. 1929 ൽ അധികാരം ഉപേക്ഷിക്കുവാൻ അമാനുള്ള നിർബ്ബന്ധിതനായി.

അമാനുള്ളയുടെ പതനം

അമാനുള്ളയുടെ ഭരണകാലം ബ്രിട്ടനുമായുള്ള സംഘർഷത്തിന്റെ നാളുകളായിരുന്നു. അഫ്ഗാനിസ്ഥാനിന്റെ അതിർത്തികളിൽ ഗോത്രകലാപങ്ങൾ സൃഷ്ടിക്കുന്നതിന് ബ്രിട്ടനും; ബ്രിട്ടീഷ് ഇന്ത്യയിൽ കലാപങ്ങൾ സൃഷ്ടിക്കുവാൻ അഫ്ഗാനിസ്ഥാനും പിന്തുണകൾ നല്കിയിരുന്നു. 1924 ൽ മംഗൾ പാഷ്ടൂൺ ഗോത്രം മതനേതാക്കന്മാരുടെ നേതൃത്വത്തിൽ പ്രക്ഷോഭം ആരംഭിച്ചു. ഈ പ്രക്ഷോഭത്തിനു പിന്നിലെ കരങ്ങൾ ബ്രിട്ടന്റേതാണെന്ന് തിരിച്ചറിയാൻ ബുദ്ധിമുട്ടുണ്ടായില്ല. അമാനുള്ള വിരുദ്ധരുടെ ആവശ്യങ്ങൾ ബ്രിട്ടീഷുകാരുടെ പ്രവർത്തനങ്ങൾ മാത്രം അഫ്ഗാനിസ്ഥാനിൽ നിലനിർത്തിക്കൊണ്ട് മറ്റ് വിദേശികളെ മുഴുവൻ പുറത്താക്കുക എന്നതായിരുന്നു. ഒപ്പം അമാനുള്ള തന്റെ ഭാര്യ സുരയയെ ഉപേക്ഷിക്കണം. ഈ പ്രക്ഷോഭങ്ങളുടെ നേതൃത്വം ഷേർ അലിഖാന്റെ പൗത്രന്മാരായ അബ്ദുൾ റഷീദിലും അബ്ദുൽ കരീമിലുമായിരുന്നു. മുല്ലമാരായിരുന്നു അവരുടെ പ്രധാന പിന്തുണ. തെക്കൻ മേഖലകളിൽ

അമാനുള്ളയും സുരയയും വിദേശസന്ദർശനത്തിൽ

1927 ൽ അമാനുള്ളയും ഭാര്യ സുരയയും പേർഷ്യ, ഇന്ത്യ, ഈജിപ്ത്, തുർക്കി, സോവിയറ്റ് യൂണിയൻ തുടങ്ങിയ രാജ്യങ്ങൾ സന്ദർശിച്ചു. രാജകീയ ദമ്പതികളുടെ ചിത്രങ്ങൾ ദിനപത്രങ്ങളിൽ അടിച്ചുവന്നത് വലിയ പ്രക്ഷോഭങ്ങൾക്ക് കാരണമായി. വിശേഷിച്ചും രാജ്ഞിയുടെ പാശ്ചാത്യ രീതിയിലുള്ള വേഷവിധാനം പ്രകോപനങ്ങൾക്ക് കാരണമായി.

ഒരു രാഷ്ട്രവിരുദ്ധ കൂട്ടുകെട്ടുണ്ടാക്കാനാണ് അവർ ശ്രമിച്ചത്. അമാനുള്ളയുടെ പരിഷ്കരണങ്ങളെ അദ്ദേഹത്തിന്റെ യുദ്ധകാര്യ മന്ത്രി ജനറൽ മുഹമ്മദ് നാദിറും എതിർത്തു. ഏതാണ്ട് ഒൻപതുമാസം വേണ്ടിവന്നു മംഗൾ പാഷ്ടൂൺ കലാപം അമർച്ച ചെയ്യാൻ.

അതുപോലെ തന്നെ അഫ്ഗാനിലുള്ള സോവിയറ്റ് റഷ്യയുടെ സാന്നിദ്ധ്യവും ബ്രിട്ടന് മറ്റൊരു തലവേദന ആയിരുന്നു. സാറിസ്റ്റ് റഷ്യ പിടിച്ചുവച്ചിരുന്ന അഫ്ഗാൻ പ്രദേശങ്ങൾ ലെനിൻ അഫ്ഗാനിസ്ഥാനിന് തിരികെ നല്കി. അഫ്ഗാനുമായുള്ള ബന്ധത്തിലൂടെ സോഷ്യലിസ്റ്റ് റഷ്യ ആഗ്രഹിച്ചത് ഇസ്ലാമിക ഭൂരിപക്ഷമുള്ള റഷ്യൻ മേഖലകളിലെ കലാപങ്ങൾ അവസാനിപ്പിക്കുക എന്നതുകൂടി ആയിരുന്നു. തജാക്കിസ്ഥാനിലെ മുഹമ്മദ് വാലിയുടെ പോരാട്ടങ്ങൾക്ക് അറുതിവരുത്താൻ അമീർ ദൗത്യ സംഘത്തെ അയച്ചു. ഇതിനു പാരിതോഷികമായി 13 പ്ലെയിനുകൾ റഷ്യ അഫ്ഗാനിസ്ഥാന് നല്കി. സോവിയറ്റ് യൂണിയന്റെ ഭാഗമായ ഇസ്ലാമിക പ്രദേശങ്ങളിൽ നടക്കുന്ന സാംസ്കാരിക അധിനിവേശത്തെക്കുറിച്ചും പീഡനങ്ങളെക്കുറിച്ചും പിന്നീടാണ് അമാനുള്ള അറിഞ്ഞത് (Shaista Wahab and Barry Youngerman 2007:105). സ്വതന്ത്ര ഖാനേറ്റുകളായ ഖിവയും ബുഖാറയും ഇല്ലാതെയായി. അമീർ അവിടെനിന്നുള്ള അഭയാർത്ഥികൾക്ക് പ്രവേശനം അനുവദിച്ചു. ഇത് അഫ്ഗാനിസ്ഥാനിലെ പാഷ്ടൂണുകളല്ലാത്ത ജനവിഭാഗങ്ങ

ളുടെ സംഖ്യ വർദ്ധിക്കുന്നതിന് കാരണമായി. 1926 ൽ സോവിയറ്റ് യൂണിയനുമായി ഒപ്പുവച്ച ഉടമ്പടിയിലൂടെ പരസ്പരം ആക്രമിക്കുകയില്ലെന്ന ധാരണയിലെത്തി. മസാരി-ഷെറിഫിലും ഹെറാത്തിലും സോവിയറ്റ് ഉദ്യോഗസ്ഥർ താവളമുറപ്പിച്ചപ്പോൾ കണ്ടഹാറിലും ജലാലാബാദിലുമായി ബ്രിട്ടീഷുകാരും താവളമുറപ്പിച്ചു (Ibid). അഫ്ഗാനിസ്ഥാൻ സോവിയറ്റ് യൂണിയനോട് അകലുന്തോറും അമേരിക്കയോട് അടുക്കുകയും ചെയ്തു.

1927 ൽ അമാനുള്ളയും ഭാര്യ സുരയയും പേർഷ്യ, ഇന്ത്യ, ഈജിപ്ത്, തുർക്കി, സോവിയറ്റ് യൂണിയൻ തുടങ്ങിയ രാജ്യങ്ങൾ സന്ദർശിച്ചു. രാജകീയ ദമ്പതികളുടെ ചിത്രങ്ങൾ ദിനപത്രങ്ങളിൽ അടിച്ചുവന്നത് വലിയ പ്രക്ഷോഭങ്ങൾക്ക് കാരണമായി. അഫ്ഗാനിസ്ഥാന്റെ സാംസ്കാരിക മൂല്യങ്ങളെ തമസ്കരിക്കുന്നു എന്നതായിരുന്നു യാഥാസ്ഥിതിക പക്ഷത്തിന്റെ ആരോപണം. വിശേഷിച്ചും രാജ്ഞിയുടെ പാശ്ചാത്യ രീതിയിലുള്ള വേഷവിധാനം പ്രകോപനങ്ങൾക്ക് കാരണമായി. രാജാവ് ഇസ്ലാം മതം ഉപേക്ഷിച്ച് കത്തോലിക്കാ മതം സ്വീകരിച്ചു എന്നൊരു പ്രചാരണം ഈ കാലത്ത് ഉണ്ടായി. 1928 ൽ ലോയ ജിർഗയിലേക്ക് രാജാവ് പ്രവേശിച്ച് തന്റെ സാമൂഹിക, സാമ്പത്തിക, രാഷ്ട്രീയ പരിഷ്കരണങ്ങളുടെ രൂപരേഖ അവതരിപ്പിച്ചു. ഈ സമിതിയിലേക്ക് അമാനുള്ളയുടെ ഭാര്യ സുരയയും നൂറ് സ്ത്രീകളും മുഖപടമില്ലാതെ കയറി വന്നത് അഫ്ഗാനിലെ യാഥാസ്ഥിതിക പക്ഷത്തെ ചൊടിപ്പിച്ചു. എന്നാൽ, പുരോഗമനവാദികൾ ഹർഷാരവത്തോടെയാണ് അവരെ സ്വീകരിച്ചത്. അമാനുള്ളയുടെ പരിഷ്കരണങ്ങളെ ജിർഗയിലെ യാഥാസ്ഥിതിക പക്ഷം എതിർത്തു എന്നു മാത്രമല്ല, ഭരണകൂടത്തിനെതിരെ പൊതു അഭിപ്രായം സമന്വയിപ്പിക്കാനും അവർ ശ്രമിച്ചു. അമാനുള്ളയുടെ ഭരണം ഇസ്ലാമിക മൂല്യങ്ങൾക്കെതിരാണ് എന്നതായിരുന്നു അവരുടെ ആരോപണം. ഇസ്ലാമിക മൂല്യങ്ങളുടെ സ്ഥാപനത്തിനുവേണ്ടി മതനേതൃത്വം ജിഹാദ് ആഹ്വാനം ചെയ്തു. അന്ന് അഫ്ഗാനിസ്ഥാനിലുണ്ടായിരുന്ന ബ്രിട്ടീഷ് കേണൽ തോമസ് ഇ ലോറൻസ് (ലോറൻസ് ഓഫ് അറേബ്യ) അമാനുള്ള വിരുദ്ധ കലാപത്തിന്റെ ചുക്കാൻ പിടിച്ചു (Hafizulla Emadi 2010:28). അഫ്ഗാൻ അതിർത്തി ഗോത്രങ്ങളെ ഇദ്ദേഹം കലാപത്തിനു പ്രോത്സാഹിപ്പിച്ചു. 1928 നവംബറിൽ ഷിൻവാരി ഗോത്രം കലാപമാരംഭിച്ചു. ഈ പശ്ചാത്തലത്തിൽ അമാനുള്ള തന്റെ പരിഷ്കരണങ്ങൾക്ക് 1929 ജനുവരി 6 ന് താല്ക്കാലിക വിരാമമിട്ടു.

അമാനുള്ള നടപ്പാക്കിയ പരിഷ്കരണങ്ങൾ ഓരോന്നും പിൻവലിച്ചു. കോൺസ്റ്റാന്റിനോപ്പിളിൽ ഉപരിപഠനത്തിനുപോയ വിദ്യാർത്ഥിനികളെ തിരിച്ചുവരുത്തി. സ്ത്രീകൾക്കുള്ള തുല്യതയും, പൊതു സ്ഥലങ്ങളിൽ പ്രത്യക്ഷപ്പെടാനുള്ള അവകാശങ്ങളും പിൻവലിക്കപ്പെട്ടു. അമാനുള്ളയുടെ പിതാവ് ഹബീബുള്ളയുടെ പേര് വീണ്ടും അപമാനകരമായ അർത്ഥത്തിൽ പ്രയോഗിക്കപ്പെട്ടു തുടങ്ങി. ഹബീബുള്ള ഒരു അടിമസ്ത്രീ

യിൽ ജനിച്ച മകനാണ്. *വെള്ളംകോരി* എന്ന പ്രയോഗം അഫ്ഗാനിൽ അപമാനകരമായ വിധത്തിൽ മുഴക്കി അമാനുള്ള വിരുദ്ധർ അണിനിരന്നു. അബ്ദുൽ ഗഫാർഖാൻ അമാനുള്ളയെ പിന്തുണച്ചു. ബ്രിട്ടീഷുകാരുടെ ഇടപെടലിനെ അദ്ദേഹം നിശിതമായി വിമർശിച്ചു. ബ്രിട്ടീഷുകാർ നേരിട്ട് ഇടപെടാതെ പരോക്ഷമായി ഒരു അനുകൂല നേതൃത്വത്തെ സൃഷ്ടിക്കുകയായിരുന്നു. ഇതിനായി അവർ കണ്ടുവച്ചത് ജനറൽ നാദിറിനെയാണ് (Hafizulla Emadi 2010:30). എന്നാൽ ഇറാനിയൻ ഭരണാധികാരികൾ വിപ്ലവത്തെ അടിച്ചമർത്താൻ സൈനികമായ പിന്തുണ അമാനുള്ളയ്ക്ക് വാഗ്ദാനം ചെയ്തു. അമാനുള്ള ആ പിന്തുണ നിഷേധിച്ചു. ഇത് തന്റെ രാജ്യത്തിന്റെ ആഭ്യന്തര പ്രശ്നമാണെന്നു പറഞ്ഞു. അമാനുള്ള കാബൂളിലെ അധികാരത്തിൽനിന്നും സ്വയം വിരമിച്ചു. 1960 ഏപ്രിൽ 26 ന് സ്വിറ്റ്സർലന്റിൽ വച്ച് മരണമടയുകയും മൃതശരീരം ജലാലാബാദിൽ സംസ്കരിക്കുകയും ചെയ്തു.

ഹബീബുള്ള (ബാഷാ) കലകാനി

1929 ൽ അമാനുള്ളക്കെതിരെ ഉയർന്നുവന്ന നേതൃത്വമാണ് ഹബീബുള്ള കലകാനിയുടേത്. ഇദ്ദേഹത്തിന്റെ വിളിപ്പേര് ബാഷ എന്നായിരുന്നുവെങ്കിലും ഹബീബുള്ള എന്നാണ് അറിയപ്പെട്ടത്. വടക്കൻ കാബൂളിലെ നിരക്ഷര ഗ്രാമമായ കലകാനിയാണ് ജന്മദേശം. ഇദ്ദേഹം കുറച്ചുകാലം അമാനുള്ളയുടെ സൈന്യത്തിൽ സേവനമനുഷ്ഠിച്ചു. പിന്നീട് ഒരു കൊള്ളക്കാരനായി പെഷ്വാറിലേക്ക് ഒളിച്ചോടി. അവിടെനിന്നും മതമേധാവികളുടെയും ഘിൽസാനി പാഷ്ടൂൺ, താജിക് ഗോത്രങ്ങളുടെയും പിന്തുണയോടെ കാബൂൾ പിടിച്ചെടുത്തു. അക്ഷരാഭ്യാസമില്ലാത്ത ഹബീബുള്ള കലകാനി തന്റെ ആത്മകഥ പ്രസിദ്ധീകരിച്ചിട്ടുണ്ട്. ഇതോടൊപ്പം അമാനുള്ളയുടെ പരിഷ്കരണ ശ്രമങ്ങളെയെല്ലാം താറുമാറാക്കി, പുരോഹിതന്മാരുടെ നഷ്ടപ്പെട്ട അധികാരങ്ങൾ പുനഃസ്ഥാപിച്ചു. വിദ്യാലയങ്ങൾ അടച്ചുപൂട്ടി. ഹബീബുള്ള കലകാനിയുടെ സേവനങ്ങളെ ആദരിച്ച് *പ്രവാചക വിശ്വാസത്തിന്റെ സേവകൻ* എന്നൊരു ബിരുദവും പുരോഹിതന്മാർ നല്കി. യാഥാസ്ഥിതിക ആശയങ്ങൾ പ്രചരിപ്പിക്കുന്നതിനും ഹബീബുള്ള ഭരണത്തിന് പിന്തുണ വർദ്ധിപ്പിക്കുന്നതിനുമായി *ഹബീബ് അൽ ഇസ്ലാം* എന്നൊരു ദിനപത്രം പ്രസിദ്ധീകരിച്ചുതുടങ്ങി. അമാനുള്ള പക്ഷം കടുത്ത അപമാനം ഏല്ക്കേണ്ടിവന്ന കാലഘട്ടമാണിത്. സോവിയറ്റ് വിരുദ്ധശക്തികൾ ബാൾക്ക്, ഹെറാത്ത്, കണ്ടഹാർ എന്നിവിടങ്ങളിൽ ശക്തിയാർജ്ജിച്ചു. ഹബീബുള്ളയുടെ ഭരണകാലം ഹ്രസ്വമായിരുന്നു. കേവലം ഒൻപതുമാസംകൊണ്ട് പൊതുജനങ്ങളുടെ വെറുപ്പുസമ്പാദിച്ചു. മറ്റ് ഭരണകൂടങ്ങൾ അഫ്ഗാനിസ്ഥാനുമായി നയതന്ത്ര ബന്ധങ്ങൾ മുന്നോട്ടുകൊണ്ടുപോകുവാൻ ആഗ്രഹിച്ചില്ല. പ്രത്യേകിച്ചും അഫ്ഗാനിസ്ഥാനിൽ താജിക്കുകളെ സാമൂഹികമായി താഴ്ന്നനിലയിലാണ് കണക്കാക്കിയിരുന്നത്. ആദ്യകാലത്ത് ഹബീബുള്ളയെ പിന്തു

ണച്ച മതനേതാക്കളും ഭരണകൂടത്തിന്റെ അഴിമതിയും പിടിപ്പുകേടും നിമിത്തം കൈയൊഴിഞ്ഞുതുടങ്ങി. ഈ സമയത്ത് ജനറൽ നാദിർ അമാനുള്ളയ്ക്കുവേണ്ടി താൻ ഹബീബുള്ളക്കെതിരെ പോരാടും എന്നും പ്രഖ്യാപിച്ചു. ബ്രിട്ടനും ഏറെ സ്വീകാര്യനായ നേതാവ് നാദിറുതന്നെയായിരുന്നു. ഹബീബുള്ളയുടെ ഒൻപതുമാസത്തെ ഭരണത്തിന് അന്ത്യം കുറിച്ചുകൊണ്ട് നാദിർ 1929 ഒക്ടോബർ 10 ന് വിജയം വരിച്ചു.

നാദിർ ഷാ

നാദിർ ജനിക്കുന്നത് 1883 ലാണ്. നാദിറിന്റെ പിതാവ് അബ്ദുർ റഹ്മാൻ രാജാവിനെ ഇന്ത്യയിലേക്ക് നാടുകടത്തിയതുമൂലം വിദ്യാഭ്യാസം ഇന്ത്യയിലായിരുന്നു. നാടുവിട്ടവർക്കും നാടുകടത്തപ്പെട്ടവർക്കും ഹബീബുള്ള പൊതുമാപ്പുകൊടുത്ത പശ്ചാത്തലത്തിലാണ് വീണ്ടും നാദിർ അഫ്ഗാനിസ്ഥാനിലേക്ക് എത്തുന്നത്. ഹബീബുള്ളയുടെ വിശ്വസ്തനും പട്ടാള ജനറലുമായി മാറിയ നാദിർ യാഥാസ്ഥിതിക പ്രക്ഷോഭങ്ങൾ ആരംഭിച്ച ഘട്ടത്തിൽ 1929 ഒക്ടോബർ 17 ന് സ്വയം രാജാവായി പ്രഖ്യാപിച്ചു. മതത്തെ രാഷ്ട്രീയമായി ഉപയോഗിക്കുക എന്നതായിരുന്നു നാദിറിന്റെ നയം. തന്റെ പൊതു പ്രസംഗങ്ങളിലെല്ലാം യഥേഷ്ടം ഖുർആൻ സൂക്തങ്ങൾ ഉദ്ധരിക്കുന്ന നാദിറിന്റെ സ്വകാര്യ ജീവിതത്തിൽ മതവിശ്വാസത്തിന്റെ അംശങ്ങളൊന്നും ഉണ്ടായിരുന്നില്ല. തന്റെ അധികാരം ഉറപ്പിക്കുന്നതിന് മതം എത്രമാത്രം അനിവാര്യമാണെന്ന് നാദിർഷാ മനസ്സിലാക്കിയിരുന്നു. അതോടൊപ്പം തന്നെ സ്വകാര്യ ജീവിതത്തിൽനിന്നും മതമൂല്യങ്ങളെ പുറത്താക്കി. ഇസ്ലാമിക ശരീ അത്ത് നിയമങ്ങൾ ഭരണകൂടത്തിന്റെ അടിസ്ഥാന തത്ത്വങ്ങളാണെന്ന് പ്രഖ്യാപിച്ചു. സൈനിക വിദ്യാലയങ്ങളും ഫാക്ടറികളും പുനഃസ്ഥാപിച്ചതിനൊപ്പംതന്നെ അന്തർദ്ദേശീയബന്ധങ്ങൾ വിപുലപ്പെടുത്തുന്നതിനുമുള്ള ശ്രമങ്ങളും ആരംഭിച്ചു. സോവിയറ്റ് യൂണിയനും ബ്രിട്ടണുമായി സന്തുലിതമായ ബന്ധമാണ് മുന്നോട്ടുകൊണ്ടുപോയത്. നാദിർ അധികാരത്തിനായുള്ള പോരാട്ടങ്ങൾക്ക് തുടക്കംകുറിച്ചപ്പോൾ 10,000 തോക്കുകളും 1,75,000 പൗണ്ടിന്റെ സ്ഫോടകവസ്തുക്കളും ബ്രിട്ടൺ നല്കി. നാദിറിന്റെ സഹോദരങ്ങൾ ബ്രിട്ടനിലും സോവിയറ്റ്യൂണിയനിലും അംബാസഡർമാരായിരുന്നു. ബ്രിട്ടനുമായി സോവിയറ്റ്യൂണിയനെതിരെ ഒരു രഹസ്യ ഉടമ്പടിയും രൂപപ്പെടുത്തിയിരുന്നു.

തന്റെ ഇഷ്ടന്മാരെ ഉൾപ്പെടുത്തി ലോയ ജിർഗ പുനഃസംഘടിപ്പിച്ചു. അമാനുള്ളയുടെ ഭരണഘടന ഉപേക്ഷിച്ചുകൊണ്ട് പുതിയ ഭരണഘടന നടപ്പിലാക്കി. ഭരണഘടനയുടെ ഒന്നാം അനുച്ഛേദത്തിൽ തന്നെ സുന്നി – ഹനഫി പാരമ്പര്യം (സുന്നി ഇസ്ലാമിലെ ഹനഫി പാരമ്പര്യം) രാജ്യത്തിന്റെ ഔദ്യോഗിക മതമാക്കി. അനുച്ഛേദം 5 ൽ നാദറിനെ രാജാവായി പ്രഖ്യാപിക്കുകയും രാജാധികാരം പിന്തുടർച്ചാവകാശമായി സ്ഥാപിക്കുകയും ചെയ്തു. ജനപ്രതിനിധികളടങ്ങിയ ദേശീയ അസംബ്ലി സ്ഥാപിച്ചു.

ദ്വിമണ്ഡല ഭരണസമിതിയാണ് വിഭാവനം ചെയ്യപ്പെട്ടത്. ഭരണകാര്യങ്ങളിൽ രാജകുടുംബത്തെ ഉപദേശിക്കുന്നതിനായുള്ള സ്റ്റേറ്റ് കൗൺസിലും സ്ഥാപിച്ചു. 105 അംഗങ്ങൾ കൗൺസിലിൽ ഉൾപ്പെട്ടിരുന്നു. ദേശീയ അസംബ്ലിയിൽ തെരഞ്ഞെടുക്കപ്പെട്ടവരുടെ പ്രതിനിധികളും മുതിർന്നവരുടെ സമിതിയിൽ (സെനറ്റ്) നാമനിർദ്ദേശം ചെയ്യപ്പട്ട അംഗങ്ങളുമാണ് ഉള്ളത്.

ഭരണം കുടുംബപരമായും ഗോത്രപരമായും തന്നിൽത്തന്നെ കേന്ദ്രീകരിക്കണം എന്നാണ് നാദിർ ഷാ ആഗ്രഹിച്ചത്. എതിരാളികളെ ക്രൂരമായി തന്നെ എതിരിട്ടു. പാഷ്ടൂൺ ദേശീയതയും പാഷ്ടൂൺ ഗോത്രവാദവുമായിരുന്നു നാദിറിന്റെ നയങ്ങളുടെ അടിത്തറ. വിഭജിക്കുക ഭരിക്കുക എന്ന നയം തന്നെയാണ് നാദിർ പിന്തുടർന്നത്. ഗോത്രകലാപങ്ങളെ അമർച്ചചെയ്യാൻ വിമത ഗോത്രങ്ങളെത്തന്നെ ഉപയോഗിച്ചു. 1930 ൽ താജിക് ഗോത്രങ്ങൾ നാദിറിനെ എതിർത്തപ്പോൾ പാഷ്ടൂൺ ഗോത്രസേനയെ ഇറക്കി കലാപം അടിച്ചമർത്തി. ശിൻ വാരികൾ അമാനുള്ളയെ തിരിച്ചുകൊണ്ടുവരാൻ ആവശ്യപ്പെട്ടുകൊണ്ട് നടത്തിയ പ്രക്ഷോഭം ഒതുക്കിയത് കോഴ കൊടുത്താണ്. 1930 ൽ ഉസ്ബക്കുകൾ സോവിയറ്റ് പിന്തുണയോടെ നടത്തിയ കലാപത്തെ 40,000 വരുന്ന തന്റെ സൈന്യത്തെ ഉപയോഗിച്ച് അടിച്ചമർത്തി. ഉസ്ബക് നേതാവായ ഇബ്രാഹിം ബഗിനെ വധിച്ചു. നാദിറിനോട് അടുത്തുനിന്ന പക്തിയ പാഷ്ടൂൺ ഗോത്രങ്ങളെ നികുതികൾ നല്കുന്നതിൽനിന്നും ഒഴിവാക്കി. അമാനുള്ള തന്റെ മാതൃരാജ്യം ഉപേക്ഷിച്ച് പാശ്ചാത്യ ലോകത്ത് അഭയംതേടിയപ്പോൾ നാദിർ രക്ഷകനായി എത്തുകയും കാബൂളിൽ ഒരു സ്മാരകം ഉയർത്തുകയും ചെയ്തു.

ഭരണഘടന അനുസരിച്ച് വിദ്യാഭ്യാസസ്ഥാപനങ്ങളെ രാഷ്ട്രത്തിന്റെ കീഴിലാക്കി. ഇസ്ലാമിക ബോധനമായിരുന്നു വിദ്യാഭ്യാസ സ്ഥാപനങ്ങളുടെ ലക്ഷ്യം. എന്നാൽ, സ്വന്തം മക്കൾക്ക് വിദേശ രാജ്യങ്ങളിൽനിന്നും മതേതരവിദ്യാഭ്യസം നല്കുന്നതിൽ നാദിറിന് മടിയുണ്ടായിരുന്നില്ല. പെൺകുട്ടികളുടെ സ്കൂളുകൾ പൂട്ടി. 1933 ൽ പ്രീ–പ്രൈമറി സ്കൂളുകൾ ആരംഭിച്ചു. ഗോത്രമൂപ്പന്മാരുടെ മക്കളുടെ വിദ്യാഭ്യാസത്തിനാണ് ഈ സ്കൂളുകൾ സ്ഥാപിച്ചത്. 1933 ൽ കാബൂൾ യൂണിവേഴ്സിറ്റി സ്ഥാപിച്ചു. മെഡിക്കൽ വിദ്യാഭ്യാസം ആരംഭിച്ചു. സ്കൂളുകളിൽ അറബി, പേർഷ്യൻ ഭാഷകളും പഠിപ്പിച്ചു എങ്കിലും പാഷ്ടൂൺ ഭാഷയിലായിരുന്നു ബോധനം. സ്ത്രീകളുടെ വിദ്യാഭ്യാസം നിരോധിച്ചെങ്കിലും മെഡിക്കൽ വിദ്യാഭ്യാസത്തിന് അനുമതി കൊടുത്തു. പാഷ്ടൂൺ സംസ്കാരത്തെ ദേശീയസംസ്കാരമായി പ്രതിഷ്ഠിച്ചു.

ബഹുഭാര്യാത്വ സമ്പ്രദായം പുനഃസ്ഥാപിച്ചു. സ്ത്രീകളുടെ വേഷവിധാനവും പരമ്പരാഗത ശൈലിയിലാക്കി. *ഖുർ ആനിന്റെ* പ്രാദേശിക പ്രിന്റിങ് അഫ്ഗാനിസ്ഥാനിൽ ആരംഭിച്ചു. യാഥാസ്ഥിതികവും മതപരവുമായ ചട്ടക്കൂടിൽനിന്നുകൊണ്ട് പരിഷ്കാരങ്ങൾക്ക് തുടക്കംകുറിക്കു

ന്നതിന് നാദിറിന് കഴിഞ്ഞു. കൃഷി, വ്യവസായം, വാണിജ്യം എന്നിവയും പ്രോത്സാഹിപ്പിക്കപ്പെട്ടു. റോഡുകളുടെ നിർമ്മാണം, ജലസേചന പദ്ധതികൾ, അഫ്ഗാൻ നാഷണൽ ബാങ്കിന്റെ സ്ഥാപനം എന്നിവയും ഈ കാലഘട്ടത്തിലെ എടുത്തുപറയേണ്ട നേട്ടങ്ങളാണ്.

1933 നവംബർ 8 ന് അബ്ദുൽ ഖാലിഖ് എന്നൊരു വിദ്യാർത്ഥി നാദിർ ഷായെ വധിച്ചു. തുടർന്ന് ആഭ്യന്തരകലാപം പൊട്ടിപ്പുറപ്പെട്ടു. രാജകുടുംബത്തിലെ നിരവധി ഉന്നതർ പ്രക്ഷോഭങ്ങളിൽ വധിക്കപ്പെട്ടു. ബ്രിട്ടീഷ് വിരുദ്ധദേശീയ പോരാട്ടമായിരുന്നു ഈ പ്രക്ഷോഭം. അഫ്ഗാനിലെ സ്വാധീനമുള്ളതും വിദ്യാസമ്പന്നരുമായ ഒരു വിഭാഗം അധികാരങ്ങൾ ഗോത്രങ്ങളിലേക്ക് മാറ്റപ്പെട്ടതിനെതിരെ നടത്തിയ പ്രക്ഷോഭമായിരുന്നു. 1950–60 കാലഘട്ടത്തിലെ ഇസ്ലാമിക പ്രക്ഷോഭങ്ങളുടെ മുന്നോടിയായ ഒരു പ്രക്ഷോഭം കൂടിയായിരുന്നു ഇത്. ഈ വിപ്ലവത്തെ തുടർന്ന് അധികാരത്തിലേക്ക് നാദിറിന്റെ സഹോദരന്മാരുടെ പേരുകൾ നിർദ്ദേശിക്കപ്പെട്ടു. പ്രധാനമന്ത്രി മുഹമ്മദ് ഹാഷിം, യുദ്ധകാര്യമന്ത്രി ഷാ മുഹമ്മദും സ്ഥാനങ്ങളേറ്റെടുക്കാതെ നാദിറിന്റെ പുത്രൻ സാഹിർ ഷായുടെ പേരാണ് രാജസ്ഥാനത്തേക്ക് നിർദ്ദേശിച്ചത്. 1933 നവംബർ 8 ന് സാഹിർഷാ അധികാരമേറ്റു. 1934 ൽ അഫ്ഗാനിസ്ഥാൻ ലീഗ് ഓഫ് നേഷനിൽ അംഗമായി. ഇതേവർഷം തന്നെ അമേരിക്കയുമായി നയതന്ത്ര ബന്ധങ്ങൾ ആരംഭിച്ചു. 1922 മുതൽ ഇരുരാജ്യങ്ങളും തമ്മിൽ സൗഹൃദങ്ങൾ ഉണ്ടായിരുന്നുവെങ്കിലും ഒരു സൗഹൃദ ഉടമ്പടിയിലേക്ക് നീങ്ങുന്നത് 1936 ലാണ്. വിദ്യാഭ്യാസം, വാണിജ്യം എണ്ണഖനനം എന്നീ മേഖലകളിലുള്ള പരസ്പരസഹകരണവും അമേരിക്കൻ സാന്നിദ്ധ്യവും ഈ കാലഘട്ടത്തിൽ ശക്തമായി. 1942 വരെ അമേരിക്കൻ പ്രതിനിധി അഫ്ഗാനിസ്ഥാനിലുണ്ടായിരുന്നില്ല. അഫ്ഗാനിസ്ഥാനിൽ സൈനികമോ, വാണിജ്യപരമോ ആയ സാദ്ധ്യതയൊന്നും അമേരിക്ക കണ്ടിരുന്നില്ല.

1930 കളിൽ അഫ്ഗാനിസ്ഥാന്റെ വാണിജ്യ ബന്ധങ്ങൾ ജർമ്മനി, ജപ്പാൻ, ഇറ്റലി എന്നീ അച്ചുതണ്ടു ശക്തികളോടായിരുന്നു. ജർമ്മനി ഖനനമേഖലയിലും വാണിജ്യത്തിലും അഫ്ഗാനിസ്ഥാനെ പിന്തുണച്ചു. ബർലിനിൽനിന്നും കാബൂളിലേക്ക് ചരക്കുവിമാനങ്ങൾ ദിവസേന വന്നുപൊയ്ക്കൊണ്ടിരുന്നു. 1937 ൽ ഈ ബന്ധം ചൈനയിലേക്കുകൂടി വ്യാപിച്ചു. ജർമ്മൻ സാങ്കേതിക വിദഗ്ദ്ധരും നിർമ്മാണപ്രവർത്തകരും അഫ്ഗാനിസ്ഥാനിൽ തമ്പടിച്ചത് ബ്രിട്ടനെയും റഷ്യയെയും അസ്വസ്ഥമാക്കി. 1937 ൽത്തന്നെ ഇറാൻ, ഇറാഖ്, തുർക്കി എന്നീ രാജ്യങ്ങളുമായി ഉടമ്പടികൾ ഉണ്ടാക്കി.

1938 ൽ *ദ അഫ്ഗാൻ ബാങ്ക്* എന്നൊരു പുതിയ ബാങ്കിങ് സ്ഥാപനം കൂടി ആരംഭിച്ചു. 1939 ൽ അമാനുള്ളയുടെ ഭാര്യയുടെ ബന്ധുക്കൾ ഒരു ചെറിയകലാപം (സിറിയൻ സന്ന്യാസികലാപം) നടത്തിയെങ്കിലും അത് അടിച്ചമർത്തപ്പെട്ടു. 1946 വരെ മുഹമ്മദ് ഹാശിം പ്രധാനമന്ത്രിയായി സേവനമനുഷ്ഠിച്ചു. 1953–1963 കാലഘട്ടത്തിൽ രാജാവിന്റെ ബന്ധു മുഹ

മ്മദ് ദാവൂദ് ഖാൻ പ്രധാനമന്ത്രിയായി സേവനം അനുഷ്ഠിച്ചു. ഈ കാലഘട്ടത്തിലാണ് അഫ്ഗാനിസ്ഥാനിൽ കമ്യൂണിസ്റ്റുപാർട്ടി വേരുറപ്പിക്കുന്നത്. 1973 വരെ ഭരണാധികാരിയായി തുടർന്നു. ദുറാനി വംശത്തിലെ അവസാനത്തെ രാജാവായിരുന്നു സാഹിർ ഷാ. 2002 മുതൽ കാബൂളിലെ തന്റെ കൊട്ടാരത്തിൽ ഒരു സാധാരണ പൗരനായാണ് താമസിച്ചുപോന്നത്.

അഫ്ഗാനിസ്ഥാനിലും, ഇറാനിലും മറ്റ് അറബ് രാജ്യങ്ങളിലും സ്വാതന്ത്ര്യത്തിന്റെയും ആധുനികവല്ക്കരണത്തിന്റെയും മാതൃക സൃഷ്ടിച്ചത് ജർമ്മനിയാണ്. നിരീശ്വരവാദവും പാരമ്പര്യ നിഷേധവാദവും തള്ളിക്കളഞ്ഞുകൊണ്ടാണ് ആധുനികതയെ അറബ് രാഷ്ട്രങ്ങൾ സ്വീകരിച്ചത്. 1940 ആഗസ്ത് 17 ന് സാഹിർ ഷാ പുറപ്പെടുവിച്ച വിളംബരത്തിൽ രണ്ടാം ലോകയുദ്ധത്തിൽ തങ്ങൾ നിഷ്പക്ഷത പാലിക്കുന്നതായി പ്രഖ്യാപിച്ചു. ജർമ്മൻ ചാരന്മാർ 1936 ൽ ഒരു അട്ടിമറിയിലൂടെ ബ്രിട്ടീഷ് വിരുദ്ധ അമാനുള്ള ഭരണകൂടത്തെ അധികാരത്തിലേറ്റാൻ ശ്രമിച്ചിരുന്നു. അക്കാലത്ത് അമാനുള്ള ഫാഷിസ്റ്റ് ഇറ്റലിയിൽ അഭയാർത്ഥി ആയിരുന്നു. ഇന്ത്യൻ അതിർത്തികളിൽ ജർമ്മനി കലാപങ്ങൾ അഴിച്ചുവിടാൻ ശ്രമിച്ചു. 1941 ൽ ജർമ്മനിയുടെ റഷ്യൻ അതിക്രമം അധികാര സമവാക്യങ്ങൾ തിരുത്തിക്കുറിച്ചു. ബ്രിട്ടനും ജർമ്മനിയും അതേ വർഷം സംയുക്തമായി ഇറാനെ ആക്രമിക്കുകയും ജർമ്മൻ അധികാരികളെ പുറത്താക്കാൻ വിസമ്മതിച്ച ഷായെ അധികാരത്തിൽനിന്നും പുറത്താക്കുകയും ചെയ്തു. ഒക്ടോബറിൽ റഷ്യയും ബ്രിട്ടനും സംയുക്തമായി ഇതേ ആവശ്യം അഫ്ഗാനിസ്ഥാനുമുമ്പിൽ വച്ചു. പ്രധാനമന്ത്രി ഹാശിം എല്ലാ യുദ്ധോത്സുക രാഷ്ട്രങ്ങളിലെയും നയതന്ത്ര പ്രതിനിധികളല്ലാത്ത എല്ലാവരെയും പുറത്താക്കിക്കൊണ്ട് അഫ്ഗാനിസ്ഥാന്റെ നിഷ്പക്ഷനിലപാട് വിളംബരം ചെയ്തു. തുടർന്ന് *ലോയാ ജിർഗ* വിളിച്ചുകൂട്ടുകയും നിലപാടുകൾ പുനർപ്രഖ്യാപനം ചെയ്യുകയും ചെയ്തു. ഈ നയത്തിന്റെ ഗുണഫലങ്ങൾ യുദ്ധകാലത്ത് കണ്ടു. ബ്രിട്ടീഷ് ഇന്ത്യയിലേക്കുള്ള കാർഷികവിഭവകയറ്റുമതി വർദ്ധിച്ചു. അമേരിക്കയിലേക്ക് കമ്പിളികയറ്റുമതി ഉയർന്നു. ചൈനയുമായുള്ള നയതന്ത്രബന്ധങ്ങൾ സജീവമാക്കി. 1946 ൽ ജർമ്മനിയെ പരാജയപ്പെടുത്തിക്കൊണ്ട് ബ്രിട്ടൺ വിജയം നേടി. വിജയിയായ യുണൈറ്റഡ് സ്റ്റേറ്റ്സിനൊപ്പം പുതിയ നയതന്ത്ര ബന്ധങ്ങൾ രൂപപ്പെടുത്തുവാനാണ് പുതിയ പ്രധാനമന്ത്രി ഷാ മുഹമ്മദ് തയ്യാറായത്. യുദ്ധാനന്തര ലോകത്ത് അഫ്ഗാനിസ്ഥാനും അമേരിക്കയും തമ്മിൽ പുതിയ ബന്ധത്തിന്റെ സമവാക്യങ്ങൾ രൂപപ്പെടുകയായിരുന്നു.

6

ശീതയുദ്ധത്തിന്റെ നാളുകൾ

രണ്ടാം ലോകമഹായുദ്ധം അവസാനിച്ചപ്പോൾത്തന്നെ അമേരിക്കയും സോവിയറ്റ്യൂണിയനും അഫ്ഗാനിസ്ഥാനിനുമേൽ അതിന്റേതായ ശൈലിയിൽ ആധിപത്യം സ്ഥാപിച്ചുകഴിഞ്ഞിരുന്നു. രണ്ടാം ലോകയുദ്ധത്തിനുമുമ്പുതന്നെ റഷ്യൻ സർചക്രവർത്തിമാർക്ക് അഫ്ഗാനു മേൽ താല്പര്യങ്ങളുണ്ടായിരുന്നു. തുടർന്നുവന്ന വിപ്ലവഭരണകൂടം ബ്രിട്ടനെതിരെയുള്ള ശാക്തിക സന്തുലനത്തിനുവേണ്ടിയാണ് അഫ്ഗാനെ ഉപയോഗിച്ചത്. അഫ്ഗാൻ ഭൂമേഖലയ്ക്കുമേൽ 1930–50 കാലഘട്ടത്തിൽ അമേരിക്കയ്ക്ക് സവിശേഷമായ താല്പര്യങ്ങളൊന്നും ഉണ്ടായിരുന്നില്ല. രണ്ടാം ലോകയുദ്ധത്തോടെ ബ്രിട്ടൺ ഇന്ത്യയെ കൈയൊഴിയാൻ നിർബ്ബന്ധിതമായി. യൂറോപ്പിനെ നിർണ്ണയിക്കുന്ന ശക്തി എന്നുള്ള നിലയിൽനിന്നും ബ്രിട്ടൺ പിന്നോട്ടുപോയി. ഒരു പുതിയ ലോക ശക്തിയായി യുണൈറ്റഡ് സ്റ്റേറ്റ്സ് ഓഫ് അമേരിക്ക ഉയർന്നുവന്നു. അഫ്ഗാനിലെ പുതിയ പ്രധാനമന്ത്രിയായി 1946 ൽ അവരോധിതനായ ഷാ മുഹമ്മദ് അമേരിക്കയുടെ സഖിത്വവും പിന്തുണയും അഫ്ഗാനിസ്ഥാന്റെ വികസനത്തിനായി ഏറെ അഭിലഷിച്ചു. മുമ്പ് ജർമ്മനിയും ജപ്പാനും പിന്തുണച്ചിരുന്ന കാർഷിക, ജലസേചന പദ്ധതികളുടെ പ്രധാന സാമ്പത്തിക സ്രോതസ്സായി അമേരിക്കയെ പ്രതിഷ്ഠിച്ചുകൊണ്ട് ഒരു വൻപദ്ധതി ആസൂത്രണം ചെയ്തു. *ഹെൽമന്ദ് വാലി പ്രൊജക്ട്* (Helmand Valley Project)എന്ന പേരിലറിയപ്പെട്ട ഈ പദ്ധതിയുടെ മുഖ്യ പങ്കാളി മോറിസൺ നഡ്സൺ (Morrison-Knudsen) എന്ന എഞ്ചിനീയറിങ് കമ്പനിയായിരുന്നു. സാൻ ഫ്രാൻസിസ്കോ അടിസ്ഥാനമാക്കിയുള്ള ഈ കമ്പനിയുടെ പ്രവർത്തനങ്ങൾ സാമൂഹികവും പാരിസ്ഥിതികവുമായ പ്രത്യാഘാതങ്ങൾ സൃഷ്ടിക്കുന്നതായിരുന്നു. കമ്പനിയുടെ പ്രവർത്ത

നങ്ങൾ മുന്നോട്ടു കൊണ്ടുപോകുന്നതിനാവശ്യമായ മനുഷ്യശേഷി പ്രദാനം ചെയ്യുന്നതിന് അഫ്ഗാനിസ്ഥാന് കഴിയുമായിരുന്നില്ല. അതോടൊപ്പം തന്നെ അമേരിക്കയിൽനിന്നും പ്രതീക്ഷിച്ച സാമ്പത്തിക പിന്തുണയും ഗവേഷണ സഹായവും ലഭിച്ചുമില്ല. അമിതാവേശത്തോടെ ആരംഭിക്കുകയും എന്നാൽ യാഥാർത്ഥ്യങ്ങളുടെ മുനമ്പിൽ ഇടിച്ച് തകരുകയും ചെയ്ത ആദ്യ അഫ്ഗാൻ–അമേരിക്കൻ സംരംഭമാണ് *ഹെൽമന്ദ് വാലി പ്രൊജക്ട്*. ആവേശകരമായ ഈ പദ്ധതി അമേരിക്കയ്ക്ക് ഉള്ളിലോ പുറത്തോ യാതൊരു ചലനവും സൃഷ്ടിച്ചില്ല.

അഫ്ഗാനിസ്ഥാന്റെ യുദ്ധകാര്യമന്ത്രി 1948 ൽ ആയുധങ്ങൾക്കുവേണ്ടി അമേരിക്കയ്ക്ക് മുമ്പിൽ വച്ച ആവശ്യവും അമേരിക്ക തള്ളിക്കളഞ്ഞു. 1951 ൽ മുഹമ്മദ് ദാവൂദ് തന്റെ അമേരിക്കൻ സന്ദർശനസമയത്ത് ഇതേ ആവശ്യം വീണ്ടും ഉന്നയിച്ചപ്പോഴും അമേരിക്ക തള്ളിക്കളഞ്ഞു. ഇതിനുള്ള പ്രധാനകാരണം അമേരിക്കയുടെ ഉറ്റമിത്രമായ പാകിസ്ഥാനെതിരെ ഈ ആയുധങ്ങൾ അഫ്ഗാനിസ്ഥാൻ അതിർത്തികളിൽ വിന്യസിക്കും എന്നതായിരുന്നു. (Shaista Wahab and Barry Youngerman 2007:116).

1940–50 കാലഘട്ടം അഫ്ഗാനിസ്ഥാനെ സംബന്ധിച്ചിടത്തോളം ലിബറൽ കാലഘട്ടമായിരുന്നു. പ്രധാനമന്ത്രിയായിരുന്ന ഹാശിം മുഹമ്മദിനെ ആ സ്ഥാനത്തുനിന്നും നീക്കി, അദ്ദേഹത്തിന്റെ ഇളയ സഹോദരൻ ഷാ മുഹമ്മദിനെ പ്രതിഷ്ഠിച്ചതിലൂടെ കുറേക്കൂടി സ്വതന്ത്രമായ ഒരു സമൂഹത്തിന്റെ നിർമ്മാണം സാദ്ധ്യമാക്കാം എന്ന് രാജകുടുംബം കരുതി. പത്രസ്വാതന്ത്ര്യം, രാഷ്ട്രീയ തടവുകാരുടെ മോചനം എന്നിവ സാദ്ധ്യമാക്കിക്കൊണ്ടാണ് ഷാ തന്റെ ഭരണപരിഷ്കാരങ്ങൾക്ക് തുടക്കം കുറിച്ചത്. ദേശീയ അംസംബ്ലിയിലെ പ്രതിനിധികളുടെ എണ്ണം 120 ആയി ഉയർത്തി. പ്രതിനിധി സഭയിൽ മന്ത്രിമാരുടെ തീരുമാനങ്ങൾ ചർച്ച ചെയ്തുതുടങ്ങി. അഴിമതിക്കെതിരെയുള്ള പൊതുവിമർശനങ്ങൾ സാദ്ധ്യമായി. ഈ കാലഘട്ടത്തിൽ നിരവധി പ്രതിപക്ഷ പത്രങ്ങൾ കൂടി പ്രത്യക്ഷപ്പെട്ടുതുടങ്ങി. വിമർശനങ്ങൾ യാഥാസ്ഥിതിക മതനേതൃത്വത്തിനെതിരെ എന്നതിനേക്കാൾ രാജകുടുംബത്തിനെതിരെ ആയിരുന്നു. ഈ വിമർശനങ്ങൾ സാവകാശം രാഷ്ട്രീയ ഇടപെടലുകളായി രൂപമാർജ്ജിക്കുവാൻ തുടങ്ങി. കാബൂൾ യൂണിവേഴ്സിറ്റിയിലെ വിദ്യാർത്ഥികൾ സംഘടിച്ചു. യൂറോപ്യൻ, അമേരിക്കൻ അദ്ധ്യാപകർ അവരെ പ്രോത്സാഹിപ്പിക്കുകയും ചെയ്തു. ഇതോടെ അഫ്ഗാനിസ്ഥാനിലെ ആദ്യത്തെ രാഷ്ട്രീയ പാർട്ടിയായ *നാഷണൽ ഡെമോക്രാറ്റിക് പാർട്ടി* രൂപംകൊണ്ടു.

1947 ൽ രൂപംകൊണ്ട യുവജനപ്രസ്ഥാനമാണ് *എവൈക്കൻഡ് യൂത്ത് മൂവ്മെന്റ്* (Awakened Youth). സ്ത്രീകളുടെ അവകാശങ്ങൾ, പാർലമെന്ററി രാഷ്ട്രീയം, പത്ര സ്വാതന്ത്ര്യം എന്നിവയ്ക്കായാണ് ഈ യുവജനപ്രസ്ഥാനം നിലകൊണ്ടത്. ഗവൺമെന്റ് അതിന്റേതായ ഒരു

രാഷ്ട്രീയ പാർട്ടി രൂപപ്പെടുത്താൻ ശ്രമിച്ചെങ്കിലും അത് പരാജയപ്പെട്ടു. പൊതു ആവശ്യങ്ങളോടുള്ള ഭരണകൂടത്തിന്റെ മുഖം തിരിച്ചുള്ള നില്പ് ചില ലിബറലുകളെയെങ്കിലും പ്രകോപിതരാക്കി. പത്രങ്ങളുടെ രൂക്ഷ വിമർശനം ഭരണകൂടത്തിനും അസ്വീകാര്യമായി. രാജവാഴ്ചയും ഇസ്ലാമിക നിയമങ്ങളെയും സർവ്വകലാശാലാ വിദ്യാർത്ഥികൾ വിമർശിച്ചു തുടങ്ങി. 1951 ൽ ഗവൺമെന്റ് വിദ്യാർത്ഥിയൂണിയൻ പിരിച്ചുവിട്ടു. പല വിദ്യാർത്ഥി നേതാക്കളും പാകിസ്ഥാനിലേക്ക് ഓടിപ്പോയി. 1952 ലെ തിരഞ്ഞെടുപ്പിൽ സർക്കാർ ഇതര പത്രങ്ങൾ അടച്ചുപൂട്ടി. എവൈക്കൻഡ് യൂത്ത് മൂവ്മെന്റ് നേതാക്കളെ അറസ്റ്റുചെയ്തു. തടവിലായ പല ലിബറലുകളും തങ്ങളുടെ നിലപാടുകളിൽ ഉറച്ചുനില്ക്കുകയും പിന്നീട് സർക്കാർ സേവകരായി മാറുകയും ചെയ്തു. 1963 ൽ സാഹിർ ഷാ രാജാവ് തന്റെ പരിഷ്കരണങ്ങൾ ആരംഭിച്ചപ്പോൾ അവരെ തടവിൽ നിന്നും പുറത്തുവിടുകയുണ്ടായി. 1978 ൽ പീപ്പിൾസ് ഡെമോക്രാറ്റിക് പാർട്ടി ഓഫ് അഫ്ഗാനിസ്ഥാൻ അധികാരം പിടിച്ചെടുത്തു. 1940–50 കളിലെ മാധ്യമവിപ്ലവത്തിന് തുടക്കംകുറിച്ചതിൽ നൂർ മുഹമ്മദ് തറാകി (1917–79), ബബറാക് കർമാൽ (1929–96), ഹാഫീസുള്ള അമിൻ (1929–79) എന്നിവരാണ്.

വൻശക്തികൾക്കു നടുവിൽ

1953 ൽ മുഹമ്മദ് ദാവൂദ് ഖാൻ സാഹിർ ഷായുടെ പിന്തുണയോടെ അഫ്ഗാനിസ്ഥാനിൽ പ്രധാനമന്ത്രിയായി. ദാവൂദിന്റെ ഒരു ദശാബ്ദകാലത്തെ ഭരണം സാമ്പത്തികമായും സാമൂഹികമായും അഫ്ഗാനിസ്ഥാനെ അഭിവൃദ്ധിയിലേക്ക് നയിച്ചു. രാഷ്ട്രീയമായ ലക്ഷ്യങ്ങൾ 1953–63 കാലഘട്ടത്തിൽ ദാവൂദിൽ പ്രകടമായി ഉണ്ടായിരുന്നില്ല. അമേരിക്കയുമായി അടുക്കുന്നതിനുള്ള അഫ്ഗാനിസ്ഥാന്റെ ആദ്യകാല ശ്രമങ്ങൾ പരാജയപ്പെട്ടു. അമേരിക്കയുടെ പ്രധാന ആവശ്യം പാകിസ്ഥാനും ഇറാനും ഒപ്പം *സെൻട്രൽ ട്രീറ്റി ഓർഗനൈസേഷനിൽ* അഫ്ഗാനിസ്ഥാനും ചേരുക എന്നതായിരുന്നു. ഈ നിബന്ധന അഫ്ഗാനിസ്ഥാന് സ്വീകാര്യമായിരുന്നില്ല. അതുകൊണ്ട് അവർ സോവിയറ്റ് യൂണിയനിലേക്ക് തിരിഞ്ഞു. 1955 ൽ മൂന്ന് മില്യൺ ഡോളറിന്റെ ആയുധങ്ങൾ ചെക്കോസ്ലോവാക്യ വഴി നല്കാൻ സോവിയറ്റ് യൂണിയൻ തയ്യാറായി. അഫ്ഗാൻ പട്ടാളത്തിന് പരിശീലനം നല്കുന്നതിനുള്ള പദ്ധതികളും ഇതോടൊപ്പം തന്നെ ആവിഷ്കരിച്ചു. 1954 ലെ വാണിജ്യ വികസന കരാറനുസരിച്ച് പൈപ്പ് ലൈനുകൾ, സിമന്റ് നിർമ്മാണം. അടിസ്ഥാന സൗകര്യ വികസനം എന്നീ മേഖലകളിലും സോവിയറ്റ് യൂണിയൻ പിന്തുണ നല്കി. 1955 ൽ തന്നെ പാകിസ്ഥാനും അഫ്ഗാനിസ്ഥാനും തമ്മിൽ അതിർത്തി സംഘർഷങ്ങൾ ഉടലെടുത്തു. ഈ കാലഘട്ടത്തിൽ നികിതാ ക്രൂഷ്ചേവും, നിക്കോലായ് അലക്സാണ്ട്രോവിച്ച് ബുൾഗാനിനും കാബൂൾ സന്ദർശിച്ചു. ഈ സന്ദർശനത്തിൽ 100 ബില്യൺ ഡോളറിന്റെ

നികിതാ ക്രൂഷ്ചേവ് കാബൂൾ സന്ദർശനത്തിൽ

ധനസഹായം അഫ്ഗാനിസ്ഥാന് വാഗ്ദാനം ചെയ്തു. ഇതോടൊപ്പം സോവിയറ്റ് അതിർത്തിയിലൂടെ റോഡുകളും, ബഗ്രാമിൽ ഒരു വിമാനത്താവളവും ജലവൈദ്യുത പദ്ധതിയും വിഭാവനചെയ്തു. 1956 ൽ സോവിയറ്റ് മാതൃകയിൽ പഞ്ചവത്സരപദ്ധതികളും ആസൂത്രിത വികസനവും ധനകാര്യമന്ത്രി അബ്ദുൽ മാലിക് രൂപകല്പന ചെയ്തു.

അഫ്ഗാനിസ്ഥാൻ സോവിയറ്റ് പക്ഷത്തേക്ക് നീങ്ങുന്നു എന്ന ഭയം കൊണ്ട് 1955 ൽ യു എസ് 25 മില്യൺ ഡോളറിന്റെ ധനസഹായം അനുവദിച്ചു. ഇതിൽ സൈനിക പരിശീലനവും ഉന്നത വിദ്യാഭ്യാസ പരിഷ്കരണവും ഉൾപ്പെട്ടിരുന്നു. അമേരിക്കയും നിരത്തുകളുടെ നിർമ്മാണത്തിന് പ്രാധാന്യം നല്കി. പാകിസ്ഥാനിലെയും ഇറാനിലെയും നഗരങ്ങളുമായി അഫ്ഗാനിസ്ഥാനെ ബന്ധിക്കുകയായിരുന്നു ലക്ഷ്യം. കണ്ടഹാറിൽ ഒരു വിമാനത്താവളനിർമ്മാണവും അമേരിക്കൻ പദ്ധതിയിൽ ഉൾപ്പെട്ടു. ടൂറിസം വികസനമായിരുന്നു ഇതിലൂടെ ഉന്നംവച്ചത്. അഫ്ഗാനിസ്ഥാനെ സംബന്ധിച്ചിടത്തോളം മഹാശക്തികൾ പരസ്പര സഹിഷ്ണുതയോടെ വികസന പ്രവർത്തനങ്ങൾക്ക് നേതൃത്വം നല്കി എന്നതായിരുന്നു അൻപതുകളുടെ സവിശേഷത.

വിശാല പാഷ്ടൂണിസ്ഥാൻ എന്ന സങ്കല്പത്തെ യാഥാർത്ഥ്യമാക്കുക എന്ന അതിമോഹം എക്കാലവും ദാവൂദിന്റെ നയങ്ങൾക്കുപിന്നിലുണ്ടായിരുന്നു. ഈ അതിമോഹം തന്നെയാണ് മറ്റൊരു അർത്ഥത്തിൽ ദാവൂദിന്റെ ആദ്യകാല പരാജയത്തിന് കാരണമായത്. അഫ്ഗാനിസ്ഥാനും പാകിസ്ഥാനും തമ്മിൽ അതിർത്തി നിശ്ചയിക്കുന്ന *ദുരന്ദ്*

ലൈൻ ഒരു സംഘർഷ മേഖലതന്നെയാണ് എല്ലായ്പ്പോഴും. 1960–61 കാലഘട്ടത്തിൽ പാകിസ്ഥാന്റെ ആഭ്യന്തര കലഹങ്ങളിലേക്ക് ഇറങ്ങാനുള്ള ശ്രമം അഫ്ഗാനിസ്ഥാന്റെ അന്തർദ്ദേശീയ ബന്ധങ്ങളെ ബാധിച്ചു. 1961 ൽ പാഷ്ടൂൺ വംശംജനായ പാകിസ്ഥാൻ പ്രസിഡന്റ് അയ്യൂബ്ഖാൻ അഫ്ഗാനിസ്ഥാനിലുള്ള പാക്ക് കോൺസിലേറ്റ് അടച്ചുപൂട്ടി. മറുപടി എന്നുള്ള നിലയിൽ ദാവൂദാവട്ടെ ഇരുരാജ്യങ്ങളും തമ്മിലുള്ള അതിർത്തി തന്നെ അടച്ചുകളഞ്ഞു. ഇത് ഈ മേഖലയിലെ ഗോത്രങ്ങളുടെ സഞ്ചാര പാതയാണ് ഇല്ലാതെയാക്കിയത്. ഇതിലൂടെ അപകടത്തിലായത് ദക്ഷിണേഷ്യയിലെ അതിപ്രധാനമായ ചരക്കുകൈമാറ്റങ്ങളും. അഫ്ഗാനിസ്ഥാന്റെ സമ്പദ്ഘടന താറുമാറായി. സോവിയറ്റ് യൂണിയനും യുണൈറ്റഡ് സ്റ്റേറ്റ്സും സമാന്തര പാതകൾ തുറക്കാൻ ശ്രമിച്ചു. പതിനെട്ടു മാസംകൊണ്ട് പണപ്പെരുപ്പവും സാമ്പത്തിക അസ്ഥിരതയും അഫ്ഗാനിസ്ഥാനിന് കൈമുതലായി. ഈ ഘട്ടത്തിൽ സാഹിർഷാ കൂടുതൽ കരുത്താർജ്ജിച്ചു. ഒപ്പം സോവിയറ്റ് യൂണിയന്റെ വർദ്ധിതമാകുന്ന സാന്നിദ്ധ്യവും ഇറാഖിലെയും (1958) യമനിലെയും (1962) കലാപങ്ങളും രാജകുടുംബത്തെ ചകിതമാക്കി. ദാവൂദിന്റെ ഭരണത്തിന്റെ ഗുണപരമായ പല അംശങ്ങളും സ്വാംശീകരിച്ചപ്പോഴും, അധികാരമാറ്റം അനിവാര്യമാണെന്ന നിലപാടിലേക്ക് രാജകുടുംബത്തിന് മാറേണ്ടിവന്നു.

ജനാധിപത്യത്തിലേക്ക്

1963 മാർച്ചിൽ ദാവുദിന്റെ രാജി സ്വീകരിക്കുകയും നിയമവാഴ്ച (കോൺസ്റ്റിറ്റ്യൂഷണൽ മൊണാർക്കി) സാഹിർ ഷാ അംഗീകരിക്കുകയും ചെയ്തു. തുടർന്ന്, ഏതാനും ദിവസങ്ങൾക്കുള്ളിൽ മുഹമ്മദ് യൂസഫിന്റെ നേതൃത്വത്തിലുള്ള ഇടക്കാല മന്ത്രിസഭ അധികാരത്തിലെത്തി. 1963 മെയ് അവസാനത്തിൽ ജനങ്ങൾക്ക് കൂടുതൽ സ്വാതന്ത്ര്യങ്ങൾ വാഗ്ദാനം ചെയ്യപ്പെട്ടു. യൂസഫ് അതിവേഗം തന്നെ നിയമപരിഷ്കരണത്തിന്റെ വഴിവെട്ടിത്തുറന്നു. ശിക്ഷാനിയമങ്ങൾ പരിഷ്കരിച്ചു. കൂടുതൽ ജനാധിപത്യപരമായ ഒരു രാഷ്ട്രീയ അന്തരീക്ഷം രൂപപ്പെടുത്തിയെടുത്തു. തുടർന്നുള്ള സാഹിറിന്റെ പത്തുവർഷത്തെ ചരിത്രം അഫ്ഗാനിസ്ഥാനിലെ ജനാധിപത്യ വാഴ്ചയുടെ ചരിത്രമാണ്. നവജനാധിപത്യത്തിന്റെ നാളുകൾ എന്നാണ് ഈ ദിനങ്ങൾ അറിയപ്പെട്ടതുതന്നെ. ഭരണകൂടം ജനാധിപത്യപരമായി, അഭിപ്രായ സ്വാതന്ത്ര്യം അനുവദിക്കപ്പെട്ടു, ലോയ ജിർഗ പുനഃസംഘടിപ്പിക്കപ്പെട്ടു. 1964 സെപ്തംബറിൽ ഭരണഘടനയുടെ കരട് അംഗീകരിക്കപ്പെട്ടു. ഭരണസമിതിയിൽ സ്ത്രീകളുടെ പങ്കാളിത്തമുണ്ടായി, നാമമാത്രമായാണെങ്കിലും അത് നിർണ്ണായകമായിരുന്നു. *പാഷ്ടൂണിസ്ഥാൻ* എന്ന സങ്കല്പം എല്ലാ ജനവിഭാഗങ്ങളെയും ഉൾക്കൊള്ളുന്ന നിലയിൽ *അഫ്ഗാനിസ്ഥാൻ* എന്ന സങ്കല്പത്തിലേക്ക് വളർന്നു. മതേതര നിയമത്തിനെതിരെയുള്ള മതാധികാരികളുടെ പ്രതിഷേധത്തെയും മറികടക്കാനായി. ഒരു ദ്വിമണ്ഡല പാർലമെന്റ്

(ശൂര) നിലവിൽ വന്നു. 1965 ആഗസ്ത്-സെപ്തംബർ മാസങ്ങളിൽ പൊതുതിരഞ്ഞെടുപ്പ് രാഷ്ട്രീയ അടിസ്ഥാനത്തിൽ നടന്നു. ഭൂപ്രഭുക്കന്മാരും നാട്ടുപ്രമാണികളുമാണ് തിരഞ്ഞെടുപ്പിലൂടെ അധികാരത്തിലെത്തിയതെങ്കിലും പുതുതായി രൂപീകരിച്ച പീപ്പിൾസ് ഡെമോക്രാറ്റിക് പാർട്ടി ഓഫ് അഫ്ഗാനിസ്ഥാന്റെ (പി ഡി പി എ) നാലംഗങ്ങൾ വിജയിച്ചു. വിദ്യാർത്ഥി കലാപംമൂലം യൂസഫിന് തന്റെ ഗവൺമെന്റിനെ അധികാരത്തിലേറ്റാൻ കഴിഞ്ഞില്ല. വിദ്യാഭ്യാസമന്ത്രിയായി മുമ്പ് സേവനമനുഷ്ഠിച്ച മുഹമ്മദ് ഹാശിം മെയ്‌വദ്‌വാൽ അധികാരമേറ്റു. മെയ്‌വദ്‌വാൽ സ്ഥാപിച്ച പ്രോഗ്രസീവ് സോഷ്യലിസ്റ്റ് പാർട്ടി തകർന്നതോടെ പുതിയ പ്രധാനമന്ത്രി അധികാരത്തിലേക്കുവരേണ്ടി വന്നു. നൂർ മുഹമ്മദ് അൽമഹ്ദി അധികാരത്തിലെത്തി.

അഫ്ഗാനിസ്ഥാനിൽ സോവിയറ്റ് യൂണിയനും യുണൈറ്റഡ് സ്റ്റേറ്റ്സും അൻപതുകളിൽ വിപുലമായ തോതിൽ സാമ്പത്തിക സൈനിക നിക്ഷേപങ്ങൾ നടത്തി എങ്കിലും അറുപതുകളിൽ രൂപം കൊണ്ട വിദ്യാസമ്പന്നരായ മദ്ധ്യവർഗ്ഗമാണ് അഫ്ഗാനിസ്ഥാനെ നിർണ്ണായകമായി സ്വാധീനിച്ചത്. ഷാ മുഹമ്മദിന്റെ കാലത്താണ് പരിഷ്കരണങ്ങൾക്ക് തുടക്കംകുറിച്ചതെങ്കിലും 1964 ലെ കാബൂൾ യൂണിവേഴ്സിറ്റിയുടെ പുനർസംഘാടനം രാഷ്ട്രീയമായി നിർണ്ണായകമായി. അമേരിക്കൻ പണവും അമേരിക്കൻ അദ്ധ്യാപകരും ദരിദ്രരും ഇടത്തട്ടുകാരുമായ വിദ്യാർത്ഥികളെ ആശയപരമായി സ്വാധീനിച്ചുതുടങ്ങി. 1200 വിദ്യാർത്ഥികളെ ഉൾക്കൊള്ളാവുന്ന ഹോസ്റ്റൽ സംവിധാനവും രൂപപ്പെടുത്തി. മുൻപ് വിദ്യാഭ്യാസം പൂർത്തിയാക്കിയവർ സർക്കാർ ജോലികളിൽ പ്രവേശിച്ചു. വിദേശങ്ങളിൽ പഠനം പൂർത്തിയാക്കിയ ആളുകൾ അഫ്ഗാനിസ്ഥാനിലേക്ക് മടങ്ങിയെത്തി. വിദ്യാസമ്പന്നരുടെ ഇടപെടലിനുള്ള മേഖലയായി രാഷ്ട്രീയം മാറി. 6600 വിദ്യാർത്ഥികൾ സോവിയറ്റ് യൂണിയനിൽനിന്നു മാത്രം വിദ്യാഭ്യാസം പൂർത്തിയാക്കി അഫ്ഗാനിസ്ഥാനിലെത്തി.

പരമ്പരാഗത സമൂഹം മാറുകയും ജനങ്ങൾ തീവ്രപ്രത്യയശാസ്ത്രങ്ങളിലേക്ക് ആകർഷിക്കപ്പെടുകയും ചെയ്തു. ഇസ്ലാമിക മൗലികവാദവും പരിഷ്കരണ ആശയങ്ങളും അഫ്ഗാനിൽ ആഴത്തിൽ വേരോടിതുടങ്ങി. സോവിയറ്റ് യൂണിയനിൽനിന്നും പുറത്തുവന്ന വിദ്യാർത്ഥികൾ അദ്ധ്യാപകരായി മാറി. വിദ്യാർത്ഥി പ്രക്ഷോഭങ്ങൾ വ്യാപകമായി, തൊഴിലാളിസമരങ്ങളോട് വിദ്യാർത്ഥികൾ ഐക്യദാർഢ്യം പ്രഖ്യാപിച്ചു. 1968 ലെ ലോകപ്രക്ഷോഭത്തിന്റെ (World Revolution - 1968) അലയൊലികൾ അഫ്ഗാനിസ്ഥാനിലും എത്തി. പോരാട്ടം വിദ്യാർത്ഥികളും ഇസ്ലാമിക തീവ്രവാദികളും തമ്മിലായി. 1970 ൽ ഭരണകൂടനയങ്ങൾക്കെതിരെ നടത്തിയ വിദ്യാർത്ഥി പ്രക്ഷോഭത്തിന്റെ പരിണിതഫലമായി കാബൂൾ യൂണിവേഴ്സിറ്റി ആറുമാസത്തേക്ക് അടച്ചിടേണ്ടിവന്നു. വിദ്യാസമ്പന്നരും നഗരവാസികളും പരിഷ്കരണ പക്ഷത്ത് അണിനിരന്നപ്പോൾ ഗ്രാമങ്ങളിലും നഗരപ്രാന്തങ്ങളിലും ഇസ്ലാമിക തീവ്രവാദത്തിനാണ് പ്രാധാന്യം

ലഭിച്ചത്. 1970 ൽ ഒരു മതവിരുദ്ധ കവിത പ്രസിദ്ധീകരിക്കപ്പെട്ടതിനെ തുടർന്ന് കാബൂളിൽ പ്രക്ഷോഭം പൊട്ടിപ്പുറപ്പെട്ടു. 5000–ത്തോളം മുസ്ലിം തീവ്രവാദികൾ ജയിലിലടയ്ക്കപ്പെട്ടു. യാഥാസ്ഥിതികരായ സ്ത്രീകൾ തെരുവിലിറങ്ങി. മൂടുപടമിടാത്ത സ്ത്രീകൾക്കെതിരെ ആസിഡ് ബൾബുകളെറിഞ്ഞു.

1965 ലാണ് അഫ്ഗാനിസ്ഥാനിൽ ഇടതുപക്ഷ അനുഭാവമുള്ള ഒരു രാഷ്ട്രീയ പ്രസ്ഥാനം രൂപംകൊള്ളുന്നത്. നൂർ മുഹമ്മദ് തറാഖിയും ബബ്റക് കമാലും ആയിരുന്നു സ്ഥാപകാംഗങ്ങൾ. 1966 ൽ ആദ്യത്തെ ഇടതുപക്ഷപത്രം *ഖൽഖ്* (The People) പ്രസിദ്ധീകരണം ആരംഭിച്ചു. ആറ് ലക്കങ്ങൾ പുറത്തിറങ്ങികഴിഞ്ഞപ്പോൾ ഗവൺമെന്റ് പത്രസ്ഥാപനം പൂട്ടി. 1967 ൽ അഫ്ഗാനിസ്ഥാനിലെ ഇടതുപക്ഷ പ്രസ്ഥാനം പിളർന്നു. തറാഖിയും കർമ്മാലും വ്യത്യസ്ത പ്രസ്ഥാനങ്ങൾ പി ഡി പി എയുടെ പേരിൽ മുന്നോട്ടുകൊണ്ടുപോയി. കർമാൽ 1968–69 കാലഘട്ടത്തിൽ തന്റെ സ്വന്തം പത്രം *പർഷാം* (Banner) വളരെ സൂക്ഷ്മതയോടെ പ്രസിദ്ധീകരിച്ചു. തറാഖി പാഷ്ടൂണിസ്ഥാനുവേണ്ടിയാണ് നിലകൊണ്ടത്. എന്നാൽ, കർമാലാവട്ടെ വംശീയ വൈവിദ്ധ്യങ്ങൾക്ക് പ്രാധാന്യം നല്കി. മാർക്സിസ്റ്റ് ഇതര പ്രസ്ഥാനങ്ങളുമായി കൈകോർക്കുന്ന പ്രായോഗിക രാഷ്ട്രീയ സമീപനമായിരുന്നു കർമാലിന്റേത്. ചെറിയ മാർക്സിസ്റ്റ്, മാവോയിസ്റ്റ് ഗ്രൂപ്പുകളും ഈ കാലഘട്ടത്തിൽ രൂപപ്പെട്ടു. ഫാക്ടറിതൊഴിലാളികളുടെ സമരങ്ങൾ രൂപപ്പെടുകയും ഹസാരകൾ ഇത്തരം തൊഴിലാളി പ്രസ്ഥാനങ്ങളിൽ ആകൃഷ്ടരാവുകയും ചെയ്തു.

1965 ൽത്തന്നെയാണ് കാബൂളിലെ അദ്ധ്യാപകരും ദൈവശാസ്ത്ര ചിന്തകരും ചേർന്ന് *ജമാഅത്ത് ഇ ഇസ്ലാം* (Society of Islam) സ്ഥാപിക്കുന്നത്. മദ്രസ്സകളിൽനിന്നും കയ്റോ സർവ്വകലാശാലയുൾപ്പെടെയുള്ള സർവ്വകലാശാലകളിലെ അദ്ധ്യാപകരും ചേർന്നാണ് ഈ സംഘടന രൂപീകരിക്കുന്നത്. പാശ്ചാത്യ സാംസ്കാരിക അധിനിവേശത്തിൽനിന്നും മുക്തമായ ഇസ്ലാമിക മൂല്യങ്ങളിൽ അധിഷ്ഠിതമായ രാഷ്ട്രം സ്ഥാപിക്കുക എന്നതായിരുന്നു അവരുടെ ലക്ഷ്യം. പാഷ്ടൂൺ ദേശീയവാദത്തോട് അവർക്ക് താല്പര്യമുണ്ടായിരുന്നില്ല. അതുപോലെതന്നെ അഫ്ഗാനിലെ ഗ്രാമീണരായ മുല്ലമാർ ഉയർത്തുന്ന പാരമ്പര്യവാദത്തിലും അവർക്ക് താല്പര്യം ഉണ്ടായിരുന്നില്ല. അത്തരം പാരമ്പര്യവാദം ഇസ്ലാമിക നിയമങ്ങളിൽ അധിഷ്ഠിതമായിരുന്നില്ല. വിദ്യാർത്ഥി പ്രസ്ഥാനത്തിലൂടെയാണ് ജമാഅത്ത് ശക്തിയാർജ്ജിച്ചത്. ഗുലാംനബി ന്യാസി ഈ പ്രസ്ഥാനത്തിന്റെ സ്ഥാപക നേതാവായിരുന്നു. കമ്യൂണിസ്റ്റ് പാർട്ടിയെ പോലെ ജമാഅത്ത് ഇസ്ലാമും അതിവേഗം തന്നെ പിളർന്നു. താജിക് നേതാക്കളായ ബുർഹാനുദ്ദീൻ റബ്ബാനിയും അഹമ്മദ് ഷാ മസൂദും വിപ്ലവ പ്രവർത്തനത്തെ നിഷേധിക്കുകയും മിതവാദ നിലപാട് സ്വീകരിക്കുകയും ചെയ്തു. അതേസമയംത്തന്നെ ഗിൽസായി പാഷ്ടൂൺ വംശജനായ

ഗുൽബദ്ദീൻ ഹിക്മത്യാർ ജനകീയ പ്രക്ഷോഭത്തിലൂടെ അധികാരം പിടിച്ചെടുക്കാനാണ് ആഗ്രഹിച്ചത്.

1970 ൽ സാമ്പത്തിക പ്രതിസന്ധി രാജ്യത്തെ ഗ്രസിച്ചു. വൻശക്തികൾ തങ്ങളുടെ നിക്ഷേപങ്ങൾ വെട്ടിക്കുറച്ചു. വികസനപദ്ധതികൾ പലതും പാതിവഴിയിൽ നിലച്ചു. പദ്ധതികൾ തുടർന്നു പോകുന്നതിനുള്ള അഭ്യസ്തവിദ്യരുടെയും സാങ്കേതികവിദഗ്ദ്ധരുടെയും അഭാവം വികസന പദ്ധതികളെ ബാധിച്ചു. ഭരണം ഭൂമാടമ്പികളുടെ കൈകളിലെത്തിയതോടെ കാർഷിക മേഖലയിൽനിന്നുള്ള നികുതി വരുമാനവും കുത്തനെ ഇടിഞ്ഞു. 1969–72 കാലഘട്ടത്തിൽ രാജ്യത്ത് രൂക്ഷമായ ക്ഷാമവും പടർന്നുപിടിച്ചു. പ്രതിസന്ധിയുടെ നടുവിൽ അന്നത്തെ പ്രധാനമന്ത്രി മൂസാ ഷാഫിക് മുന്നോട്ടുവച്ച പരിഷ്കാരങ്ങളൊക്കെ പരാജയപ്പെട്ടു. രാജാവ് വിദേശപര്യടനത്തിനു യൂറോപ്പിലേക്ക് പുറപ്പെട്ട സന്ദർഭം നോക്കി മുഹമ്മദ് ദാവൂദ് ഒരു അട്ടിമറിയിലൂടെ അധികാരം പിടിച്ചെടുത്തു. പത്തുവർഷത്തെ ഇടവേളയ്ക്കുശേഷം വീണ്ടും 1973 ജൂലൈ 17 ന് ദാവൂദ് അധികാരത്തിലെത്തുകയും ചെയ്തു.

ഏകാധിപത്യത്തിന്റെ ദശകം

1973 ൽ രക്തരഹിത അട്ടിമറിയിലൂടെയാണ് മുഹമ്മദ് ദാവൂദ് ഖാൻ അധികാരത്തിലേറിയത്. രാജാധിപത്യം അവസാനിപ്പിച്ചുകൊണ്ട് അഫ്ഗാൻ ചരിത്രത്തിലാദ്യമായി ജനാധിപത്യം പ്രഖ്യാപിച്ചു. ദുറാനികളുടെ ചരിത്രത്തിന്റെ തനിയാവർത്തനം തന്നെ ആയിരുന്നു ഇത്. ഒരു സഹോദരൻ മറ്റൊരു സഹോദരനെ പുറന്തള്ളുന്നതിനപ്പുറത്തൊരു രാഷ്ട്രീയ പരിവർത്തനം നമുക്ക് കാണാൻ കഴിയില്ല. ദാവൂദിന്റെ പ്രസിഡന്റ് സ്ഥാനത്തേക്കുള്ള കടന്നുവരവിന് സുമാർ ഒരു വർഷം മുമ്പെങ്കിലും തയ്യാറെടുപ്പുകൾ തുടങ്ങിയിരുന്നു. ദേശീയവാദികൾ കരുതി പാഷ്ടൂണിസ്ഥാനിനുവേണ്ടിയുള്ള അവരുടെ മുറവിളി ദാവൂദിലൂടെ സാക്ഷാൽക്കരിക്കപ്പെടും. മിതവാദികളും പരിഷ്കർത്താക്കളും ആഗ്രഹിച്ചത് മതാനുഷ്ഠാനങ്ങൾ കർക്കശമല്ലാത്ത ഒരു സാമൂഹിക സാഹചര്യം സൃഷ്ടിക്കുവാൻ ദാവൂദിനാകും എന്നാണ്. സോവിയറ്റ് പരിശീലനം സിദ്ധിച്ച സൈനികരും ദാവൂദിനെ പിന്തുണച്ചു. പ്രചാം വിഭാഗത്തിന്റെ നേതാവായ കർമാലിന്റെ പിതാവ് ദാവൂദിന്റെ വലംകൈ ആയി പ്രവർത്തിച്ചു. പ്രചാം വിഭാഗത്തിന് ഭരണത്തിൽ ഉന്നത സ്ഥാനങ്ങൾ ഇതോടെ ലഭ്യമായി. എന്നാൽ പ്രചാം വിഭാഗം പ്രതീക്ഷിച്ചപോലെ അവർക്ക് വിധേയനാകുവാൻ ദാവൂദ് തയ്യാറായില്ല. സൈന്യത്തിന്റെ താക്കോൽ സ്ഥാനങ്ങളിൽ തന്റെ ഇഷ്ടന്മാരെ തന്നെയാണ് നിയമിച്ചത്. വികസനം തന്നെ ആയിരുന്നു ദാവൂദിന്റെയും മുദ്രാവാക്യം. വിദേശ മൂലധന നിക്ഷേപം ആകർഷിക്കാനുള്ള പരിശ്രമങ്ങൾ വിജയം കൈവരിച്ചില്ല. ഇറാനിൽനിന്നും രണ്ടു ബില്യൺ ഡോളർ ലഭിച്ചെങ്കിലും ഈ തുക വികസനപ്രവർത്തനങ്ങൾക്ക് തികച്ചും പറ്റുമായിരുന്നില്ല. അറബ് രാഷ്ട്രങ്ങളും വൻ ശക്തി

കളും ദാവൂദിന്റെ പ്രതീക്ഷയ്ക്ക് അനുസരിച്ചുള്ള പിന്തുണകൾ വാഗ്ദാനം ചെയ്തില്ല.

സ്വതന്ത്രമായ ഒരു രാഷ്ട്രീയ വ്യവസ്ഥയെ രൂപപ്പെടുത്തി എടുക്കാനായിരുന്നു തുടർന്നുള്ള നാളുകളിൽ ദാവൂദിന്റെ ശ്രമം. ഇതിനായി 1976 ൽ സ്വന്തം രാഷ്ട്രീയ പാർട്ടി രൂപീകരിച്ചു. 1976 ൽ *നാഷണൽ റവലൂഷനറി പാർട്ടി* രൂപീകരിച്ചതിനെത്തുടർന്ന് ലോയ ജിർഗ വിളിച്ചു ചേർക്കുകയും, 'ഒരു പാർട്ടി, ഒരു നേതാവ്' എന്ന ആശയം പ്രഖ്യാപിക്കുകയും ചെയ്തു. മിശ്രസമ്പദ്ഘടനയും പ്രകൃതിവിഭവങ്ങൾ രാഷ്ട്രത്തിന്റെ പൊതുസ്വത്തായിരിക്കുമെന്നും ഇതോടൊപ്പം പ്രഖ്യാപനം നടത്തി. സ്വതന്ത്ര പത്രങ്ങൾ ഇല്ലാതെയായി, അഭിപ്രായ സ്വാതന്ത്ര്യം നിഷേധിക്കപ്പെട്ടു, പാഷ്ടൂണിസ്ഥാൻ എന്ന ആശയം വീണ്ടും ശക്തിയാർജ്ജിച്ചു. പാകിസ്ഥാനിൽ അഫ്ഗാനിസ്ഥാൻ ഇടപെട്ടുതുടങ്ങി. ഇതിന് തിരിച്ചടി എന്ന നിലയിൽ ഇസ്ലാമിക മൗലികവാദത്തെ പാകിസ്ഥാൻ ശക്തിപ്പെടുത്തി. ഇസ്ലാമിക മൗലികവാദികളുടെ നേതാവായിരുന്ന മുഹമ്മദ് ന്യാസിയെ അഫ്ഗാനിസ്ഥാൻ അറസ്റ്റുചെയ്തു. പാകിസ്ഥാൻ അതിന്റേതായ പ്രക്ഷോഭങ്ങൾക്ക് തുടക്കംകുറിച്ചതോടെ പോരാട്ടം പരിഷ്കരവാദികളും ഇസ്ലാമിക മൗലികവാദികളും തമ്മിലായി. ഗുൽബുദീൻ ഹിക്മതിയാർ (Gulbuddin Hekmatyar) രൂപം കൊടുത്ത *ഇസ്ലാമിക് പാർട്ടിയും* ബുർഹാനുദീൻ റബാനിയുടെ (Burhan-uddin Rabbani) *ജമാഅത്ത് ഇ ഇസ്ലാമും* വിമത രാഷ്ട്രീയ പ്രസ്ഥാനങ്ങളായി ശക്തിയാർജ്ജിച്ചു.

ദാവൂദിന്റെ അട്ടിമറി ശ്രമങ്ങളെക്കുറിച്ച് സോവിയറ്റ് യൂണിയന് മുൻകൂട്ടി അറിവുണ്ടായിരുന്നു. സാഹിറിന്റെ ഉദാരനയങ്ങളും അമേരിക്കൻ അനുകൂല നിലപാടുകളും അവർക്ക് സ്വീകാര്യമായിരുന്നില്ല. അമേരിക്കയുടെ കൂട്ടാളിയായിട്ടുള്ള പാകിസ്ഥാനോടുള്ള ദാവൂദിന്റെ എതിർപ്പ് ഒന്നുമാത്രമാണ് സോവിയറ്റ് യൂണിയന് ദാവൂദിനെ സ്വീകാര്യനാക്കിയ ഘടകം. കർമാലും പ്രചാം പാർട്ടിയുമായുള്ള ദാവൂദിന്റെ അടുപ്പവും മുൻകാലങ്ങളിൽ ദാവൂദ് പ്രകടിപ്പിച്ച പരിഷ്കരണ നയങ്ങൾ ദാവൂദിനെ പിന്തുണയ്ക്കാൻ സോവിയറ്റ് യൂണിയനെ നിർബ്ബന്ധിതമാക്കി. 1974 ൽ ദാവൂദ് മോസ്കോ സന്ദർശിച്ചപ്പോൾ ഋണബാദ്ധ്യതകളിൽനിന്നുള്ള മോചനവും 428 മില്യൺ ഡോളറിന്റെ സാമ്പത്തിക സഹായവും സോവിയറ്റ് യൂണിയൻ വാഗ്ദാനം ചെയ്തു. ഇത് ദാവൂദ് പ്രതീക്ഷിച്ചതിലും കുറവായിരുന്നു എന്നത് പ്രചാമുമായുള്ള ബന്ധങ്ങളെ തകരാറിലാക്കി. യു എസ് എസ് ആറുമായുള്ള ബന്ധങ്ങൾ ഉപരിപ്ലവമായി നിർത്തുവാൻ മാത്രമാണ് ദാവൂദ് ആഗ്രഹിച്ചത്. യു എന്നിൽ റഷ്യൻ പക്ഷത്തും അതിന്റെ വിദേശനയങ്ങളോടും അനുഭാവം കാട്ടിയപ്പോൾത്തന്നെ വടക്കൻ അഫ്ഗാനിൽനിന്നും വിദേശ ശക്തികളെ അകറ്റി നിർത്തി. അറബ്–പലസ്തീൻ പ്രശ്നങ്ങളിൽ റഷ്യൻ നിലപാടുകളുടെ ഒപ്പം നിന്നു. പാശ്ചാത്യ സാമ്പത്തിക ഇടപെടലുകളെ ദാവുദ് അഫ്ഗാനിസ്ഥാനിൽ ചെറുത്തു നിർത്തി. അമുദാരിയ നദീതടത്തിൽ അഫ്ഗാനിസ്ഥാനെ സംരക്ഷിക്കുന്ന

ഉരുക്കുമറതന്നെ ആയിരുന്നു സോവിയറ്റ് യൂണിയൻ. അതേസമയം തന്നെ സോവിയറ്റ് യൂണിയന്റെ അമിത ഇടപെടലുകളെ ചെറുക്കാൻ പാകത്തിൽ യുറോപ്പിന്റെയും അമേരിക്കയുടെയും പിന്തുണ തേടിക്കൊണ്ടുമാണ് ദാവൂദ് തന്റെ അധികാരം നിലനിർത്തിയത്.

അമേരിക്കയ്ക്ക് ഈ കാലഘട്ടത്തിൽ വിയത്നാമിൽ ഏറ്റ തിരിച്ചടി ലോകരാജ്യങ്ങൾക്കിടയിൽ അമേരിക്കയുടെ അന്തസ്സിടിച്ചു. അതേസമയം റഷ്യ ലോകമെമ്പാടും, സാദ്ധ്യമായ എല്ലാ മേഖലകളിലും വിപ്ലവ ഭരണ കൂടങ്ങളെ അധികാരത്തിലേറ്റാൻ വ്യഗ്രത കാണിച്ചുതുടങ്ങി. 1974 ൽ മോസ്കോയിൽനിന്നും മടങ്ങിയെത്തിയ ഉടനെ തന്നെ ദാവൂദ് ഇന്ത്യയും ഈജിപ്തുമായി സൈനിക സഹകരണത്തിനുള്ള ധാരണയുണ്ടാക്കി. അഫ്ഗാനിസ്ഥാനെപ്പോലെ തന്നെ ഈ രാജ്യങ്ങളും സൈനിക ശാക്തീകരണത്തിന് സോവിയറ്റ് യൂണിയനെ തന്നെയാണ് ആശ്രയിച്ചിരുന്നത്. ഒപ്പം, പ്രചാം നേതാക്കളെ സൈനിക മേൽനിരകളിൽനിന്നും നീക്കം ചെയ്ത് ഇസ്ലാമിക നേതാക്കളെ അവരോധിച്ചത് സോവിയറ്റ് യൂണിയന് അസുഖകരമായി മാറി. ഇതുമാത്രമല്ല, പാഷ്ടൂണിസ്ഥാൻ വാദത്തെ ശാക്തീകരിക്കാനുള്ള ഒരു അവസരവും ദാവൂദ് പാഴാക്കിയില്ല. പാകിസ്ഥാനിലെ ബലൂചിസ്ഥാനിൽനിന്നുമുള്ള പാഷ്ടൂൺ വാദികൾക്ക് അഫ്ഗാനിസ്ഥാനിൽ അഭയം നല്കി. ഇസ്ലാമിക മൗലികവാദികൾ കാബുളിലും ജലാലാബാദിലും ബോംബുസ്ഫോടനങ്ങൾ നടത്തിക്കൊണ്ടാണ് തിരിച്ചടിച്ചത്. ഇറാനും അമേരിക്കയും മദ്ധ്യസ്ഥം വഹിച്ചുകൊണ്ട് പാകിസ്ഥാനും അഫ്ഗാനിസ്ഥാനും ഇടയിലുള്ള പാഷ്ടൂണിസ്ഥാൻ കലാപങ്ങൾ അമർച്ച ചെയ്യാൻ ഇരുരാജ്യങ്ങളും സമ്മതിച്ചു. 1976 ൽ പാകിസ്ഥാൻ പ്രസിഡന്റ് സുൽഫിക്കർ അലി ഭൂട്ടോയും 1978 ൽ ദാവൂദും ഇരു രാജ്യങ്ങളിലും സൗഹൃദ സന്ദർശനം നടത്തി. ഈ സന്ദർശനത്തിന്റെ ഭാഗമായി അഫ്ഗാൻ സൈനികരെ പാകിസ്ഥാനിൽ പരിശീലനത്തിന് അയക്കുന്നതിന് അഫ്ഗാനിസ്ഥാൻ ധാരണയുണ്ടാക്കി (Shaista Wahab and Barry Youngerman 2007:125-130). പാകിസ്ഥാനും അഫ്ഗാനിസ്ഥാനും ചേർന്നുള്ള ഒരു കോൺഫെഡറേഷൻ ദാവൂദിന്റെ മോഹമായിരുന്നു. എന്നാൽ, ഭൂട്ടോ ഈ നിർദ്ദേശത്തെ തള്ളിക്കളഞ്ഞുവെന്നു മാത്രമല്ല; അങ്ങനെ ഒരു കോൺഫെഡറേഷൻ ആവശ്യമെങ്കിൽ എന്തുകൊണ്ട് ഇന്ത്യയും പാകിസ്ഥാനും ചേർന്നായിക്കൂടാ എന്ന് മറുചോദ്യം ഉന്നയിക്കുകയും ചെയ്തു.

1977 ൽ മോസ്കോയിലേക്കുള്ള ദാവൂദിന്റെ രണ്ടാം സന്ദർശനം അഫ്ഗാൻ - യു എസ് എസ് ആർ ബന്ധങ്ങളെ കൂടുതൽ മോശമാക്കി. അഫ്ഗാനിസ്ഥാന്റെ യു എസ് അനുകൂല നീക്കങ്ങളെ ബ്രഷ്നേവ് നിശിതമായി വിമർശിച്ചു. അമേരിക്കയെ പുറത്താക്കി നാറ്റോ കൂട്ടുകെട്ടിൽനിന്നും വിട്ടുനില്ക്കാൻ ബ്രഷ്നേവ് ദാവൂദിനോട് ആവശ്യപ്പെട്ടു. ദാവൂദ് ഈ ആവശ്യം അവഗണിക്കുകയും സമ്മേളനത്തിൽനിന്നും ഇറങ്ങിപ്പോവുകയും ചെയ്തു. പ്രശ്നങ്ങൾ സങ്കീർണ്ണമായതോടെ 1978 ൽ വാഷിങ്ടൺ സന്ദർശിക്കുവാൻ ദാവൂദ് തീരുമാനിച്ചു.

ദാവൂദിന്റെ നയങ്ങളോട് വിയോജിക്കുവാനോ സത്യസന്ധമായി അഭിപ്രായം രേഖപ്പെടുത്തുവാനോ ഉള്ള അവകാശം ആർക്കും ഉണ്ടായിരുന്നില്ല. യാഥാർത്ഥ്യവുമായി പൊരുത്തപ്പെടാത്ത പദ്ധതികളും ഏകാധിപത്യവും അദ്ദേഹത്തിന്റെ നയങ്ങളുടെ സവിശേഷതയായി. ജനങ്ങൾ അദ്ദേഹത്തെ ഭ്രാന്തനായ രാജകുമാരൻ എന്നു വിശേഷിപ്പിച്ചു. ദാവൂദ് സോഷ്യലിസത്തിൽ വിശ്വസിക്കുകയോ സോഷ്യൽ ഡെമോക്രസിയുടെ തത്ത്വങ്ങൾ പിന്തുടരുകയോ ചെയ്തില്ല. നാസികളുടെ ആര്യൻ വർഗ്ഗാധിപത്യ സിദ്ധാന്തത്തിൽ വിശ്വസിച്ച ഒരു ഏകാധിപതിയായിരുന്നു മുഹമ്മദ് ദാവൂദ് (Hafizulla Emadi 2010:64).

സൗർ വിപ്ലവം അഥവാ ഏപ്രിൽ വിപ്ലവം (1978)

സോവിയറ്റ് യൂണിയന്റെ സമ്മർദ്ദത്തെത്തുടർന്ന് 1977.ൽ പി ഡി പി എ പാർട്ടിയിലെ ഖൽഖ് വിഭാഗവും പ്രചാം വിഭാഗവും ഒന്നിക്കുവാൻ തീരുമാനിച്ചു. പതിനഞ്ചംഗ കേന്ദ്രക്കമ്മിറ്റിയെ തെരഞ്ഞെടുത്തുകൊണ്ട് ഐക്യത്തോടെ പ്രവർത്തിക്കുവാൻ പാർട്ടി തയ്യാറായി. ഹാഫിസുള്ള അമീൻ അനുയായികളെ സംഘടിപ്പിക്കുന്നതിനും പാർട്ടിയെ ശക്തിപ്പെടുത്തുന്നതിനുമായി പരിശ്രമിച്ചു. 1976 നുമുമ്പുതന്നെ ഖൽഖ് അട്ടിമറിക്കുള്ള ശ്രമങ്ങൾ ആരംഭിച്ചിരുന്നു എന്ന നിരീക്ഷണവും നിലനില്ക്കുന്നു. പതിറ്റാണ്ടുകളിലൂടെ സോവിയറ്റ് യൂണിയൻ പരിശീലിപ്പിച്ചെടുത്ത സാങ്കേതികവിദഗ്ദ്ധരും സൈനികരും പൗരന്മാരും വിദ്യാർത്ഥികളും ഉദ്യോഗസ്ഥരും 1978 ൽ അഫ്ഗാനിസ്ഥാനിലുണ്ടായിരുന്നു. ഇടതുപക്ഷ ആശയങ്ങളിൽ അവർ ആകൃഷ്ടരും ഉത്സുകരുമായിരുന്നു. അഫ്ഗാൻ പി ഡി പി എ പാർട്ടിയുടെ സവിശേഷത റഷ്യയിൽനിന്നും കമ്യൂണിസ്റ്റ് ആശയങ്ങൾ സ്വീകരിച്ചവരേക്കാൾ കൂടുതൽ ആളുകൾ അമേരിക്കയിലും യൂറോപ്പിലും വിദ്യാഭ്യാസം സിദ്ധിച്ച് ആ നാടുകളിൽനിന്നും കമ്യൂണിസ്റ്റ് ആശയങ്ങൾ സ്വീകരിച്ചവരായിരുന്നു. അതുകൊണ്ട് റഷ്യൻ ഭാഷയേക്കാൾ കൂടുതലായി ഇംഗ്ലീഷ് ഭാഷയായിരുന്നു അവർക്ക് വശമായിരുന്നത്. 1978 ഏപ്രിൽ 17 ന് പ്രചാം വിഭാഗം നേതാവായ അക്ബർ കൈബറിനെ രണ്ട് തോക്കുധാരികൾ വധിച്ചതോടെയാണ് പ്രക്ഷോപം പൊട്ടിപ്പുറപ്പെടുന്നത്. ഈ കൊലപാതകത്തിന് പിന്നിൽ ദാവൂദാണെന്ന് പി ഡി പി എ വിശ്വസിച്ചു. ദാവൂദിന്റെ ഭരണത്തിൻകീഴിൽ തങ്ങളുടെ ജീവനു ഭീഷണിയുണ്ടെന്ന് അവർ കരുതി. എന്നാൽ കൊലപാതകത്തിനുപിന്നിൽ സി ഐ എ ആണെന്ന് പൊതു സംസാരവുമുണ്ടായി. അമേരിക്കൻ വിരുദ്ധ മുദ്രാവാക്യങ്ങളുമായി അക്ബറിന്റെ മൃതശരീരം അടക്കം ചെയ്തു. തുടർന്ന് വികാരോജ്ജ്വലമായ പ്രഭാഷണമാണ് തറാഖിയും കർമ്മാലും നടത്തിയത്. വിപ്ലവസാദ്ധ്യതയെക്കുറിച്ച് മനസ്സിലാക്കിയ ദാവൂദ് പ്രക്ഷോപത്തിന് നേതൃത്വം നല്കിയ ആളുകളെ അറസ്റ്റുചെയ്തുതുടങ്ങി. ഏപ്രിൽ 25 ന് തറാഖി അറസ്റ്റ് ചെയ്യപ്പെട്ടു. അറസ്റ്റിൽനിന്നും വഴുതിമാറാൻ കഴിഞ്ഞത് ഹാഫിസുള്ള അമീനുമാത്രമാണ്. ഒരു വിപ്ല

വത്തിലേക്ക് നീങ്ങാതെ നിലനില്ക്കാൻ കഴിയാതെവന്ന സന്നിഗ്ദ്ധ ഘട്ടത്തിലാണ് ഏപ്രിൽ 27 ന് പ്രസിഡന്റിന്റെ കൊട്ടാരം ആക്രമിച്ചുകൊണ്ട് പി ഡി പി എ പാർട്ടി അധികാരം പിടിക്കുവാൻ ശ്രമിക്കുന്നത്. ഇസ്ലാമിക മൗലികവാദത്തിനെതിരെയുള്ള ചെറുത്തുനില്പ് എന്ന നിലയിലാണ് അണികൾ പ്രക്ഷോഭത്തെ ഏറ്റെടുത്തത്. ഏപ്രിൽ 28 ന് ദാവൂദുൾപ്പെടെ മുപ്പതോളം കുടുംബാംഗങ്ങൾ അക്രമത്തിൽ കൊല്ലപ്പെട്ടു. പട്ടാളത്തിന്റെ ചെറുത്തുനില്പും പരാജയപ്പെട്ടു. ദാവൂദിന്റെ പട്ടാളത്തിലെ രണ്ട് മേധാവികൾ – മേജർ അസ്‌ലം വതാഞ്ജർ, അബ്ദുൾ ഖാദിർ എന്നിവർ 27 ന് രാത്രി കാബൂൾ റേഡിയോയിലൂടെ പട്ടാളം ഭരണം പിടിച്ചെടുത്തതായി പ്രഖ്യാപിച്ചു. രണ്ടു ദിവസം മാത്രമാണ് മിലിട്ടറി കൗൺസിൽ ഭരണം നടത്തിയത്. ഏപ്രിൽ 30 ന് വിപ്ലവ ഭരണകൂടം അധികാരമേറ്റു. *പീപ്പിൾസ് ഡെമോക്രാറ്റിക് റിപ്പബ്ലിക് ഓഫ് അഫ്ഗാനിസ്ഥാൻ* നിലവിൽവന്നു. പുതിയ ഭരണസമിതിയിൽ പി ഡി പി എ പാർട്ടിയുടെ കേന്ദ്രക്കമ്മിറ്റി അംഗങ്ങളും പുതിയ ചില ആളുകളും ഉൾപ്പെട്ടിരുന്നു. തറാഖി പ്രസിഡന്റും പ്രധാനമന്ത്രിയുമായി നിയോഗിക്കപ്പെട്ടു. സഹപ്രധാനമന്ത്രിമാരായി കർമാൽ, അമീൻ, വതാഞ്ജർ എന്നിവരും നിയോഗിക്കപ്പെട്ടു.

വളരെ വേഗം തന്നെ പാർട്ടിക്കുള്ളിലെ അഭിപ്രായവ്യത്യാസങ്ങൾ രൂക്ഷമായി. തറാഖി മഹാനായ നേതാവായി വാഴ്ത്തപ്പെട്ടു. അമീൻ പാർട്ടി ജനറൽ സെക്രട്ടറി സ്ഥാനത്തേക്ക് ഉയർന്നു. കർമാലിന്റെ വിശാല ഇടതുപക്ഷം എന്ന ആശയം അസ്വീകാര്യമായി മാറി. ഇതോടെ പ്രചാം പക്ഷം ഭരണത്തിൽ അപ്രസക്തമായി. കർമാലിനൊപ്പം തന്നെ പില്ക്കാലത്ത് പ്രസിഡന്റ് പദം അലങ്കരിച്ച മുഹമ്മദ് നജീബുള്ള ഉൾപ്പെടെ ഒൻപത് അംഗങ്ങളെ അമീൻ കേന്ദ്രക്കമ്മിറ്റിയിൽനിന്നും പുറത്താക്കി. ഇതേത്തുടർന്ന് കർമ്മാലും നജീബുള്ളയും പ്രതിവിപ്ലവത്തിനെ തയ്യാറെടുത്തു. എന്നാൽ, അമീൻ വ്യാപകമായി അറസ്റ്റുകൾ നടത്തി 500–ഓളം പ്രചാം പക്ഷപാതികളെ തടവിലാക്കി. കർമ്മാലും നജീബുള്ളയും പ്രേഗിലേക്ക് രക്ഷപ്പെട്ടു,

സാമൂഹ്യ പരിഷ്കരണ തത്ത്വങ്ങളിൽ അടിയുറച്ച ഒരു ഭരണകൂടം കടുത്ത യാഥാസ്ഥിതിക സമൂഹത്തിൽ സാദ്ധ്യമല്ലെന്ന് തുടക്കത്തിൽത്തന്നെ ഖൽഖ് വിഭാഗത്തിന് മനസ്സിലായി. നിരക്ഷരരായ ഗ്രാമീണരെ തങ്ങളുടെ വരുതിയിലേക്ക് കൊണ്ടുവരിക എന്നതായിരുന്നു അവരുടെ പ്രാഥമിക വെല്ലുവിളി. ഇതിനുള്ള ആദ്യ പരിശ്രമം തന്നെ തിരിച്ചടികൾ ക്ഷണിച്ചുവരുത്തി. പരമ്പരാഗത കാർഷികവ്യവസ്ഥയെ കൂട്ടായ കാർഷികവ്യവസ്ഥയിലേക്ക് പരിവർത്തിപ്പിക്കുന്നതിനാണ് ആദ്യമായി പരിശ്രമിച്ചത്. ഇതിന്റെ ആദ്യപടിയായി ഋണബാദ്ധ്യതകൾ എഴുതിത്തള്ളുകയും പലിശനിരക്കുകൾ വെട്ടിക്കുറയ്ക്കുകയും ചെയ്തു. ഇതോടെ പ്രാദേശിക ഭൂഉടമകൾ വായ്പകൾ കൊടുക്കാതെയായി. ദരിദ്രരായ കർഷകർക്ക് സാമ്പത്തിക വായ്പകൾ കൂടാതെ കൃഷിയിറക്കാൻ കഴിയാതെവന്നു. പതിനാല് ഏക്കറിൽ കൂടുതലുള്ള ഭൂമികൾ പിടിച്ചെടുത്ത് ചെറുകിട കർഷകർക്ക് വിതരണം ചെയ്തു. ഈ നയം പ്രാദേശിക നേതൃ

ത്വങ്ങളെ മത നേതൃത്വമെന്നോ മതേതര നേതൃത്വമെന്നോ ഭേദം കൂടാതെ ഭരണകൂടത്തിനെതിരെ സംഘടിക്കുവാൻ പ്രചോദിപ്പിച്ചു. പ്രാദേശിക രാഷ്ട്രീയ നേതൃത്വങ്ങൾ കൈയാളിയിരുന്ന സാമ്പത്തിക അധികാരമാണ് ഇതിലൂടെ ചോർന്നത്. ചില മേഖലകളിലെങ്കിലും ഭരണകൂട ഒത്താശയോടെ ഭൂമികൾ പിടിച്ചെടുക്കുകയും ഭൂവുടമകളെ വധിക്കുകയും ചെയ്തു. ഗ്രാമങ്ങളെ പരിചയമില്ലാത്ത നഗരവാസികൾ കാർഷികനയങ്ങൾ ആസൂത്രണം ചെയ്തതോടെ കാർഷിക ഉല്പാദനം കുറഞ്ഞു.

മറ്റൊരു പരാജിത ഇടപെടൽ വിദ്യാഭ്യാസ രംഗത്തായിരുന്നു. രാജ്യത്ത് എല്ലാവർക്കും വിദ്യാഭ്യാസം ലഭിക്കുന്നതിനുള്ള പദ്ധതി ആസൂത്രണം ചെയ്തു. നഗരത്തിൽനിന്നുമുള്ള വിദ്യാർത്ഥികളെയാണ് ഗ്രാമങ്ങളിലേക്ക് ബോധനത്തിനായി പറഞ്ഞുവിട്ടത്. ഗ്രാമങ്ങളിലെ മുതിർന്നവർ ഈ അദ്ധ്യാപകരെ വേണ്ടുംവണ്ണം ആദരിച്ചില്ല എന്നുമാത്രമല്ല കോ-എഡ്യുക്കേഷൻ സാമൂഹികമായി അസ്വീകാര്യമായി മാറി. സ്ത്രീ-പുരുഷ തുല്യത എന്ന ആശയം പരമ്പരാഗത സമൂഹത്തിന് ഒരു തരത്തിലും സ്വീകാര്യമായിരുന്നില്ല. യൂറോപ്യൻ മൂല്യങ്ങൾക്കനുസരിച്ച് വിവാഹനിയമങ്ങൾ പരിഷ്കരിച്ചതും സ്ത്രീധനനിരോധനം പ്രാബല്യത്തിലാക്കിയതും സാമൂഹികമായ വിയോജിപ്പ് പി ഡി പി എ ഭരണകൂടത്തോട് രേഖപ്പെടുത്തുന്നതിന് കാരണമായി. പരമ്പരാഗത മുസ്ലിം സമുദായത്തെ ചകിതമാക്കുന്ന നിലയിൽ വിവാഹനിയമ പരിഷ്കരണം നടപ്പാക്കിയത് സാമൂഹിക അസ്വസ്ഥതകൾ ഉളവാകുന്നതിന് കാരണമായി. എതിരാളികളെ അടിച്ചമർത്തിക്കൊണ്ടാണ് ഖൽഖ് മുന്നോട്ടുപോകാൻ തയ്യാറായത്. ഈ അടിച്ചമർത്തലിന്റെ കാലത്ത് ഒരു ലക്ഷത്തോളം വരേണ്യ അഫ്ഗാൻ ജനതയാണ് അഫ്ഗാനിസ്ഥാനിൽനിന്നും പുറത്തേക്ക് പാലായനം ചെയ്തത്. അഫ്ഗാൻ ജനതയുടെ ദുരന്തങ്ങളുടെ നാന്ദിയായിരുന്നു ഈ പാലായനങ്ങൾ. പിന്നീടുള്ള പതിറ്റാണ്ടുകൾ വേട്ടയാടലുകളുടെയും കുറ്റവിചാരണയും വധശിക്ഷയും കടന്നുകയറ്റങ്ങളും പതിവായി മാറിയതിന്റെ കഥയാണ്.

1975 ൽ അറസ്റ്റുചെയ്യപ്പെട്ട 200 ഇസ്‌ലാമികവാദികളെ 1979 ജൂണിൽ ഒറ്റദിവസം വധിച്ചത് വ്യാപകമായ പ്രതിഷേധങ്ങൾക്ക് കാരണമായി. 1979 ൽ ആംനസ്റ്റി ഇന്റർനാഷണലിന്റെ കണക്കുകൾ അനുസരിച്ച് 12,000 പേരാണ് വിചാരണകൂടാതെ തടവറയിലായത്. 1979 ൽത്തന്നെ അന്നത്തെ അമേരിക്കൻ അംബാസിഡറെ തട്ടിക്കൊണ്ടുപോവുകയും വധിക്കുകയും ചെയ്തതോടെ അമേരിക്കയും അഫ്ഗാനിസ്ഥാനും തമ്മിലുള്ള ബന്ധങ്ങൾ വഷളായി. 1979 ൽ ഇറാനിയൻ വിപ്ലവം നടക്കുകയും അമേരിക്കൻ പിന്തുണയുള്ള ഷാ ഭരണകൂടത്തെ ഇറാൻ പുറന്തള്ളുകയും ചെയ്തത് അമേരിക്കയ്ക്ക് ഏറ്റ മറ്റൊരു പ്രഹരമായി. അമേരിക്കയുടെ യുദ്ധക്കപ്പലുകൾ പേർഷ്യൻ ഗൾഫിലേക്ക് നീങ്ങിത്തുടങ്ങി. 1979 ൽത്തന്നെ ഈജിപ്തും ഇസ്രായേലും തമ്മിൽ സമാധാന ഉടമ്പടി ഒപ്പുവച്ചതോടെ അത് അമേരിക്കകനുകൂലമായ സാഹചര്യമാണെന്ന് റഷ്യ തിരിച്ചറിഞ്ഞു. ഇതോടൊപ്പം തന്നെ സോവിയറ്റ് യൂണിയനും ഇറാക്കും തമ്മി

ലുള്ള സൗഹൃദത്തിലും ഇടിവുണ്ടായി. ഇറാക്ക് പതുക്കെ പാശ്ചാത്യ ലോകത്തോട് അടുത്തു തുടങ്ങി. അഫ്ഗാനിസ്ഥാനിലേക്ക് അമേരിക്കൻ പടയോട്ടത്തിന്റെ സാദ്ധ്യതകൾ യു എസ് എസ് ആർ മുൻകൂട്ടിക്കണ്ടു. പട്ടാളത്തിന്റെ മേൽത്തട്ടിൽ മുഴുവൻ സർക്കാർ അനുഭാവികളായിരുന്നുവെങ്കിലും അണികൾ റിബലുകളോടൊപ്പം ചേരാൻ നിർബ്ബന്ധിതമായി. ആഭ്യന്തരവും വൈദേശികവുമായ സമരങ്ങളിലേക്ക് അഫ്ഗാൻ ജനത കൂപ്പുകുത്തിവീണു. 1978 ജൂണിൽ ഹസാരജാത്, ബഡക്ഷാൻ, നൂറിസ്ഥാൻ മേഖലകളിൽ കലാപങ്ങൾ പൊട്ടിപ്പുറപ്പെട്ടു. 1979 ൽ നൂറിസ്ഥാൻ സ്വതന്ത്രമായതായി പ്രഖ്യാപിച്ചു. അഫ്ഗാനിസ്ഥാന്റെ അഖണ്ഡതയെ തകർത്തുകൊണ്ട് ഈ പ്രദേശം പിന്നീട് വർഷങ്ങളോളം സ്വതന്ത്രമായി നിലകൊണ്ടു. 1979 ൽ കണ്ടഹാറിലെ കലാപം ഭരണകൂടം റഷ്യൻ ബോംബറുകളുടെ പിന്തുണയോടെ അടിച്ചമർത്തി. ഹെറാത്തിലെ ആർമി യൂണിറ്റ് തലവൻ ഇസ്മായിൽ ഖാൻ റിബലുകളുടെ ഒപ്പം ചേർന്നു പോരാടിയെങ്കിലും പരാജിതനായി. ഇദ്ദേഹം പിന്നീട് മുജാഹിദീനുകളോടൊപ്പം ചേർന്നു. 1979 ൽത്തന്നെ ഹസാരാ ട്രേഡ്‌യൂണിയനുകൾ വലിയ പ്രക്ഷോഭങ്ങൾ ആരംഭിച്ചു.

1978 ൽ ഗോത്രനേതാക്കൾ പാകിസ്ഥാന്റെ പിന്തുണ തേടുകയും വടക്കുപടിഞ്ഞാറൻ മേഖലകളിൽ ഗറില്ലാക്യാമ്പുകൾ തുറക്കുകയും ചെയ്തു. സിയാ–ഉൾ ഹഖ് വിമതരെ സൈനികമായും സാമ്പത്തികമായും പിന്തുണച്ചു. അഫ്ഗാനിസ്ഥാനിൽ നിയമവും നീതിയും ബലികഴിക്കപ്പെട്ടു. ജനങ്ങൾ കടുത്തപോരാട്ടത്തിന്റെ നാളുകളിലേക്ക് നീങ്ങി. റഷ്യൻ സൈന്യം നിരന്തരം ഇടപെട്ടുതുടങ്ങി. അമേരിക്ക അഫ്ഗാനിസ്ഥാനുമായുള്ള സകല ബന്ധങ്ങളും വിച്ഛേദിച്ചു. പതിനെട്ടുമാസക്കാലം പി ഡി പി എയുടെ ഖൽഖ് വിഭാഗം ഭരണം നടത്തി. സോവിയറ്റ് യൂണിയന്റെ നിർദ്ദേശങ്ങളെപ്പോലും മാനിക്കാതെയുള്ള ഭരണമായിരുന്നു അത്. 1978 മദ്ധ്യത്തോടെ ഒരു കലാപം പൊട്ടിപ്പുറപ്പെടുകയും 1979 ൽ പി ഡി പി എയുടെ ഭരണത്തിന് അന്ത്യംകുറിക്കുകയും ചെയ്തു. പാകിസ്ഥാന്റെയും അമേരിക്കയുടെയും പിന്തുണയോടെ അഫ്ഗാൻ ഗോത്രങ്ങൾ പി ഡി പി എ ഭരണകൂടത്തിനെതിരെ കലാപങ്ങൾ ആരംഭിച്ചതോടെ കലാപങ്ങളെ അമർച്ച ചെയ്യുന്നതിനായി സോവിയറ്റ്സൈന്യം അഫ്ഗാനിസ്ഥാനിലേക്ക് പ്രവേശിച്ചു. 1979 ൽ പ്രചാം വിഭാഗം നേതാവ് ബബ്റക് കർമാൽ സോവിയറ്റ് പിന്തുണയോടെ കാബൂളിൽ അധികാരം പിടിച്ചെടുത്തു.

പീപ്പിൾസ് ഡെമോക്രാറ്റിക് പാർട്ടി ഓഫ് അഫ്ഗാനിസ്ഥാന്റെ ഭരണകാലം (1979–89)

റഷ്യൻ ഭരണകൂടത്തിന് ദീർഘകാലമായി അഫ്ഗാനിസ്ഥാനുമേൽ താല്പര്യങ്ങളുണ്ടായിരുന്നുവെങ്കിലും 19–ാം നൂറ്റാണ്ടിൽ അഫ്ഗാനിസ്ഥാനോടുള്ള റഷ്യയുടെ മനോഭാവത്തിന് മാറ്റമുണ്ടായി. ബ്രിട്ടൺ ഇന്ത്യ

യിൽ നിർണ്ണായകശക്തിയായി മാറിക്കഴിഞ്ഞിരുന്നു. അതുകൊണ്ടുതന്നെ മദ്ധ്യേഷ്യയിലേക്ക് വ്യാപിക്കുക എന്ന സാദ്ധ്യതയെ ആണ് റഷ്യകൂടുതൽ പരിഗണനാർഹമായി കണ്ടത്. അഫ്ഗാനിസ്ഥാൻ ബ്രിട്ടനും സാറിസ്റ്റ് റഷ്യക്കുമിടയിൽ ഒരു പ്രതിരോധകവചമായി നില്ക്കുന്നതിലായിരുന്നു റഷ്യക്കും ബ്രിട്ടനും താല്പര്യം. വിപ്ലവഭരണകൂടം അധികാരത്തിലേറിയപ്പോഴും ഈ നിലപാടിന് മാറ്റം ഉണ്ടായില്ല. ലെനിൻ മുതൽ ബ്രഷ്നേവ് വരെയുള്ള ഭരണാധികാരികൾ അഫ്ഗാനിസ്ഥാന്റെ ആഭ്യന്തര രാഷ്ട്രീയത്തിൽ ഇടപ്പെട്ടതുമില്ല. പാഷ്ടൂൺ ഭരണാധികാരികൾ റഷ്യൻ മാതൃകയിൽ ആകൃഷ്ടരാവുകയും, അവർ ആവശ്യപ്പെട്ട പിന്തുണകൾ നല്കിപ്പോരുകയുമാണ് റഷ്യൻ ഭരണകൂടം ഇരുപതാം നൂറ്റാണ്ടിലും ചെയ്തത്. എന്നാൽ, പാരമ്പര്യമൂല്യങ്ങളെ മുറുകെ പിടിക്കുകയും ശാസ്ത്രീയ സമീപനങ്ങൾ പരിമിതമായിരിക്കുകയും ചെയ്യുന്ന ഒരു സമൂഹത്തിൽ പാശ്ചാത്യ മാതൃകയിലുള്ള പരിഷ്കരണങ്ങൾ ഉത്തരവുകളിലൂടെ അടിച്ചേല്പിച്ചപ്പോൾ സ്വാഭാവികമായി രൂപപ്പെട്ട പ്രതികരണങ്ങൾ രാഷ്ട്രീയ കലാപങ്ങളായി മാറുകയാണുണ്ടായത്.

1978 ലെ പി ഡി പി എ ഭരണകൂടം ഉത്തരവുകളിലൂടെ ആവശ്യപ്പെട്ട സാമൂഹിക പരിഷ്കരണമായിരുന്നു ഇസ്ലാമിക മൗലികവാദത്തിന്റെ വിത്തായി മാറിയത്. 1979 ഡിസംബർ ആയപ്പോൾ യു എസ് എസ് ആറിന് അഫ്ഗാനിസ്ഥാനിലെ കലാപങ്ങളിൽ ഇടപെടാതെ മാറിനില്ക്കാൻ കഴിയാത്ത സാഹചര്യം സ്വാഭാവികമായി സൃഷ്ടിക്കപ്പെടുകയായിരുന്നു. ന്യൂനപക്ഷങ്ങളെക്കൂടി ഉൾക്കൊള്ളുന്ന ഭരണകൂടം എന്ന ആശയം അമീൻ തള്ളിക്കളഞ്ഞു. ഇടതുപക്ഷ ഭരണകൂടമെന്ന് അറിയപ്പെടുകയും പാഷ്ടൂണിയൻ ദേശീയതയെ മുറുകെപറ്റുകയും ചെയ്യുന്ന ഖൽഖ് പക്ഷത്തിന്റെ നിലപാട് യു എസ് എസ് ആറിന് ഉൾക്കൊള്ളാൻ കഴിഞ്ഞില്ല. അതുകൊണ്ട് അവർ ബദലുകൾ അന്വേഷിച്ചുതുടങ്ങി.

സോവിയറ്റ് യൂണിയന്റെ പ്രഥമലക്ഷ്യം പി ഡി പി എ ഭരണകൂടത്തെ അധികാരത്തിൽ നിലനിർത്തുക എന്നതായിരുന്നില്ല, ഖൽഖ് വിഭാഗത്തെ മാറ്റി ഒരു ബദൽ ഭരണകൂടം സഹീർ ഷായുടെ നേതൃത്വത്തിൽ അധികാരത്തിലേറ്റി അഫ്ഗാൻ പ്രതിസന്ധി തരണം ചെയ്യുക എന്നതായിരുന്നു. എന്നാൽ സാഹിർ ഷാ ഈ നിർദ്ദേശം സ്വീകരിച്ചില്ല, അമീൻ ആവട്ടെ തറാഖിയെ അധികാരത്തിൽനിന്നും പുറത്താക്കി ഒക്ടോബർ 8 ന് വധിച്ചു. ഇതോടുകൂടി ഖൽഖ് വിഭാഗത്തിനുള്ളിൽത്തന്നെ സംഘർഷങ്ങൾ രൂപപ്പെട്ടു. അമീനെ സ്ഥാനഭ്രഷ്ടനാക്കുക എന്നത് സോവിയറ്റ് യൂണിയന്റെതന്നെ പ്രാഥമിക ബാദ്ധ്യതയായി മാറി. സോവിയറ്റ് യൂണിയൻ മുന്നോട്ടുവച്ച ഉപാധികളൊന്നും തന്നെ അമീന് സ്വീകാര്യം ആയിരുന്നില്ല.

അഫ്ഗാനിൽ അധികാരം കൈയാളിയിരുന്ന അമീൻ അമേരിക്കയിൽ വിദ്യാഭ്യാസം സിദ്ധിച്ച സി ഐ എ ചാരനാണോ എന്ന സംശയവും കെ ജി ബി – ഈ സന്ദർഭത്തിൽ പുറത്തുവിട്ടു. 1978 ൽ അഫ്ഗാ

നിസ്ഥാനിലെ കലാപങ്ങൾക്കുപിന്നിൽ സി ഐ എ പ്രവർത്തിക്കുന്ന തായുള്ള സംശയങ്ങൾ പ്രബലപ്പെട്ടു. അഫ്ഗാനിസ്ഥാനിലെ ഗോത്രക ലാപങ്ങൾക്ക് വൈദേശിക പിന്തുണകൾ ആവശ്യമുണ്ടായിരുന്നില്ല. എന്നാൽ പലപ്പോഴും പാകിസ്ഥാനും സൗദി അറേബ്യയും പിന്തുണ നല്കിപ്പോന്നു. ഈ രാഷ്ട്രങ്ങൾ അമേരിക്കയുടെ പിണിയാളുകൾ ആണ്. ചില സന്ദർഭങ്ങളിൽ അമേരിക്കയും നേരിട്ട് ഗോത്രകലാപങ്ങളെ പിന്തു ണച്ചിട്ടുണ്ട്. ഇതോടൊപ്പംതന്നെ ചൈനയും അമേരിക്കയും തമ്മിൽ വിക സിച്ചുവരുന്ന പുതിയ സൗഹൃദവും റഷ്യയെ അലോസരപ്പെടുത്തി. ഈ പശ്ചാത്തലത്തിൽ അഫ്ഗാനിസ്ഥാൻ കൈമോശം വരിക എന്നത് റഷ്യൻ ഭരണകൂടത്തിന് അചിന്ത്യമായിരുന്നു.

അഫ്ഗാനിസ്ഥാന്റെ സവിശേഷ പശ്ചാത്തലത്തിൽ *ബ്രഷ്നേവ് ഡോക്ട്രിൻ* പ്രയോഗിക്കാൻ യു എസ് എസ് ആർ തീരുമാനിച്ചു. സോഷ്യ ലിസ്റ്റ് അടിത്തറയുള്ള രാഷ്ട്രങ്ങളിൽ ഇടതുപക്ഷ ആഭിമുഖ്യമുള്ള ഭരണ കൂടത്തെ അധികാരത്തിലേക്ക് കൊണ്ടുവരിക എന്നതായിരുന്നു ഈ പ്രമാണത്തിന്റെ അടിസ്ഥാന തത്ത്വം. റഷ്യ സൈനികമായി അഫ്ഗാനി സ്ഥാനിലേക്ക് കടന്നുകയറിയാൽ യാതൊരു തരത്തിലും അമേരിക്കയ്ക്ക് പ്രതിരോധിക്കുവാൻ കഴിയില്ല എന്ന് സോവിയറ്റ് അധികാരികൾക്ക് വ്യക്ത തയുണ്ടായിരുന്നു. വിയത്നാമിലെ അമേരിക്കയുടെ പരാജയവും ധാർമ്മിക അപചയവുംമൂലം മറ്റൊരു യുദ്ധത്തിലേക്ക് കടക്കുവാൻ അമേ രിക്ക തയ്യാറാവുകയില്ല എന്നുതന്നെ സോവിയറ്റ് യൂണിയൻ വിശ്വസി ച്ചു. എന്നാൽ, സോവിയറ്റ് യൂണിയൻ സൈനിക കോയ്മയുടെ തല ത്തിൽ മാത്രമല്ല ഈ പ്രശ്നത്തെ നോക്കിക്കാണാൻ ശ്രമിച്ചത്. സോവി യറ്റ് സൈദ്ധാന്തികനായ അന്ദ്രോപാവിന്റെ നിഗമനം, സോഷ്യലിസ്റ്റ് സമൂഹത്തിലേക്ക് ഇനിയും വികസിക്കുവാൻ പ്രാപ്തമാകാത്ത ഗോത്ര ജനതയാണ് അഫ്ഗാനിലേത് എന്നായിരുന്നു. അതുകൊണ്ടുതന്നെ അഫ്ഗാനിലേക്കുള്ള സൈനിക നീക്കം വിശാലമായ തലത്തിൽ സോവി യറ്റ് താല്പര്യങ്ങളെ സംരക്ഷിക്കുവാൻ പ്രാപ്തമല്ല. ബദൽ ഭരണകൂടം എന്ന സാദ്ധ്യതയെ മാത്രമാണ് സോവിയറ്റ് യൂണിയൻ കരണീയമായി കണ്ടത്. അമീനെ ഒഴിവാക്കി തറാഖി ഭരണത്തിലേക്കുവരുന്നതോ സാഹിർ ഷാ അധികാരത്തിലെത്തുന്നതോ സോവിയറ്റ് യൂണിയൻ ഗുണ കരമായി കണ്ടു. എങ്കിലും ആ ആശയം പ്രവർത്തിപഥത്തിലെത്തിക്കു വാൻ കഴിഞ്ഞില്ല. സോവിയറ്റ് യൂണിയന്റെ പ്രതീക്ഷകളെ മറികടന്നു കൊണ്ട് അമീൻ 1979 സെപ്തംബറിൽ തറാഖിയെ വധിച്ചു. കാബൂളിലു ണ്ടായിരുന്ന സോവിയറ്റ് യൂണിയൻ പ്രതിനിധി അലക്സാണ്ടർ മറോ സോവ് ഈ ഘട്ടത്തിൽ സൈനിക ഇടപെടൽ ആവശ്യമാണെന്ന് പ്രഖ്യാ പിച്ചു. വൈകിയാണെങ്കിലും ബ്രഷ്നേവ് ആ നിർദ്ദേശത്തെ സ്വീകരി ച്ചു. റഷ്യ ബബ്റക് കർമ്മാലിനെ മുന്നിൽനിർത്തിക്കൊണ്ട് മാതൃരാജ്യ ത്തെയും വിപ്ലവത്തെയും രക്ഷിക്കാനുള്ള ഉദ്യമത്തിനാണ് പിന്തുണ നല്കിയത്. 1978 ൽ അഫ്ഗാനിസ്ഥാനുമായി ഒപ്പുവച്ച സൈനിക ഉട

മ്പടി അനുസരിച്ച് റഷ്യൻ സൈന്യത്തെ അഫ്ഗാനിസ്ഥാനിൽ വിന്യസിക്കുന്നതിനും തീരുമാനിച്ചു.

സോവിയറ്റ് സൈനിക ഇടപെടൽ

1979 നവംബർ 28 ന് സോവിയറ്റ് യൂണിയൻ അവസാനമായി അമീനോട് അധികാരം വിട്ടൊഴിയാൻ ആവശ്യപ്പെട്ടു. അമീൻ അതിന് തയ്യാറായില്ല. ഡിസംബർ 17 ന് അമീനെ വധിക്കുവാൻ ശ്രമിച്ചെങ്കിലും ആ വധശ്രമത്തിൽനിന്നും അമീൻ രക്ഷപ്പെട്ടു. ഡിസംബർ 20 ന് സോവിയറ്റ് യൂണിന്റെ സേന ബഗ്രാമിൽനിന്നും കാബൂളിലേക്ക് നീങ്ങി. ഒരു സൈനിക വിഭാഗം വ്യോമമാർഗ്ഗം കാബൂളിലെത്തിയപ്പോൾ മറ്റൊരു വിഭാഗം അമുദാരിയ നദീതീരത്തിലൂടെ അതിർത്തി സംരക്ഷിച്ചുകൊണ്ട് നീങ്ങി. ഡിസംബർ 24 ന് സോവിയറ്റ് വാർത്താവിനിമയ വിഭാഗം മന്ത്രി രാഷ്ട്രത്തിന്റെ അതിഥിയായിത്തന്നെ കാബൂളിലെത്തി. ഡിസംബർ 25 ന് ഉസ്ബക്കിസ്ഥാനിൽനിന്നും തുർക്ക്മെനിസ്ഥാനിൽനിന്നും കൂടുതൽ സൈന്യം അഫ്ഗാനിലേക്ക് കടന്ന് തെക്കൻ പ്രദേശങ്ങളിലേക്ക് നീങ്ങി. ആയാസരഹിതമായ സൈനിക മുന്നേറ്റമായിരുന്നു ഇത്. ഡിസംബർ 27 ന് ഹെറാത്, കണ്ടഹാർ, ജലാലാബാദ്, കാബൂൾ മേഖലകൾ സോവിയറ്റ് യൂണിയന്റെ അധീനതയിലായി. കാബൂളിലെ വാർത്താ വിതരണ സംവിധാനം മുഴുവനും സോവിയറ്റ് നിയന്ത്രണത്തിലായി. അന്നേദിവ

സോവിയറ്റ് സൈന്യം അഫ്ഗാനിസ്ഥാനിൽ

സംതന്നെ സോവിയറ്റ് സൈനികർ *ദാറുൽ അമാൻ കൊട്ടാരം* വളഞ്ഞു. അമീന്റെ ഒളിസങ്കേതമായിരുന്നു ഈ സ്ഥലം. ദീർഘമായ സംഘർഷത്തിനൊടുവിൽ സോവിയറ്റ് സേന അധികാരം പിടിച്ചെടുത്തെങ്കിലും സോവിയറ്റ് സേനയിലെ പല ഉന്നതസൈനികരും സംഘർഷത്തിൽ വധിക്കപ്പെട്ടു. അമീൻ ആത്മഹത്യ ചെയ്തു. രാത്രി 8.45 ന് കർമ്മാൽ കാബൂൾ റേഡിയോയിലൂടെ 'ഹാഫീസുള്ള അമീൻ എന്ന തെമ്മാടിയുടെ നീചവും നിഷ്ഠുരവുമായ ഭരണം' അവസാനിപ്പിച്ചതായി പ്രഖ്യാപിച്ചു. ഈ പ്രഖ്യാപനം പോലും സോവിയറ്റ് അതിർത്തിയിൽനിന്നാണ് പ്രക്ഷേപണം ചെയ്യപ്പെട്ടത് എന്നുകരുതുന്നു (Shaista Wahab and Barry Youngerman 2007:155157). തുടർന്ന് ദേശീയ ഭരണഘടനയും, ഇസ്ലാമിക കാര്യവിഭാഗവും രൂപപ്പെടുത്തുന്നതിനും 1978 ലെ ഉടമ്പടിയനുസരിച്ച് സോവിയറ്റ് സൈനിക പിന്തുണ ആവശ്യപ്പെടുന്നതായും കർമ്മാൽ റേഡിയോയിലൂടെ അറിയിച്ചു. 28 ന് അഫ്ഗാൻ പി ഡി പി എയുടെ ജനറൽ സെക്രട്ടറിയും രാജ്യത്തിന്റെ പ്രസിഡന്റും പ്രധാനമന്ത്രിയായി കർമ്മാൽ പ്രഖ്യാപിക്കപ്പെടുകയും ചെയ്തു.

1980 ജനുവരി 1 വരെ കർമ്മാൽ കാബൂളിലേക്ക് പ്രവേശിച്ചതേയില്ല. കർമ്മാലിന്റെ അധികാരത്തെ മാനിക്കാൻ അഫ്ഗാൻ ഗോത്രങ്ങൾ തയ്യാറായില്ല. സോവിയറ്റ് യുണിയന്റെ കീഴിലുള്ള പാവഗവൺമെന്റ് മാത്രമാണ് കർമ്മാലിന്റേതെന്ന് അഫ്ഗാനികൾ കരുതി. അഫ്ഗാനിസ്ഥാൻ 1919 കൈവരിച്ച സ്വാതന്ത്ര്യം അറുപതുവർഷങ്ങൾക്കുശേഷം നഷ്ടപ്പെട്ടതായി അഫ്ഗാനികൾ തിരിച്ചറിഞ്ഞു. സോവിയറ്റ് സേനയുടെ സാന്നിദ്ധ്യം വിപ്ലവങ്ങളെ താല്ക്കാലികമായി ശമിപ്പിക്കുവാൻ മാത്രമേ സാദ്ധ്യമായുള്ളു. കർമ്മാൽ ഭരണകൂടം സ്ഥാപിതമായതിനെത്തുടർന്ന് സോവിയറ്റ് സേന സാവകാശം അഫ്ഗാനിസ്ഥാനിൽനിന്നും പിന്മാറുന്നതിനുള്ള പദ്ധതികൾ രൂപപ്പെടുത്തി. എന്നാൽ, സോവിയറ്റ് സേനയുടെ പിന്മാറ്റത്തോടെ പ്രതിവിപ്ലവവും ആരംഭിക്കുകയായിരുന്നു. അതിന്റെ നിറം ദേശിയ പ്രക്ഷോഭത്തിന്റേതായി മാറി. പ്രതിവിപ്ലവകാരികൾക്ക് അമേരിക്കയുടെയും പാകിസ്ഥാന്റെയും മറ്റ് ഇസ്ലാമിക രാഷ്ട്രങ്ങളുടെയും പിന്തുണ ലഭിച്ചുതുടങ്ങി. സോവിയറ്റ് യൂണിയന്റെ അഫ്ഗാൻ അധിനിവേശം അന്തർദ്ദേശീയ സമാധാനത്തിനും ഐക്യരാഷ്ട്ര സംഘടനയുടെ തത്ത്വങ്ങൾക്കും വിരുദ്ധമാണെന്നായിരുന്നു അമേരിക്കൻ പ്രസിഡന്റ് ജിമ്മി കാർട്ടറിന്റെ നിലപാട്. റഷ്യയുടെ അധിനിവേശത്തെ ലോകരാഷ്ട്രങ്ങൾ മുഴുവൻ അപലപിച്ചു. റഷ്യക്കെതിരെ ഉപരോധങ്ങൾ ഏർപ്പെടുത്തുവാൻ അമേരിക്ക തയ്യാറായി. റഷ്യ അഫ്ഗാനിസ്ഥാനിൽനിന്നും സമ്പൂർണ്ണമായി വിട്ടുനില്ക്കണമെന്ന ആവശ്യം അമേരിക്ക യു എൻ പൊതുസഭയിൽ നിരന്തരമായി മുന്നോട്ടുവച്ചു. യു എൻ പൊതുസഭ 1987 വരെ നിരന്തരമായി റഷ്യൻ സൈന്യത്തെ പിൻവലിക്കണമെന്ന് ആവശ്യപ്പെട്ടു. ഇന്ത്യ അമേരിക്കൻ നിലപാടിനെ പിന്തുണച്ചില്ല, എങ്കിലും ചേരിചേരാ രാഷ്ട്രങ്ങൾ 1980 മുതൽ റഷ്യൻ അധിനിവേശത്തെ

അപലപിച്ചു പോന്നു. ഇസ്ലാമിക് കോൺഫറൻസും ഇതേ നിലപാടു തന്നെ സ്വീകരിച്ചു. യൂറോപ്യൻ യൂണിയനാവട്ടെ അമേരിക്കയുടെ വിമത സ്വരത്തെ കണ്ടത് അമിതാവേശമായാണ്. ഒരു രാഷ്ട്രത്തിനും ഒന്നും ചെയ്യാനില്ലാത്ത ഒരു സാഹചര്യത്തിലാണ് റഷ്യ ഇടപ്പെട്ടത് എന്ന നിരീക്ഷണമായിരുന്നു യൂറോപ്യൻ യൂണിയന്റേത്.

കർമ്മാൽ അധികാരത്തിലേറിയ ഉടനെ 1980 ജനുവരി 8 ന് രാഷ്ട്രീയ തടവുകാരെ മോചിപ്പിച്ചു. സർക്കാർ പിടിച്ചെടുത്ത ഭൂമികൾ തിരിച്ചു നല്കി. റഷ്യൻ അധിനിവേശകാലം എന്നത് അഫ്ഗാനികളുടെ പലായനത്തിന്റെ കാലഘട്ടം കൂടിയായിരുന്നു. നിരവധി ആളുകൾ പാകിസ്ഥാനിലേക്കും ഇറാനിലേക്കും നാടുവിട്ടു. ദേശീയ ഐക്യം ഉറപ്പാക്കുക എന്ന ലക്ഷ്യത്തിലാണ് കർമ്മാൽ തന്റെ ആസൂത്രണങ്ങൾ നിർവ്വഹിച്ചത് ഭരണമേഖലകളിൽ 40 ശതമാനം ആളുകളും വ്യക്തമായ രാഷ്ട്രീയ നിലപാടുകളുള്ള ആളുകളായിരുന്നില്ല. 28 അംഗ മന്ത്രിസഭയിൽ പി ഡി പി എ ഇതരരായ മൂന്ന് അംഗങ്ങളും ഖൽഖ് വിഭാഗത്തിൽപ്പെട്ട ചിലരും ഉണ്ടായിരുന്നു. വിഭാഗീയതകൾപ്പുറം രാജ്യത്തിന്റെ പൊതു താല്പര്യത്തെ ലാക്കാക്കി 1981 ജനുവരിയിൽ കർമ്മാൽ രൂപംകൊടുത്ത പ്രസ്ഥാനമാണ് *നാഷണൽ ഫാദർലാന്റ് ഫ്രണ്ട്* (NFF). പ്രസ്ഥാനത്തിന്റെ അംഗസംഖ്യ കുതിച്ചുയർന്നെങ്കിലും അതിന്റെ സ്ഥാപിത ലക്ഷ്യം സാക്ഷാൽക്കരിക്കാൻ കഴിഞ്ഞില്ല.

അഫ്ഗാനിസ്ഥാനിലെ തീവ്രപരിഷ്കരണങ്ങളെക്കുറിച്ച് റഷ്യ എക്കാലവും സംശയാലുവായിരുന്നു. അതൊക്കെക്കൊണ്ടുതന്നെ പാരമ്പര്യങ്ങളെ തൊടാതെയാണ് റഷ്യൻ ഭരണകൂടം ഇടപെട്ടുപോന്നത്. ഗോത്രങ്ങളുമായുള്ള സൗഹൃദം കാത്തുപാലിക്കുന്നതിന്റെ ഭാഗമായി തന്നെ ഗോത്രമൂപ്പന്മാർക്ക് പാരമ്പര്യമായി അനുവദിച്ചുപോന്നിരുന്ന ആനുകൂല്യങ്ങൾ തിരികെ നല്കി. ഭരണത്തിലേറിയെങ്കിലും ബഹുജന പിന്തുണ കുറവാണെന്നു മനസ്സിലാക്കിയ പി ഡി പി എ യുവജന വിദ്യാഭ്യാസത്തിലേക്ക് ശ്രദ്ധ തിരിച്ചു. അദ്ധ്യാപകർ കൂടുതലും പാർട്ടി പ്രവർത്തകരായിരുന്നു. സോവിയറ്റ് മൂല്യങ്ങൾ യുവാക്കളുടെ ഇടയിൽ പ്രചരിപ്പിക്കുക എന്നതായിരുന്നു വിദ്യാഭ്യാസ പ്രവർത്തനത്തിന്റെ ലക്ഷ്യം. ഡെമോക്രാറ്റിക് യൂത്ത് ഓർഗനൈസേഷൻ (DYO) ഈ ലക്ഷ്യത്തോടെ സ്ഥാപിച്ച മറ്റൊരു സംഘടനയാണ്. അഭയാർത്ഥികളായ കുട്ടികളെ *ഫാദർലാന്റ് ട്രെയിനിങ് സെന്ററു*കളിലേക്ക് മാറ്റി. ചില കുട്ടികൾ വിമത താവളങ്ങളിലേക്ക് ചോർന്നു പോയി. ഇസ്ലാമിക മൂല്യങ്ങളിൽ രാഷ്ട്രം അടിത്തറയിടുന്നതായി പ്രഖ്യാപിക്കപ്പെട്ടു. സോവിയറ്റ് അധിനിവേശം തന്നെ ദൈവിക ഇടപെടലായി കർമ്മാൽ വ്യാഖ്യാനിച്ചു. ഒരു ഔദ്യോഗിക ഇസ്ലാമിനെ സൃഷ്ടിക്കാനുള്ള പരിശ്രമമായിരുന്നു കർമ്മാലിന്റേത്. പുരോഹിതന്മാർ ഗവൺമെന്റിന്റെ ഭാഗമാവുകയും മോസ്കുകൾ ജീർണ്ണോദ്ധാരണം നടത്തുകയും ചെയ്തു. മുല്ലമാർക്കും ഉലമകൾക്കും

പ്രത്യേകം ആനുകൂല്യങ്ങളും ഹജ്ജ് യാത്രകൾക്ക് സൗജന്യങ്ങളും അനുവദിച്ചു.

ഇസ്ലാമിനെ ശക്തിപ്പെടുത്താൻ കർമ്മാൽ ശ്രമിക്കുമ്പോഴും ഗ്രാമീണരായ മുല്ലമാർ സോവിയറ്റ് പാവഭരണകൂടത്തെ വിശ്വാസത്തിലെടുത്തില്ല. സോവിയറ്റ് ഇടപെടലിനെ തുടർന്നുള്ള ഏതാനും മാസങ്ങൾക്കുള്ളിൽത്തന്നെ പ്രതിരോധ പ്രസ്ഥാനമായ *അള്ളാ-ഉ-അക്ബർ* രൂപം കൊണ്ടു. രഹസ്യ ലഘുലേഖകളും ഭരണകൂട വിരുദ്ധ മുദ്രാവാക്യങ്ങളും മുഴങ്ങിത്തുടങ്ങി. പാഷ്ടു, ദാരി ഭാഷകളോടൊപ്പം തന്നെ ഉസ്ബക്, തുർക്മെൻ, ബലൂചി, നൂറിസ്ഥാനി ഭാഷകളും ദേശീയ ഭാഷകളായി അംഗീകരിച്ചു. ഇത് ന്യൂനപക്ഷ ശാക്തീകരണത്തിന് സഹായകമായി. എന്നാൽ, ഈ പരിഷ്കരണങ്ങളെ സ്വീകരിക്കാൻ 250 വർഷത്തെ ആധിപത്യ ചരിത്രമുള്ള പാഷ്ടൂണുകൾക്ക് സാദ്ധ്യമായിരുന്നില്ല. വടക്കൻ അഫ്ഗാനിലെ ഉസ്ബക്കുകളും തുർക്മെനും സോവിയറ്റ് വിരുദ്ധ മനോഭാവമുള്ളവരാണ്. അവർക്ക് സോവിയറ്റ് യൂണിയനുമായുള്ള ഒരു സഖ്യവും സ്വീകാര്യമായിരുന്നില്ല. ഹസാരകളുടെ ദേശീയ സംസ്കാരത്തെ ശക്തിപ്പെടുത്താനുള്ള ശ്രമവും ഈ കാലഘട്ടത്തിലുണ്ടായി. സ്വാഭാവികമായും ഇത് ഇറാനിയൻ ഖൊമൈനി ഭരണകൂടത്തിന് ശിയാക്കളിലേക്ക് കടന്നുവരാനുള്ള വാതിൽ തുറക്കലാവുമെന്ന് പാഷ്ടൂണുകൾ കരുതി. സോവിയറ്റ് യൂണിയനും ദേശീയവാദത്തെ അനുഭാവപൂർവ്വമല്ല കണ്ടത്. മദ്ധ്യേഷ്യയിൽനിന്നുള്ള സൈനികർ ദേശീയ മുസ്ലിം അനുഭാവം പ്രകടിപ്പിച്ചു തുടങ്ങിയത് സ്ലാവ് സൈന്യത്തിനുള്ളിൽ പ്രശ്നങ്ങൾ സൃഷ്ടിച്ചു. അങ്ങനെ മദ്ധ്യേഷ്യൻ സൈനികരെ പിൻവലിച്ച് പൂർണ്ണമായും സ്ലാവ് നിയന്ത്രണത്തിൽ സൈന്യത്തെ കൊണ്ടുവരാൻ സോവിയറ്റ് യൂണിയൻ നിർബ്ബന്ധിതമായി.

വളരെ വേഗം തന്നെ വിഭാഗീയത കർമ്മാലിന്റെ അധികാരത്തെയും പിടിച്ചുലച്ചു. ഖൽഖ്-പ്രചാം വിഭാഗീയത ശക്തമായി. ഖൽഖ് വിഭാഗങ്ങളെ അധികാരത്തിൽനിന്നും പുറത്താക്കാൻ തുടങ്ങി. എന്നാൽ പൊലീസ് സേന ഖൽഖുകളെക്കൊണ്ട് നിറഞ്ഞിരുന്നു. അവർ സൈനികരെക്കാൾ അധികമായിരുന്നു താനും. കർമ്മാലിന്റെ പദ്ധതികളൊന്നും തന്നെ ഭൂരിപക്ഷം വരുന്ന ജനങ്ങളിലേക്ക് എത്തിച്ചേർന്നില്ല. ജനതയുടെ മൂന്നിൽ ഒന്ന് അഭയാർത്ഥി ക്യാമ്പുകളിലായി. സോവിയറ്റ് വിരുദ്ധ മുജാഹിദീനുകളുമായുള്ള പോരാട്ടം റഷ്യൻ സമ്പദ്ഘടനയെ ബാധിച്ചു. അന്തർദ്ദേശീയ രംഗത്ത് റഷ്യ കൈവരിച്ച സമുന്നത സ്ഥാനം കൈമോശം വന്നു. സാവകാശം അഫ്ഗാനിസ്ഥാൻ സോവിയറ്റ് യൂണിയന് ഒരു ബാദ്ധ്യതയായി മാറി.

1985 ൽ മിഖായേൽ ഗോർബച്ചേവ് അധികാരത്തിലെത്തി. ഒരു വർഷത്തിനുള്ളിൽ അഫ്ഗാൻ പ്രശ്നം പരിഹരിക്കണം എന്നായിരുന്നു ഗോർബച്ചേവിന്റെ താല്പര്യം. കർമ്മാൽ 1985 ൽ ലോയ ജിർഗ വിളിച്ചുകൂട്ടി. തിരഞ്ഞെടുപ്പു നടന്നു എങ്കിലും വേണ്ടത്ര പിന്തുണ നേടാനായില്ല.

അഫ്ഗാനിൽനിന്നും സോവിയറ്റ് യൂണിയന്റെ പിൻവാങ്ങൽ

തുടർന്ന് ബദൽ മന്ത്രിസഭ രൂപീകരിച്ചു. വ്യവസായികളുടെയും മറ്റും ഒരു സമവായ സമിതിയും രൂപപ്പെടുത്തി. ഈ നടപടികൾക്കൊന്നും തന്നെ ആഭ്യന്തര കലാപം ഇല്ലാതെയാക്കാൻ കഴിഞ്ഞില്ല. 1986 ൽ പ്രചാം വിഭാഗത്തിൽപ്പെട്ട മുഹമ്മദ് നജീബുള്ള അഹമ്മദ് സായി അഫ്ഗാൻ പി ഡി പി എയുടെ നേതൃത്വത്തിലെത്തി. കർമ്മാൽ മോസ്കോയിലേക്കു പോവുകയും പത്തുവർഷത്തിനുശേഷം കരൾ രോഗബാധിതനായി മരിക്കുകയും ചെയ്തു. നജീബുള്ള അധികാരമേറ്റതിനെത്തുടർന്ന് ഏകപക്ഷീയമായി വെടിനിർത്തൽ പ്രഖ്യാപിച്ചു. 1987 ൽ ലോയ ജിർഗ വിളിച്ചുകൂട്ടുകയും ബഹുകക്ഷി സമ്പ്രദായത്തിൽ പൊതുതിരഞ്ഞെടുപ്പ് നടത്തുകയും ചെയ്തു. ജിർഗ പുതുതായി രൂപപ്പെട്ട റിപ്പബ്ലിക്ക് ഓഫ് അഫ്ഗാനിസ്ഥാന്റെ പ്രസിഡന്റായി നജീബുള്ളയെ അവരോധിക്കുകയും ചെയ്തു. ഈ സന്ദർഭം സോവിയറ്റ് യൂണിയന് പിന്മാറാനുള്ള അവസരമായിത്തന്നെ സോവിയറ്റ് അധികാരികൾ കണ്ടു. എന്നാൽ, അഫ്ഗാനിസ്ഥാനിലേക്കുള്ള കടന്നു കയറ്റംപോലെ എളുപ്പമായിരുന്നില്ല പിന്മാറ്റം.

ദീർഘമായ നയതന്ത്രചർച്ചകൾ അമേരിക്ക, പാകിസ്ഥാൻ എന്നീ രാഷ്ട്രങ്ങളുമായും യു എൻ മദ്ധ്യസ്ഥതകളും ഇതിനാവശ്യമായിരുന്നു. 1986 ൽ പിന്മാറ്റ സൂചന എന്ന നിലയിൽ 8000 സൈന്യങ്ങളെ പിൻവലിച്ചെങ്കിലും പിന്മാറ്റം യാഥാർത്ഥ്യമാകാൻ പിന്നെയും കാലതാമസം എടുത്തു. 1988 മെയ് പതിനഞ്ചിന് സോവിയറ്റ് പ്രസിഡന്റ് ഗോർബച്ചേവ് പത്തുമാസത്തിനുള്ളിൽ പൂർണ്ണമായും സൈനികപിന്മാറ്റമുണ്ടാകുമെന്ന് പ്രഖ്യാപിച്ചു. 1989 ഏപ്രിൽ 14 ന് സോവിയറ്റ് സൈന്യം പൂർണ്ണമായും അഫ്ഗാനിസ്ഥാൻ വിട്ടു. അഫ്ഗാനിസ്ഥാൻ സ്വതന്ത്ര പരമാധികാര റിപ്പബ്ലിക്കായി മാറി.

7

മുജാഹിദീൻ, താലിബാൻ
ഇസ്ലാമിക മൗലികവാദ ഇടപെടലുകൾ

ആയിരത്തി തൊള്ളായിരത്തി എഴുപത്തി ഒൻപത് മുതൽ തന്നെ അമേരിക്ക സോവിയറ്റ് വിരുദ്ധ ഗറില്ലാപോരാളികൾക്ക് സൈനിക സഹായം നല്കിപ്പോന്നിരുന്നു. ശീതയുദ്ധത്തിന്റെ നാളുകളിൽ ദക്ഷിണേഷ്യയിലുള്ള അമേരിക്കൻ-സോവിയറ്റ് താല്പര്യങ്ങളുടെ സംഘർഷ ഭൂമിയായിരുന്നു അഫ്ഗാനിസ്ഥാൻ. പരസ്പരം കലഹിക്കുന്ന ഗോത്രങ്ങളെ മതമൗലികവാദത്തിന്റെ പേരിൽ അണിനിരത്തി റഷ്യക്കെതിരെ പടനയിക്കാനാണ് അമേരിക്ക ഇഷ്ടപ്പെട്ടത്. ഇതിനായി പാകിസ്ഥാനെയും ചൈനയെയും അമേരിക്ക യഥേഷ്ടം ഉപയോഗിക്കുകയും ചെയ്തു. ചൈനയിൽനിന്നും പാകിസ്ഥാൻ വഴി ആയുധവും പണവും സോവിയറ്റ് വിരുദ്ധരുടെ കൈകളിലേക്കെത്തി. അമേരിക്കയാവട്ടെ ഈജിപ്ത്, സൗദി അറേബ്യ, ഇന്ത്യ തുടങ്ങിയ രാജ്യങ്ങളിൽനിന്നും സോവിയറ്റ് ആയുധങ്ങൾ കൈവശമാക്കിക്കൊണ്ടിരുന്നു. ഈ സൈനിക പോരാട്ടത്തിന് കമ്യൂണിസ്റ്റ് വിരുദ്ധതയുടെ നിറം ആദ്യമായി നല്കി ആഭ്യന്തര കലാപത്തിന് വഴിതുറന്നത് മുജാഹിദീനുകളാണ്.

മുജാഹിദീൻ

1992 ഏപ്രിലിൽ പി ഡി പി എ ഭരണം കാബൂളിൽ അവസാനിച്ചു. 1978 മുതൽ സാമൂഹ്യപരിഷ്കരണത്തിനെതിരെ മുല്ലമാർ പ്രക്ഷോപങ്ങൾ പ്രഖ്യാപിച്ചു. പരസ്പര സംഘർഷത്തിലൂടെ കടന്നുപോയ അഫ്ഗാനിൽ ആയുധങ്ങൾ യഥേഷ്ടം സാധാരണ പൗരന്മാരുടെ ഇടയിൽ ലഭ്യമായിരുന്നു. വിശുദ്ധയുദ്ധത്തിനുവേണ്ടിയുള്ള വിളി സ്വീകരിച്ച ആളുകളെയാണ് *മുജാഹിദീൻ* എന്നുവിളിച്ചത്. 1978 ലെ ഏപ്രിൽ വിപ്ലവത്തെത്തുടർന്ന് പതിനായിരം സോവിയറ്റ് സൈനികർ അഫ്ഗാനിസ്ഥാ

നിൽ കാലുകുത്തിയപ്പോൾ രാജ്യത്ത് ആയുധമേന്തിയ 1,50,000 മുജാഹിദീനുകളുണ്ടായിരുന്നു. അഫ്ഗാനിസ്ഥാനിലെ 10–20 ശതമാനം ആളുകൾ മാത്രമാണ് കേന്ദ്രീകൃത ഭരണകൂടത്തിൻകീഴിലേക്ക് വന്നത്. ഗ്രാമീണമേഖലയിലെ ഭൂരിപക്ഷവും നിരന്തരം പോരാട്ടങ്ങൾക്ക് വിധേയമാകേണ്ടിവന്നു.

പാകിസ്ഥാൻ എക്കാലവും അഫ്ഗാനിസ്ഥാനിൽനിന്നും പുറന്തള്ളപ്പെടുന്ന രാഷ്ട്രീയപോരാളികളുടെ അഭയകേന്ദ്രമായിരുന്നു. സോവിയറ്റ് അധിനിവേശ കാലഘട്ടത്തിൽ പെഷവാറിൽ ചെറിയ രാഷ്ട്രീയ കൂട്ടുകെട്ടുകൾ രൂപപ്പെട്ടിരുന്നു. ദാവൂദിന്റെ ഭരണകാലഘട്ടത്തിൽ രൂപപ്പെട്ട രാഷ്ട്രീയ പാർട്ടികളുടെ താവളമായിരുന്നു പെഷവാർ. അഭയാർത്ഥി പ്രവാഹം പാകിസ്ഥാനിലേക്ക് ക്രമാതീതമായി ഉണ്ടായതോടെ നിയന്ത്രണങ്ങളേർപ്പെടുത്തുവാൻ പാകിസ്ഥാൻ അഫ്ഗാനിലെ രാഷ്ട്രീയ പ്രസ്ഥാനങ്ങളോട് ആവശ്യപ്പെട്ടു. ഇതിന്റെ ഭാഗമായി 1980 ൽ ഏഴ് രാഷ്ട്രീയ പാർട്ടികളെ പാകിസ്ഥാൻ ഔദ്യോഗികമായി അംഗീകരിച്ചു. ഈ രാഷ്ട്രീയ പ്രസ്ഥാനങ്ങൾ സ്വന്തം സൈനിക ശേഖരമുണ്ടാക്കി. സ്വാഭാവികമായും സൈന്യത്തിനുള്ള ആയുധവും പണവും പാകിസ്ഥാനിൽനിന്നും, അമേരിക്ക, സൗദി അറേബ്യ എന്നിവിടങ്ങളിൽനിന്നുമാണ് വന്നുചേർന്നത്. അഫ്ഗാൻ രഹസ്യസേന സോവിയറ്റ് ഫണ്ടുപയോഗിച്ച് ഗോത്രങ്ങളെ സമരമുഖത്തേക്ക് ആനയിച്ചിരുന്നു. പാകിസ്ഥാനിൽനിന്നും സുന്നികളും ഇറാനിൽനിന്നു ശിയാകളും പ്രതിരോധമുഖത്തേക്ക് എത്തി. പെഷവാറിലെ മുജാഹിദീൻ ഗ്രൂപ്പുകളുടെ ലക്ഷ്യം അവിശ്വാസികളെ അഫ്ഗാന്റെ മണ്ണിൽനിന്നും നാടുകടത്തുകയും മുസ്ലിം വിരുദ്ധ ഭരണകൂടത്തെ ഇല്ലാതാക്കുകയുമായിരുന്നു. പാശ്ചാത്യ മാതൃകയിലുള്ള റിപ്പബ്ലിക്കൻ ഭരണകൂടങ്ങളെ സ്വീകരിക്കുവാൻ അവർ തയ്യാറായില്ല. പാശ്ചാത്യ മൂല്യങ്ങൾക്കുപകരം ഇസ്ലാമികമൂല്യങ്ങളെ പ്രതിഷ്ഠിക്കണം എന്നാണ് അവർ ആവശ്യപ്പെട്ടത്.

അഫ്ഗാനിലെ തീവ്രവാദ പ്രസ്ഥാനങ്ങളിൽ ഏറ്റവും പ്രധാനം ഗുൽബുദ്ദീൻ ഹിക്മതിയാർ നേതൃത്വം കൊടുത്ത *ഹിസ്ബെ ഇസ്ലാമി*യാണ്. ഇവർ പാകിസ്ഥാനിൽ സ്കൂളുകളും ട്രെയിനിങ് ക്യാമ്പുകളും ആസൂത്രണം ചെയ്തു. 1979 ൽ *ഹിസ്ബെ ഇസ്ലാമി* പിളരുകയും മൗലാന യൂനുസ് അഹമ്മദിന്റെ കീഴിൽ മറ്റൊരു വിഭാഗം രൂപംകൊള്ളുകയും ചെയ്തു. മൂന്നാമത്തെ തീവ്രവാദ വിഭാഗം താജിക് പിന്തുണയുള്ള ബുർഹാനുദീൻ റബ്ബാനിയുടെ നേതൃത്വത്തിലുള്ള *ജമാഅത്ത് ഇ ഇസ്ലാമിയാണ്*. കണ്ടഹാർ മേഖലയിലാണ് ഇവർ കൂടുതലായി കേന്ദ്രീകരിച്ചിരിക്കുന്നത്. പാഷ്ടൂൺ ഇതര അഫ്ഗാനികളുടെ കൂട്ടുകെട്ടാണ് ജമാഅത്ത് ഇ ഇസ്ലാമി. അഹമ്മദ് ഷാ മസൂദ് കാബൂളിനടത്ത് പഞ്ചീശ്വർ താഴ്വരയിൽ നിലയുറപ്പിച്ചുകൊണ്ട് സോവിയറ്റ് സേനക്കെതിരെ പോരാടി. 2001 സെപ്തംബർ 9 ന് അൽ ഖയ്ദാ ഏജന്റ് മസൂദിനെ വധിച്ചു. സോവിയറ്റ് അധിനിവേശത്തിന്റെ ആദിമകാലഘട്ടത്തിൽ ബാൾക്ക് മേഖ

ലയിലും, ഇസ്മായിൽ ഖാൻ ഹെറാത് മേഖലയിലും ചെറുത്തുനില്പുകൾക്ക് രൂപംകൊടുത്തു. 1984 ൽ സായിബുള്ള കൊല്ലപ്പെട്ടു. ഇറാനായിരുന്നു ജുമാഅത്ത് ഇസ്ലാമിയുടെ സാമ്പത്തിക സ്രോതസ്സ്.

മറ്റൊരു പ്രധാന ഇസ്ലാമിക പ്രസ്ഥാനമായിരുന്നു *ഇത്തിഹാദ് -ഇ- ഇസ്ലാമി ബാറ-ഇ-ആസാദി അഫ്ഗാനിസ്ഥാൻ* (Islamic Union for the Liberation of Afghanistan) 1980 മുതൽ അബ്ദുൾ റാസുൽ സായിഫിന്റെ നേതൃത്വത്തിൽ പ്രവർത്തിക്കുന്നു. ഇദ്ദേഹം കാബൂൾ യൂണിവേഴ്സിറ്റിയിലെ ദൈവശാസ്ത്ര പഠനവിഭാഗം പ്രൊഫസറാണ്. മുസ്ലിം ബ്രദർഹുഡുമായി ബന്ധമുള്ള ഇദ്ദേഹത്തിന്റെ പ്രസ്ഥാനത്തെ പിന്തുണയ്ക്കുന്നത് സൗദിയിലെ വഹാബി പ്രസ്ഥാനമാണ്. നിരവധി അറബ് സന്നദ്ധഭടന്മാരെ ഈ പ്രസ്ഥാനം അതിനുള്ളിലേക്ക് സ്വീകരിച്ചിട്ടുണ്ട്. സയ്ദ് അഹമ്മദ് ഗിലാനിയുടെ മഹസ്-ഇ-മിലി-ഇ-ഇസ്ലാമി (National Islamic Front) കാബൂളിലെ പ്രമുഖവ്യവസായി ആയ സെയ്ദ് അഹമ്മദ് ഗയ്ലാനി (Sayyid Ahmad Gailani) യാണ് സ്ഥാപിച്ചത്. ഖാദിരിയ്യ സൂഫി പാരമ്പര്യത്തിൽ വിശ്വസിക്കുന്ന ഇദ്ദേഹത്തിന്റെ പ്രസ്ഥാനം ഉദാര ദേശീയവാദ പ്രസ്ഥാനമാണ്. കണ്ടഹാർ മേഖലയിലെ പാഷ്ടൂണുകളുടെ പിന്തുണ ഗയ്ലാനിക്കുണ്ട്. പരമ്പരാഗത ഇസ്ലാമിക മൂല്യങ്ങളിൽ അടിത്തറയിട്ട മറ്റൊരു പ്രസ്ഥാനമാണ് ഹർകത്-ഇ-ഇൻങ്കിലാബ്-ഇ-ഇസ്ലാമി (Harakat-i-Inqilab-i-Islami), ഇതിന്റെ നേതൃത്വം മൗലവി നബി മുഹമ്മദി (Maulvi Nabi Muhammadi) യിലാണ്. സൂഫികളുടെ ഇടയിൽ വലിയ സ്വാധീനമുള്ള പ്രസ്ഥാനമാണിത്. കാലക്രമേണ ഈ പ്രസ്ഥാനം മയക്കുമരുന്നു കടത്തിലേക്ക് തിരിഞ്ഞ് അതിന്റെ അന്തസ്സ് നഷ്ടപ്പെടുത്തി.

ഹസാരകളും സംഘടിതമായ അക്രമങ്ങൾ ആസൂത്രണം ചെയ്തു. അഫ്ഗാനിസ്ഥാന്റെ പൊതു ജീവിതത്തിൽനിന്നും നിഷ്കാസിതരായ ഒരു ചെറുവിഭാഗമാണ് ഹസാരകൾ. ഖുമൈനി മാതൃകയിലുള്ള ഇസ്ലാമിക തീവ്രവാദമാണ് ഹസാരകളുടെ രാഷ്ട്രീയ പ്രസ്ഥാനമായ *സസ്മാൻ ഇ നസർ ഇ അഫ്ഗാനിസ്ഥാന്റെ* (Sazman-i-Nasr-i-Afghanistan) മുഖമുദ്ര. സോവിയറ്റ് യൂണിയൻ അഫ്ഗാനു പുറത്തേക്കു നീങ്ങിയപ്പോൾ ഇസ്ലാമിക പ്രതിരോധ പ്രസ്ഥാനങ്ങൾ *ഹിസ്ബെ – വഹ്ദത്തി – ഇസ്ലാമി മർദൂമെ അഫ്ഗാനിസ്ഥാൻ* (Hezb-i-Wahdat-i-Islami Mardum-i-Afghanistan) എന്ന പേരിൽ സംഘടിതമായി. ഇതിനു പിന്നിൽ ഇറാന്റെ ശക്തമായ പിന്തുണയുണ്ടായിരുന്നു. ഈ ഐക്യനിരയുടെ നേതൃത്വം അബ്ദുൾ അലി മസാറിയുടെ (Abdul Ali Mazari) ചുമലുകളിലായിരുന്നു. ഇദ്ദേഹം പിന്നീട് താലിബാനുകളാൽ വധിക്കപ്പെട്ടു. തുടർന്ന് ഉസ്താദ് ഹാജി മുഹമ്മദ് (Ustad Haji Muhammad Mohaqiq) ചുമതലയേറ്റു. ഈ പ്രസ്ഥാനങ്ങൾ കൂടാതെ മറ്റു ചെറിയ വിപ്ലവപ്ലസ്ഥാനങ്ങളും അഫ്ഗാനിസ്ഥാന്റെ വിമോചനത്തിനുവേണ്ടി പ്രവർത്തിച്ചു. പാകിസ്ഥാൻ സുന്നി പ്രതിരോധ പ്രവർത്തകർക്ക് പിന്തുണ നല്കിയപ്പോൾ ഇറാൻ ശിയാ വിഭാഗത്തെയാണ് പിന്തുണച്ചത്.

സാംസ്കാരികവും വിശ്വാസപരവുമായ ഭിന്നതകൾ നിലനില്ക്കുമ്പോൾത്തന്നെ പി ഡി പി എ ഭരണകൂടത്തിനെതിരെ നിലകൊള്ളുക എന്ന ഒരു പൊതു സമീപനം അഫ്ഗാനിലെ തീവ്രവാദ പ്രസ്ഥാനങ്ങൾക്കിടയിലുണ്ടായിരുന്നു. ഇതിന്റെ പരിണിതഫലമായി പാകിസ്ഥാനിലും രാഷ്ട്രീയമായ അസ്ഥിരതകളുണ്ടായിരുന്നു. 1977 ൽ പാക്ക് പട്ടാള ജനറൽ സിയാഉൽ ഹഖ് സൈനിക അട്ടിമറിയിലൂടെ പാക്ക് അധികാരം കൈവശമാക്കി. പൊതു തിരഞ്ഞെടുപ്പിലൂടെ അധികാരത്തിലെത്തിയ സുൽഫിക്കർ അലി ഭൂട്ടോയെ അധികാര ഭ്രഷ്ടനാക്കി. 1979 ഏപ്രിലിൽ സിയ ഭൂട്ടോയെ തൂക്കിക്കൊന്നു. ലോകരാഷ്ട്രങ്ങളാൽ സിയ ഭരണകൂടം ഒറ്റപ്പെട്ടുനില്ക്കുന്ന പശ്ചാത്തലത്തിലാണ് സോവിയറ്റ് യൂണിയന്റെ അഫ്ഗാൻ ഇടപെടൽ. ഈ അവസരം മുതലാക്കാൻ സിയ ഭരണകൂടം നിശ്ചയിക്കുകയും പാക്ക് ചാരസംഘടനായ ഐ എസ് ഐ (Inter-Services Intelligence) യുടെ നേതൃത്വത്തിൽ അഫ്ഗാൻ സംരക്ഷണ പോരാട്ടം ആരംഭിക്കുകയും ചെയ്തു. കമ്യൂണിസത്തിനെതിരെ ഇസ്ലാമിന്റെ സംരക്ഷണ പോരാളി എന്ന പരിവേഷം അഫ്ഗാനിസ്ഥാന് ലഭിച്ചു. ഈ പദവിയിലൂടെ അമേരിക്കയുടെ ഹിതാനുസാരിയായി കഴിയുക, അറേബ്യൻ എണ്ണ പ്രഭുക്കളുടെ ഔദാര്യങ്ങളനുഭവിക്കുക, അങ്ങനെ ജനാധിപത്യവിരുദ്ധ ഭരണവാഴ്ചയെ ചോദ്യം ചെയ്യാതെ നിലനിർത്തുക എന്നതായിരുന്നു സിയാഉൾ ഹഖിന്റെ ആശയം. മുജാഹിദീനുകളെ പിന്തുണയ്ക്കുന്നതായി പാകിസ്ഥാൻ ഒരിക്കലും പരസ്യമായി അവകാശപ്പെട്ടില്ല. എങ്കിലും അവർ നല്കിയ സൈനിക പരിശീലനങ്ങൾ ഒളിച്ചുവയ്ക്കാൻ കഴിയുന്നതും ആയിരുന്നില്ല. എൺപതിനായിരം മുജഹിദീൻ പോരാളികളെയാണ് 1984–87 കാലഘട്ടത്തിൽ പാകിസ്ഥാൻ പരിശീലനം നല്കി അഫ്ഗാനിസ്ഥാനിലേക്ക് അയച്ചത്. 1980 കളിൽത്തന്നെ വിവിധ രാജ്യങ്ങളിൽനിന്നും *ജിഹാദികൾ* പാകിസ്ഥാനിലേക്കു പ്രവഹിച്ചു. കൂടുതൽ പേരും അറബ് രാഷ്ട്രങ്ങളിൽനിന്നായിരുന്നുവെങ്കിലും ബാൾക്കൻ കൊസാക് മേഖലകളിൽനിന്നും, തെക്കുകിഴക്കൻ ഏഷ്യയിൽനിന്നും ജിഹാദികളെത്തിയിരുന്നു.

അമേരിക്കൻ പ്രസിഡന്റ് ജിമ്മികാർട്ടർ സോവിയറ്റ് ഇടപെടലിനെ അപലപിച്ചെങ്കിലും ജിഹാദികളെ സാമ്പത്തികമായി പിന്തുണച്ചില്ല. എന്നാൽ, ഇറാൻ വിപ്ലവത്തെത്തുടർന്ന് 1980 ൽ അമേരിക്ക പാകിസ്ഥാനിലൂടെ അഫ്ഗാൻ പ്രശ്നത്തിൽ ഇടപെട്ടു തുടങ്ങി. 400 മില്യൺ ഡോളർ ധനസഹായം പാകിസ്ഥാനിലെ സിയ ഭരണകൂടത്തിന് അനുവദിച്ചു. വിയത്നാം യുദ്ധത്തെതുടർന്ന് നഷ്ടമായ അമേരിക്കൻ പ്രതാപം വീണ്ടെടുക്കുക എന്നത് കാർട്ടറിനെത്തുടർന്ന് അധികാരത്തിലെത്തിയ റൊണാൾഡ് റെയ്ഗന്റെ ലക്ഷ്യമായിരുന്നു. മുജാഹിദീനുകളുടെ സൈനിക ശേഷിയിൽ അമേരിക്കൻ ഭരണകൂടത്തിന് വിശ്വാസമുണ്ടായിരുന്നില്ല. തന്മൂലം സി ഐ എയെ ഉപയോഗിച്ച് മുജാഹിദീനുകളെ ശാക്തീകരിക്കാനാണ് അമേരിക്ക പരിശ്രമിച്ചത്. 1981 ൽ ആറുവർഷ

ത്തേക്ക് പാകിസ്ഥാന് 3.2 ബില്യൺ ഡോളറിന്റെ പ്രതിവർഷ ധനസഹായം സൈനിക ശാക്തീകരണത്തിന് അമേരിക്ക വാഗ്ദാനം ചെയ്തു. ഈ കരാർ സിയായുടെ അധികാരം പാകിസ്ഥാനിൽ ഉറപ്പിച്ചു എന്നുമാത്രമല്ല, സോവിയറ്റ് യൂണിയന് പാക് അതിർത്തിയിലെ മുജാഹിദീനുകൾക്കെതിരെ പോരാടാനും കഴിയാത്ത സാഹചര്യം സൃഷ്ടിച്ചു. ആയുധക്കടത്തിന് അമേരിക്ക ഉപയോഗിച്ച തന്ത്രം സോവിയറ്റ് യൂണിയന്റെ മിത്രമായ ഇന്ത്യയും സൗദിയും തമ്മിൽ സഖ്യമുണ്ടാക്കുകയും റഷ്യൻ ആയുധങ്ങളെ ഈജിപ്തിലൂടെ ചൈനയിലേക്ക് കടത്തി പകർപ്പുകളെടുത്ത് ഐ എസ് ഐ വഴി മുജാഹ്ദീനുകളിലെത്തിക്കുകയുമായിരുന്നു. ഇത്തരം കടത്തുകളുടെ കേന്ദ്രം റാവൽപ്പിണ്ടിയായിരുന്നു.

1984 ലെ പ്രസിഡൻഷ്യൽ ഇലക്ഷനിലൂടെ റെയ്ഗൻ വീണ്ടും അധികാരത്തിലെത്തി. ഇതോടെ അഫ്ഗാനിസ്ഥാന്റെ വിമോചനത്തിനുള്ള അമേരിക്കൻ പോരാട്ടത്തിന് ദേശീയപിന്തുണ നേടിയെടുക്കാനുള്ള ശ്രമങ്ങൾ ആരംഭിച്ചു. അമേരിക്കൻ മാധ്യമലോകവും റീഗനെ പിന്തുണച്ചു. 1985 ൽ 500 മില്യണും, 1987 ൽ 670 മില്യൺ ഡോളറും അഫ്ഗാൻ പോരാട്ടങ്ങൾക്കായി അമേരിക്ക സംഭാവന ചെയ്തു. 1985–86 കാലഘട്ടം സോവിയറ്റ് വിരുദ്ധ പോരാട്ടങ്ങൾക്ക് എന്തുകൊണ്ടും പാകമായി. പതിറ്റാണ്ടുകളുടെ യുദ്ധം സമ്മാനിച്ച ദാരിദ്ര്യം, അമേരിക്കയുടെ ഉദാരമായ സംഭാവനകളിലൂടെ പട്ടിണിയെ മറികടക്കാൻ ദരിദ്രഗ്രാമീണർക്ക് കഴിയുമെന്ന തോന്നലിന്റെ പശ്ചാത്തലത്തിൽ ചൈനീസ് പടക്കോപ്പുകളും ആയുധങ്ങളുമായി ഗറില്ല യുദ്ധനിരകൾ രൂപപ്പെട്ടു.

സോവിയറ്റ് യൂണിയനാവട്ടെ അതിന്റെ പടക്കോപ്പുകളും സൈന്യശേഖരവും ഉപയോഗിച്ച് അഫ്ഗാനിലെ സാമാന്യജനത്തെ വേട്ടയാടാൻ താല്പര്യപ്പെട്ടില്ല. അഫ്ഗാൻ ഭരണകൂടംതന്നെ അതിനെതിരെ ഉയർന്നുവരുന്ന ഗോത്രകലാപങ്ങളെ അമർച്ച ചെയ്യട്ടെ എന്ന സമീപനമായിരുന്നു സോവിയറ്റ് യൂണിയന്റേത്. സോവിയറ്റ് യൂണിയൻ തന്നെ തിരിച്ചറിഞ്ഞ വസ്തുത ചൈനയോടോ, മദ്ധ്യേഷ്യൻ, യൂറോപ്യൻ സൈന്യങ്ങളോടോ ഏറ്റുമുട്ടാൻ പ്രാപ്തിയുള്ള സോവിയറ്റ് യൂണിയൻ അഫ്ഗാൻ മലനിരകളിലെ അസംഘടിത ഗോത്ര സൈന്യത്തിനെതിരെ ഒരിക്കലും ഫലപ്രദമല്ല എന്നാണ്.

ഏതാണ്ട് ഒമ്പതുവർഷമാണ് സോവിയറ്റ്സേന അഫ്ഗാൻസേനയോടൊപ്പം നിലയുറപ്പിച്ചത്. ഈ കാലഘട്ടം സോവിയറ്റ് യൂണിയന് സമ്മാനിച്ചത് 15,000 പട്ടാളക്കാരുടെ മൃതശരീരങ്ങളും 37,000 അംഗവിഹീനരായ സേനാംഗങ്ങളെയുമാണ്. യഥാർത്ഥകണക്കുകൾ ഇതിലും കൂടും എന്നാണ് അനുമാനം. നജീബുള്ള ഒരു കൂട്ടുമന്ത്രിസഭ രൂപീകരിക്കുന്നതിനുള്ള ആഹ്വാനം മുന്നോട്ടുവച്ചപ്പോൾ വിമതപക്ഷം അത് സ്വീകരിക്കുവാൻ തയ്യാറായില്ല. അവരുടെ കണക്കുകൂട്ടൽ സോവിയറ്റ് സേന പിന്മാറുന്നതോടെ നജീബുള്ള ഭരണകൂടം ഇല്ലാതെയാകും എന്നതായിരുന്നു. ഈ ലക്ഷ്യം മുന്നിൽ വച്ച് സിയാഉൾ ഹഖ് 1989 ൽ ഒരു ബദൽ

ഭരണകൂടം സൃഷ്ടിക്കാനുള്ള ശ്രമങ്ങൾ ആരംഭിച്ചു. ഒരു ഇടക്കാല ഭരണകൂടത്തിനുള്ള പദ്ധതി ഐ എസ് ഐ തയ്യാറാക്കിയതിനെ ഏഴോളം സുന്നി ഗ്രൂപ്പുകൾ അംഗീകരിച്ചു.

പി ഡി പി എ ഭരണത്തിൽ ഹസാരകളുടെ സാമൂഹികവും രാഷ്ട്രീയവുമായ നില മെച്ചപ്പെട്ടിരുന്നു. അവർ ഈ കൂട്ടുകെട്ടിൽനിന്നും വിട്ടുനിന്നു. ബദൽ ഭരണകൂടം 1989 മാർച്ചിൽ ജലാലാബാദിനെ ആക്രമിക്കുവാൻ ഉത്തരവിട്ടു. എന്നാൽ, കാബൂൾ ഭരണകൂടം ഈ വിമതപോരാട്ടം അമർച്ച ചെയ്തതോടെ അഫ് ഗാൻ ഭരണകൂടത്തിന്റെ അന്തസ്സുയർന്നു. സോവിയറ്റ് പിന്മാറ്റത്തോടൊപ്പം തന്നെ ഭരണകൂട അനുകൂല യുദ്ധ പ്രഭുക്കന്മാരെ സൃഷ്ടിക്കുവാൻ നജീബുള്ള പരിശ്രമിച്ചു. ഗോത്രസേനകളും, സ്വകാര്യ സൈന്യങ്ങളും അവിടവിടെ രൂപപ്പെട്ടു. ഇതിൽ പ്രമുഖൻ ഉസ്ബക് ജനറലായിരുന്ന അബ്ദുൽ റഷീദ് ദോസ്തം ആണ്. 40,000 സൈനികർ ഇദ്ദേഹത്തിന്റെ കീഴിലുണ്ടായിരുന്നു. മുജാഹിദീനുകൾക്കെതിരെ ഇവർ രൂക്ഷമായ പോരാട്ടമാണ് നടത്തിയത്. വളരെ വേഗം തന്നെ മുജാഹിദീനുകളെ കീഴടക്കുന്നതിന് നജീബുള്ള ഭരണകൂടത്തിനു കഴിഞ്ഞു. സോവിയറ്റ് പിന്മാറ്റത്തിനുശേഷവും സോവിയറ്റ് യൂണിയൻ അതിന്റെ പിന്തുണ അഫ്ഗാനിസ്ഥാന് നല്കി. സോവിയറ്റ് യൂണിയൻ പിന്മാറിയതോടെ അമേരിക്കയും അഫ്ഗാനുമേലുള്ള അതിന്റെ താല്പര്യം താല്ക്കാലികമായി ഉപേക്ഷിച്ചു.

റൊണാൾഡ് റെയ്ഗനെ തുടർന്ന് അധികാരത്തിലെത്തിയ ജോർജ് ഡബ്ല്യു ബുഷ് അഫ്ഗാനിൽ വളർന്നുവരുന്ന ഇസ്ലാമിക തീവ്രവാദത്തിൽ ജാഗ്രതയുള്ള വ്യക്തിയായിരുന്നു. വിശേഷിച്ചും ഇറാൻ അഫ്ഗാനുമേൽ പിടുമുറുക്കും എന്ന് ബുഷ് ഭരണകൂടം ഭയപ്പെട്ടു. സിയാഉൾ ഹഖിന്റെ ഭരണം അവസാനിക്കുകയും ബേനസിർ ഭൂട്ടോ അധികാരത്തിലേറുകയും ചെയ്തപ്പോൾ അമേരിക്കൻ സി ഐ എ നേരിട്ട് മുജാഹിദീനുകൾക്ക് പണം നല്കാൻ താല്പര്യപ്പെട്ടു. അമേരിക്കൻ നയം അഫ്ഗാനിലുള്ള പ്രാദേശിക യുദ്ധപ്രഭുക്കൾക്ക് നേരിട്ട് പണം നല്കുകയും എന്നാൽ ഇറാനിയൻ ആശയങ്ങളിൽ ആകൃഷ്ടരായ വഹാബി പിന്തുണയുള്ള ഇജ്തിഹാദികൾക്ക് സാമ്പത്തിക സഹായം നല്കാതെയിരിക്കുകയും ചെയ്യുക എന്നതാണ്. ഹിക്മത്യാറും സയ്യാഫും അങ്ങനെ അമേരിക്കൻ സാമ്പത്തിക സഹായത്തിൽനിന്നും പുറത്തായി. അഫ്ഗാൻ എന്ന ആശയത്തെ അമേരിക്ക പ്രോത്സാഹിപ്പിക്കേണ്ടതാണ്. ഹിക്മത്യാറും സയ്യാഫും സൗദി അറേബ്യൻ പിന്തുണയുള്ള ഉസാമാ ബിൻലാദന്റെ സംഘടനയുമായാണ് ബന്ധപ്പെട്ടത്. ഹിക്മത്യാറിന്റെ നേതൃത്വത്തിലുള്ള മുജഹിദീനുകൾ സൗദി അറേബ്യയുടെ പിന്തുണയോടെ നജീബുള്ള ഭരണകൂടത്തെ അട്ടിമറിക്കാൻ രണ്ടു ശ്രമങ്ങൾ 1990 ൽ നടത്തിയെങ്കിലും പരാജയപ്പെട്ടു. 1991 ലെ ഗൾഫ് യുദ്ധത്തിൽ ഹിക്മത്യാറും സയ്യഫും സദ്ദാം ഹുസൈനെ പിന്തുണച്ചെങ്കിലും മറ്റ് മുജാഹിദീനുകൾ അമേരിക്കൻ പക്ഷത്താണ് നിലയുറപ്പിച്ചത്. നജീബുള്ള തന്റെ മിതവാദ നയം

തന്നെയാണ് തുടർന്നത്. പി ഡി പി എ 1990 ൽ ഹെസ്ബ് ഇ വതൻ (Hezb-i-Watan (Homeland Party) എന്ന് പുനർ നാമകരണം ചെയ്തു. ദേശീയ ഇസ്ലാമിക ഭരണകൂടം എന്ന ലേബലാണ് പാർട്ടിക്ക് ഗുണകര മാവുക എന്ന് നജീബുള്ള കരുതി. ഗൾഫ് യുദ്ധം അവസാനിച്ച മുറയ്ക്കു തന്നെ അഫ്ഗാനും സമാധാനത്തിന്റെ പാതയിലേക്കു നീങ്ങി.

ഐക്യരാഷ്ട്ര ജനറൽ സെക്രട്ടറി ജാവിർ പെരസ് ഡിക്യുളർ അഫ്ഗാനിലെ വിമത സേനകളുടെയും ഒപ്പം പാക്ക് നിർമ്മിത ഇടക്കാല ഭരണകൂടം, സോവിയറ്റ് യൂണിയൻ, അമേരിക്ക എന്നീ രാഷ്ട്രങ്ങളുടെയും മദ്ധ്യസ്ഥതയിൽ ഒരു സമാധാന ഉടമ്പടിയിലെത്തുകയും പരസ്പരം വെടിനിർത്തൽ കരാറിൽ ഇടപെടുകയും ചെയ്തു. ഇതോടെ അഫ്ഗാ നിസ്ഥാനിൽ താല്ക്കാലിക സമാധാനം കൈവന്നു. ഹിക്മത്യാർ സയ്യഫ് വിമതവിഭാഗം അങ്ങനെ വീണ്ടും പരാജിതപക്ഷമായി മാറി. യുണൈ റ്റഡ് സ്റ്റേറ്റ്സും സോവിയറ്റ് യൂണിയനും എല്ലാവിധ സൈനിക ധന സഹായവും 1992 ജനുവരി മുതൽ നിർത്തലാക്കുകയും ചെയ്തു. സോവി യറ്റ് യൂണിയൻ കാബൂളിനുള്ള എല്ലാ ധനസഹായങ്ങളും നിർത്തലാ ക്കിയതിനൊപ്പം തന്നെ പാകിസ്ഥാനും മുജാഹിദീനുകൾക്കുള്ള സഹാ യങ്ങൾ പിൻവലിച്ചു. വടക്കൻ മേഖലയിൽ ദോസ്തം മസൂദുമായി ചേർന്ന് 1992 ഫെബ്രുവരിയിൽ മസാദി ഷെരിഫ് പിടിച്ചെടുത്തു. ഇതേത്തുടർന്ന് സോവിയറ്റ് യൂണിയന്റെ ഉപദേശം അനുസരിച്ച് നജീബുള്ള പ്രസിഡന്റ് സ്ഥാനം രാജിവച്ചു. യാഥാർത്ഥ്യ ബോധത്തോടെ അഫ്ഗാൻ പ്രശ്ന ങ്ങൾ പരിഹരിക്കണമെന്നും ഐക്യരാഷ്ട്ര സഭയുടെ സമാധാന ഉടമ്പ ടികൾ പാലിക്കണമെന്നും തന്റെ വിടവാങ്ങൽ പ്രസംഗത്തിൽ നജീബുള്ള രാജ്യത്തോട് അഭ്യർത്ഥിച്ചു.

നജീബുള്ള രാജിവച്ചതിനെത്തുടർന്ന് മസൂദ്, ദോസ്തം കൂട്ടുകെട്ടും ഹിക്മത്യാർ വിഭാഗവും അധികാരത്തിനായുള്ള പോരാട്ടം ആരംഭിച്ചു. ഉസ്ബക് നേതാവ് റബാനിയെ പ്രസിഡന്റായും ഹിക്മത്യാറിനെ പ്രധാ നമന്ത്രിയായും നിശ്ചയിച്ച് *ഇസ്ലാമിക് റിപ്പബ്ലിക് ഓഫ് അഫ്ഗാനിസ്ഥാൻ* വിഭാവന ചെയ്യപ്പെട്ടുവെങ്കിലും ഹിക്മത്യാർ പ്രധാനമന്ത്രി പദം ഏറ്റെ ടുക്കാൻ തയ്യാറായില്ല. മുജാഹിദീനുകളുടെ വാഴ്ചാകാലത്തിലേക്കാണ് പിന്നീട് അഫ്ഗാൻ പ്രവേശിച്ചത്. അഫ്ഗാനിസ്ഥാനിലെ മുജാഹിദീനു കൾ തമ്മിൽ യാതൊരുവിധ ആന്തരിക ഐക്യവും ഉണ്ടായിരുന്നില്ല. അവരെ നിയന്ത്രിച്ച നിയമങ്ങൾ ഓരോരുത്തരും അവരവർക്കുവേണ്ടി നിർമ്മിച്ചവയാണ്. ഈ നിർമ്മിതിക്ക് അവർ കനത്ത വിലകൊടുക്കേണ്ടി വരികയും ചെയ്തു. മയക്കുമരുന്ന് വ്യാപാരം രാജ്യത്തെ ഏറ്റവും വലിയ വാണിജ്യമായി മാറി. മുജാഹിദീനുകൾക്ക് അധികകാലം ഭരണത്തിൽ തുടരാൻ കഴിഞ്ഞില്ല. ഭരണനേതൃത്വത്തിലേറിയ യുദ്ധപ്രഭുക്കന്മാർക്ക് ഒത്തൊരുമിച്ച് പ്രവർത്തിക്കുവാനും കഴിഞ്ഞില്ല. 1994 മുതൽ അവരുടെ പതനം ആരംഭിച്ചു. താലിബാനുകളുടെ കടന്നുവരവായിരുന്നു അതിന്റെ മുഖ്യ കാരണം. 1994 ൽ കണ്ടഹാറും 1996 ൽ കാബൂളും താലിബാനു

1996–ൽ മുഹമ്മദ് നജീബുള്ളയെ താലിബാൻ തൂക്കിലേറ്റിയപ്പോൾ

കൾ പിടിച്ചെടുത്തു. കണ്ടഹാർ, കാബൂൾ, ഹെറാത് മേഖലകൾ താലിബാനുകളുടെ അധീനതയിലാണ്. മുജാഹിദീനുകളെ പിന്തള്ളിക്കൊണ്ട് മറ്റൊരു മുസ്ലിം തീവ്രവാദപ്രസ്ഥാനം തൊണ്ണൂറുകളിൽ അഫ്ഗാനിലേക്ക് കടന്നുവരികയായിരുന്നു, താലിബാനിസത്തിലൂടെ.

താലിബാൻ

ദരിദ്രരായ കീഴ്ത്തട്ട് ഇസ്ലാമിക വിദ്യാർത്ഥികളുടെ കൂട്ടമാണ് താലിബാൻ. പാഷ്ടൂണുകളാണ് താലിബാന്റെ നട്ടെല്ല്. അവരെ നിലനിർത്തിയതാവട്ടെ പാകിസ്ഥാൻ ഭരണകൂടവും (കാണുക, Thomas Barfield 2010). പാകിസ്ഥാനിലെ പാഷ്ടൂൺ അധിവാസ മേഖലകളിൽ ഉൾപ്പെട്ട മദ്രസ്സകളിൽനിന്നും സ്കൂളുകളിൽനിന്നുമുള്ള വിദ്യാർത്ഥികളാണ് ഈ പ്രസ്ഥാനത്തിൽ കൂടുതലും. അഭയാർത്ഥികളായി പാകിസ്ഥാനിലേക്കെത്തിയ അഫ്ഗാനികൾ, സൗദിയിൽനിന്നും സന്നദ്ധപ്രവർത്തകരായി എത്തിയ അറബികൾ, പഞ്ചാബ്, സിന്ധ് മേഖലയിലെ പാകിസ്ഥാൻ മുസ്ലീങ്ങൾ എന്നിവരാണ് തൊണ്ണൂറുകളിൽ അഫ്ഗാൻ വിമോചന പോരാട്ടത്തിലേക്ക് കടന്നുചെന്നത്. 1980 മുതൽ പാകിസ്ഥാനിൽനിന്നുള്ള താലിബാൻ സൈന്യം അഫ്ഗാനിസ്ഥാനിലേക്ക് നുഴഞ്ഞുകയറി. പാകിസ്ഥാനിലെ അഫ്ഗാൻ അഭയാർത്ഥി ക്യാമ്പുകളുടെ സമീപത്തുള്ള മദ്രസകളിൽനിന്നും റിക്രൂട്ട് ചെയ്യപ്പെട്ടവരായിരുന്നു ഈ വിദ്യാർത്ഥികൾ. പാകിസ്ഥാൻ, അമേരിക്ക, സൗദി അറേബ്യ തുടങ്ങിയ രാജ്യങ്ങളുടെ പിന്തുണ അവർക്കുണ്ടായിരുന്നു. മുജാഹിദീനുകളുടെ പതനത്തെത്തുടർന്നാണ് താലിബാൻ അധികാരത്തിലേക്ക് എത്തുന്നത്. താലിബാൻ മുല്ലകൾ ഇസ്ലാമിക പാണ്ഡിത്യമുള്ളവരോ ചരിത്ര–നിയമവിജ്ഞാനങ്ങളുള്ളവരോ

ആയിരുന്നില്ല. എന്നാൽ, ജമാഅത്ത്, ഹിസ്ബെ ഇസ്ലാം തുടങ്ങിയ മുജാഹിദീൻ പ്രവർത്തകർ കുറേക്കൂടി വിദ്യാസമ്പന്നരായിരുന്നു.

താലിബാന്റെ രാഷ്ട്രീയ ചരിത്രം ആരംഭിക്കുന്നത് 1980 കളിലാണ്. യുനുസ് ഖാലിസിന്റെ മുജാഹിദീൻ പ്രസ്ഥാനമായ ഹർകത്തെ ഇങ്കിലാബിയിലൂടെ കടന്നുവന്ന വിദ്യാർത്ഥികൾ 1984 ൽ എത്തുമ്പോൾ മതപഠനവും പോരാട്ടവും ദിനചര്യയാക്കിമാറ്റി. എൺപതുകളുടെ അവസാനം മുതൽ തൊണ്ണുകളുടെ മദ്ധ്യം വരെ മുജാഹിദീനുകൾ പരസ്പരം പോരടിച്ചും അഴിമതിയിലും കള്ളക്കടത്തിലും വ്യാപൃതരായും കഴിഞ്ഞപ്പോൾ താലിബാൻ ശക്തരായിമാറി. ഗോത്ര ഭിന്നതകളില്ലാതെ വിദ്യാർത്ഥികളുടെ ദേശീയ പ്രസ്ഥാനമായി മൗലവി മുല്ല ഉമറിന്റെ നേതൃത്വത്തിൽ താലിബാൻ സംഘടിതരായി. 1953 ൽ ജനിച്ച മുല്ല ഉമർ തന്റെ മദ്രസ്സ 1980 ലാണ് ആരംഭിക്കുന്നത്. സോവിയറ്റ് അധിനിവേശ കാലഘട്ടത്തിൽ നജീബുള്ള ഭരണകൂടവുമായി ഏറ്റുമുട്ടുകയും ഒരു കണ്ണ് നഷ്ടമാവുകയും ചെയ്തു. 1992 ൽ മുജാഹിദീനുകൾ അധികാരം പിടിച്ചെടുത്തതോടെ കണ്ടഹാറിലെത്തുകയും 1994 ൽ അവിടെ മറ്റൊരു മദ്രസ്സ ആരംഭിക്കുകയും ചെയ്തു. ഉമറും അദ്ദേഹത്തിന്റെ മുപ്പതുവിദ്യാർത്ഥികളും ചേർന്ന് കണ്ടഹാറിലെ സാധാരണക്കാരുടെ പക്ഷത്തുനിന്ന് പോരാട്ടങ്ങൾ ആരംഭിച്ചു.

1994 ൽ ഉമറിന്റെ നേതൃത്വത്തിലുള്ള താലിബാൻ കണ്ടഹാർ പിടിച്ചെടുത്തുകൊണ്ട് ഭരണം ആരംഭിച്ചു. താലിബാൻ ശാക്തീകരണത്തിന് വഴിതുറന്നത് ബേനസീർ ഭൂട്ടോയാണ്. പാകിസ്ഥാന്റെ അന്തർദ്ദേശീയമായ ഒറ്റപ്പെടലിൽനിന്നും രക്ഷനേടുന്നതിന് കണ്ടഹാറിലൂടെ പടിഞ്ഞാറേക്കുള്ള വഴിത്താരകൾ തുറന്നു കിട്ടേണ്ട

1953 ൽ ജനിച്ച മുല്ല ഉമർ തന്റെ മദ്രസ്സ 1980 ലാണ് ആരംഭിക്കുന്നത്. സോവിയറ്റ് അധിനിവേശ കാലഘട്ടത്തിൽ നജീബുള്ള ഭരണകൂടവുമായി ഏറ്റുമുട്ടുകയും ഒരു കണ്ണ് നഷ്ടമാവുകയും ചെയ്തു. 1992 ൽ മുജാഹിദീനുകൾ അധികാരം പിടിച്ചെടുത്തതോടെ കണ്ടഹാറിലെത്തുകയും 1994 ൽ അവിടെ മറ്റൊരു മദ്രസ്സ ആരംഭിക്കുകയും ചെയ്തു. ഉമറും അദ്ദേഹത്തിന്റെ മുപ്പതുവിദ്യാർത്ഥികളും ചേർന്ന് കണ്ടഹാറിലെ സാധാരണക്കാരുടെ പക്ഷത്തുനിന്ന് പോരാട്ടങ്ങൾ ആരംഭിച്ചു.

തുണ്ടായിരുന്നു. ഇതിന് കാബൂൾ ഭരണകൂടവുമായി ആലോചിക്കാതെ യുദ്ധപ്രഭുക്കന്മാരുടെ ഒത്താശയോടെ പാകിസ്ഥാനിൽനിന്നും സെൻട്രൽ ഏഷ്യയിലേക്ക് ഒരു യാത്രാപഥം തുറന്നെടുത്തു. പന്ത്രണ്ടോളം തെക്കൻ പ്രദേശങ്ങൾ അതിവേഗം താലിബാന്റെ കൈകളിലെത്തിയതോടെ പാഷ്ടൂൺ അധിവാസമേഖലകൾ താലിബാൻ അധികാരത്തിൻകീഴിലായി. 1995 ൽ ഹിക്മത്യറിന്റെ അധീനതയിലായിരുന്ന ഘസ്നി കുടിപിടിച്ചെടുക്കാൻ കഴിഞ്ഞതോടെ അഫ്ഗാനിസ്ഥാന്റെ കിഴക്കൻ മേഖലകളിലേക്കുള്ള താലിബാൻ വ്യാപനം ദ്രുതഗതിയിലായി.

പല ഗറില്ലാ ഗ്രൂപ്പുകളും മുല്ലാ ഉമറിന് കീഴടങ്ങുകയോ സ്വമേധയാ അവരോട് ചേരുകയോ ചെയ്തു. ഹിക്മത്യാറിന്റെ പരാജയം മസൂദിനും കാബൂളികൾക്കും ഒരുപോലെ സ്വീകാര്യമായിരുന്നു. മസൂദിന് ഏക ശത്രുവായി മുന്നിലുള്ളത് ഹസാരകൾ മാത്രമായി. ഹിക്മത്യാറിന്റെ പരാജയത്തെത്തുടർന്ന് ഹസാരകളെ ആക്രമിക്കാൻ മസൂദ് പദ്ധതിയിട്ടു. താലിബാനുകളുടെ ആശയങ്ങളോട് യോജിപ്പില്ലെങ്കിലും നിലനില്പിനുവേണ്ടി ഹസാരാ നേതാവ് അബ്ദുൾ അലി മസാറി താലിബാന്റെ സഹായം അഭ്യർത്ഥിച്ചു. ഉമർ ഹസാരകളെ പിന്തുണച്ചു. ഉമർ ശിയാ വിരുദ്ധനായിട്ടും മസാറി താലിബാൻ നേതാക്കളുമായി ചർച്ചയ്ക്ക് തയ്യാറായി. എന്നാൽ ഹസാര അണികൾക്ക് ഈ ബന്ധം സ്വീകാര്യമായില്ല. അവർ കാബൂൾ ഭരണകൂടവുമായി ചേർന്ന് താലിബാനെ ഇല്ലാതെയാക്കാനാണ് ആഗ്രഹിച്ചത്. ഈ വഞ്ചനയ്ക്ക് മസാറി തന്റെ ജീവൻ ബലി കഴിക്കേണ്ടിവന്നു. 1996 ൽ കാബൂൾ പിടിച്ചെടുത്തതോടെ അഫ്ഗാനിസ്ഥാന്റെ 70 ശതമാനം പ്രദേശങ്ങളും താലിബാന്റെ കീഴിലായി. 1998 ൽ താലിബാൻ അതിന്റെ ശത്രുക്കളായി വിധിയെഴുതിയ 6000 ഹസാരകളെ ഒറ്റയടിക്ക് വധിച്ചു. ഇറാനിയൻ നയതന്ത്ര പ്രതിനിധികൾ ഉമറിന്റെ ഉത്തരവുപ്രകാരം വധിക്കപ്പെട്ടു. 1998 ൽ വടക്കൻ അഫ്ഗാനിസ്ഥാൻ താലിബാനുകൾ പിടിച്ചെടുത്തതോടെ അഫ്ഗാനിസ്ഥാന്റെ 90 ശതമാനവും താലിബാൻ അധീനതയിലായി. 2001 വരെ പഞ്ചേശ്വരും, ബദക്ഷാനും മാത്രം സ്വതന്ത്രമായിനിന്നു. പാകിസ്ഥാൻ താലിബാനെ പിന്തുണയ്ക്കുന്നു എന്ന് ആരോപിച്ചുകൊണ്ട് ഇറാൻ അഫ്ഗാനിസ്ഥാനെ ആക്രമിക്കാൻ തൊണ്ണൂറുകളുടെ അവസാനം ലക്ഷ്യമിട്ടിരുന്നു. താലിബാനെ ബിൽ ക്ലിന്റൺ ഭരണകൂടം 1990കളുടെ മദ്ധ്യത്തിൽ അനുഭാവപൂർവ്വമാണ് കണ്ടത്. ഇറാനെതിരെയുള്ള പടനീക്കത്തിൽ താലിബാനികൾക്ക് പാകിസ്ഥാന്റെയും അമേരിക്കയുടെയും പിന്തുണ ഒരുപോലെ ലഭിച്ചു.

അഫ്ഗാൻ ജനസംഖ്യയിൽ 40 ശതമാനം വരുന്ന പാഷ്ടൂണുകളാണ് താലിബാന്റെ നട്ടെല്ല്. ഏതാണ്ട് പാഷ്ടൂൺ ദേശീയതയെ അടിസ്ഥാനമാക്കിയാണ് അവരുടെ രാഷ്ട്രീയ മുന്നേറ്റങ്ങളുണ്ടായത്. ഏതാണ്ട് മുന്നൂറുവർഷക്കാലം അഫ്ഗാനിസ്ഥാന്റെ ഭരണം പാഷ്ടൂൺ ഗോത്രത്തിലായിരുന്നു. എന്നാൽ പിന്നീട് പാഷ്ടൂണുകളുടെ പ്രതാപം അസ്തമിക്കുകയും മറ്റ് വംശീയ വിഭാഗങ്ങൾ അധികാരത്തിലെത്തു

കയും ചെയ്തു. താലിബാന്റെ വിജയം പാഷ്ടൂണുകളുടെ നഷ്ടപ്രതാപം വീണ്ടെടുക്കുന്നതിനുള്ള പ്രതീക്ഷ അവർക്ക് നല്കുന്നുണ്ട്. താലിബാൻ തീവ്ര ഇസ്ലാമിക നിയമങ്ങൾ (ശരീഅത്ത്) നടപ്പാക്കണമെന്നാണ് ആവശ്യപ്പെടുന്നത്. ഇത് പെൺകുട്ടികൾക്കെതിരെ കടുത്ത മതനിയമങ്ങളും, വിദ്യാലയങ്ങളുടെ അടച്ചുപൂട്ടലുമുൾപ്പെടെയുള്ള സ്ത്രീവിരുദ്ധ നിയമങ്ങളുടെ ആവിഷ്കാരത്തിന് കാരണമാകുന്നു. സ്ത്രീകൾക്ക് പൊതുസ്ഥലങ്ങളും കടകളും നിരോധിക്കപ്പെട്ടു. എല്ലാത്തരം വിനോദ ഉപാധികളെയും താലിബാൻ നിരോധിച്ചു. സംഗീതം, ടെലിവിഷൻ, പട്ടം പറത്തൽ, മറ്റ് കായിക വിനോദങ്ങൾ എല്ലാം നിരോധിക്കപ്പെട്ടു. ഇസ്ലാമിന്റെ അടിസ്ഥാന പ്രമാണമായ സഹിഷ്ണുതയുടെയും സമാധാനത്തിന്റെയും വഴി അടച്ചുകൊണ്ടാണ് താലിബാൻ ഇസ്ലാമിക നിയമങ്ങൾ അരങ്ങേറുന്നത്. സ്ത്രീ സൗന്ദര്യത്തെ ഭയക്കുകയും സ്ത്രീകളായ പത്രപ്രവർത്തകർക്ക് അഭിമുഖങ്ങൾ നിഷേധിക്കുകയും ചെയ്യുക താലിബാൻ നേതാക്കളുടെ സ്വഭാവ സവിശേഷതയായിരുന്നു. പരമ്പരാഗതമായ ഇസ്ലാമിക തത്ത്വങ്ങളെ നിഷേധിച്ച് ശരിയ നിയമങ്ങൾക്ക് തീവ്രവ്യാഖ്യാനങ്ങൾ നല്കിക്കൊണ്ടാണ് താലിബാൻ പ്രവർത്തിക്കുന്നത്.

വംശങ്ങളും ഗോത്രങ്ങളും ഫ്യൂഡൽ സാമൂഹിക ക്രമങ്ങളും ഇഴചേർന്ന സങ്കീർണ്ണമായ സാമൂഹിക ഘടനയാണ് അഫ്ഗാനിസ്ഥാന്റെ പ്രത്യേകത. ആധുനികതയോട് പരമ്പരാഗത സമൂഹം എങ്ങനെയാണ് പ്രതികരിക്കുക എന്നത് അഫ്ഗാനിസ്ഥാന്റെ വികാസ പരിണാമങ്ങളിൽ നിർണ്ണായകമാണ്. താലിബാൻ നയപരിപാടികളോ പ്രസ് കോൺഫറൻസുകളോ പത്രപ്രസ്താവനകളോ ഒന്നും തന്നെയില്ല. അവരുടെ പ്രവർത്തനങ്ങൾക്ക് ഒരു രഹസ്യ സ്വഭാവമാണുള്ളത്. ശീതയുദ്ധാനന്തരം അറബ് ലോകത്തെ സ്വാധീനിച്ച ഏറ്റവും വലിയ രാഷ്ട്രീയ മുന്നേറ്റമാണ് താലിബാനിസം. ഇറാൻ, തുർക്കി, ഇന്ത്യ, റഷ്യ, ഉസ്ബക്കിസ്ഥാൻ, ഖസാക്കിസ്ഥാൻ, കിർഗിസ്ഥാൻ, താജിക്കിസ്ഥാൻ എന്നീ രാഷ്ട്രങ്ങൾ താലിബാനെ അമർച്ചചെയ്യുന്നതിന് ആളും അർത്ഥവും നല്കുന്നുണ്ട്. എങ്കിലും പാകിസ്ഥാനും സൗദി അറേബ്യയും താലിബാനെ പിന്തുണയ്ക്കുന്നു.

1994 ലെ താലിബാന്റെ കടന്നുവരവ് അഫ്ഗാനിസ്ഥാനിൽ ലിംഗ വിഭജിത രാഷ്ട്രീയത്തെ ശാക്തീകരിച്ചു. ഇരുപത്തിയാറു ശതമാനം അഫ്ഗാനികൾ സ്ത്രീകൾ തൊഴിലെടുക്കുന്നതിനെ അനുകൂലിക്കുന്നില്ല. എന്നാൽ താലിബാനെതിരെയുള്ള പോരാട്ടത്തിൽ സ്ത്രീകൾ അഫ്ഗാൻ സൈന്യത്തോടൊപ്പം അണിചേരുകയാണ്. താലിബാൻ മുന്നേറ്റം കടുത്ത ആഘാതമേല്പിച്ചത് സ്ത്രീകളുടെ ജീവിതത്തിനാണ്. നിർബ്ബന്ധിത വിവാഹങ്ങളും ജിഹാദിനുള്ള ആഹ്വാനവും സ്ത്രീജീവിതം അരക്ഷിതമാക്കി. സ്ത്രീകൾക്ക് വിദ്യാഭ്യാസം നിഷേധിക്കുകയും തെരുവുകളും പൊതുഇടങ്ങളും അന്യമാക്കുകയും ചെയ്തുകൊണ്ടാണ് താലിബാൻ കടന്നുകയറുന്നത്. താലിബാൻ അതിക്രമം സാധാരണ ഗ്രാമീണർക്കെതിരെയാണ് നടക്കുന്നത്. അഫ്ഗാനിസ്ഥാനിലെ

സുരക്ഷാസേനയോടും പൊലീസിനോടുമൊപ്പം ആയുധങ്ങളെടുത്തുകൊണ്ട് സ്ത്രീകൾ തെരുവിലിറങ്ങിത്തുടങ്ങി. താലിബാൻ സൈന്യത്തിലെ അംഗങ്ങളിൽ ബഹുഭൂരിപക്ഷവും വിദേശികളാണ്. കറാച്ചിയിൽനിന്നും മറ്റ് വഴികളിലൂടെയുമാണ് താലിബാൻ സേന അഫ്ഗാനിസ്ഥാനിലേക്ക് കടക്കുന്നത്. ഭീകരതയെ ചെറുക്കാനുള്ള സ്ത്രീകളുടെ ഈ പട അന്തർദ്ദേശീയ ശ്രദ്ധ പിടിച്ചുപറ്റുകയുണ്ടായി.

ജിഹാദി ഗ്രൂപ്പുകൾ സിറിയയുടെയും ഇറാക്കിന്റെയും മേഖലകളിൽ ശക്തമായി നിലയുറപ്പിച്ചിട്ടുണ്ട്. ഈ വിഭാഗങ്ങളെ IS (Islamic State), എന്ന് ബി ബി സിയാണ് പൊതുവിൽ വിശേഷിപ്പിക്കുന്നത്. മറ്റ് മാധ്യമങ്ങൾ മറ്റ് പല പേരുകളും ഉപയോഗിക്കുന്നു. *ISIL, ദാഇശ്, അൽഖയിദ, താലിബാൻ, ജുണ്ടുല* തുടങ്ങി ചെറുതും വലതുമായ നിരവധി ഇസ്ലാമിക പ്രസ്ഥാനങ്ങൾ അഫ്ഗാനിസ്ഥാനിൽ ഇന്ന് പോരാട്ടത്തിലാണ്. പൊതുവിൽ ഗോത്രങ്ങൾ തമ്മിലുള്ള പോരാട്ടമാണിത്. മദ്ധ്യേഷ്യയിൽ പ്രചാരമാർജ്ജിച്ച പേര് ദാഇശ് എന്നതാണ്. ദാഇശിലും സ്ത്രീ പോരാളികളുണ്ട്. അവർ ഇസ്ലാമിക രാഷ്ട്രത്തിനുവേണ്ടി പോരാടുന്നു എന്നതാണ് വാസ്തവം. അൽജസീറ ചാനലാണ് ദാഇശ് എന്ന പേര് കൂടുതലായും പ്രചരിപ്പിച്ചത്. ദാഇശ് എന്ന അറബി വാക്കിന്റെ അർത്ഥം ഉടയ്ക്കുക എന്നാണ്. ഈ പദത്തിന് അത്ര മാന്യമായ ഒരു അർത്ഥമല്ല ഉള്ളത്. ഒരു വിശാല ഇസ്ലാമിക രാഷ്ട്രത്തിനുവേണ്ടിയുള്ള ആഹ്വാനമാണ് ജിഹാദികളുടേത്. ഏഴാംനൂറ്റാണ്ടിലെ ഖലീഫാ ഭരണകൂടത്തെ പുനരാവിഷ്കരിക്കുന്ന *അൽ-ശാം* രാഷ്ട്ര സങ്കല്പമാണ് ദാഇശുകളുടേത്. മെഡിറ്ററേനിയൻ കടലിനും യൂഫ്രട്ടീസ് നദിക്കുമിടയിൽ കിടക്കുന്ന ഭൂമേഖലയിൽ ഇന്നത്തെ തുർക്കിയും ഈജിപ്തും ഉൾപ്പെടുന്ന വിശാലമായ മേഖലയിൽ ഒരു മതരാഷ്ട്രം നിർമ്മിക്കുക എന്നതാണ് അവരുടെ ലക്ഷ്യം. ഇരുപതാം നൂറ്റാണ്ടിൽ ബ്രിട്ടണും ഫ്രാൻസും ചേർന്ന് അതിർത്തികൾ നിശ്ചയിച്ച് ദേശരാഷ്ട്രങ്ങൾ രൂപപ്പെടുത്തിയപ്പോൾ നിരവധി ചെറുരാഷ്ട്രങ്ങൾ ഈ ഭൂമേഖലയിൽ പിറവിയെടുത്തു. സിറിയ, ജോർദാൻ, ഇസ്രായേൽ, പലസ്തീൻ രാഷ്ട്രങ്ങളെല്ലാം ഈ രാഷ്ട്രസങ്കല്പത്തിനുള്ളിൽപ്പെടും. സിറിയ എന്ന പേരുതന്നെ ജിഹാദികൾക്ക് സ്വീകാര്യമായിരുന്നില്ല. അതിനാൽ സിറിയയെ സൂചിപ്പിക്കുവാൻ അവർ *അൽ-ശാം* എന്ന പേര് ഉപയോഗിച്ചു. ദാഇശുകളുടെ ലക്ഷ്യം ആഗോള ഇസ്ലാമിക രാഷ്ട്രമാണെങ്കിൽ താലിബാന്റേത് അഫ്ഗാനിസ്ഥാനിൽ സ്ഥാപിതമാകുന്ന ഇസ്ലാമിക രാഷ്ട്രമാണ്. ഇതാണ് താലിബാനും ദാഇശും തമ്മിലുള്ള വ്യത്യാസം. താലിബാനും ദാഇശുമായി ഇപ്പോൾ ബന്ധങ്ങളില്ല എന്നുമാത്രമല്ല, പലപ്പോഴും ദാഇശിനെ ഉന്മൂലനം ചെയ്യാനുള്ള പോരാട്ടത്തിലാണ് താലിബാൻ. ലോകം മുഴുവൻ ഇസ്ലാമിലേക്കും പ്രവാചകനിലേക്കും തിരിയണം എന്നതാണ് ദാഇശിന്റെ ലക്ഷ്യം.

അമേരിക്ക അതിന്റെ പ്രധാന ശത്രുവായാണ് ഇന്ന് താലിബാനെ കാണുന്നത്. എന്നാൽ താലിബാന്റെ വളർച്ചയുടെ ആദ്യഘട്ടങ്ങളിൽ

ആയുധങ്ങളുമായി തെരുവിലിറങ്ങിയ സ്ത്രീകൾ

അമേരിക്ക തന്നെയാണ് തുണയായത് എന്ന് നാം കണ്ടുകഴിഞ്ഞു. ആഗോളതലത്തിലുള്ള ഇസ്ലാമിക തീവ്രവാദങ്ങളുടെ ഉറവിടമാണ് അഫ്ഗാനിസ്ഥാൻ എന്നതായിരുന്നു അമേരിക്കയുടെ വാദം. 2001 ൽ താലിബാനുകളെ ആക്രമിക്കാൻ അമേരിക്ക പദ്ധതിയിട്ടു. മസൂദ്, ദോസ്തം, മാലിക്, ഖലീൽ കൂട്ടുകെട്ട് താലിബാനെതിരെ ഒരു വിമത മുന്നണിയായി മാറി. ഈ കൂട്ടുകെട്ട് വടക്കൻ സഖ്യം എന്നാണ് വിശേഷിപ്പിക്കപ്പെട്ടത്. അഫ്ഗാൻ ആഭ്യന്തരയുദ്ധത്തിൽ നിർണ്ണായക നേതൃത്വമായിരുന്നു മസൂദിന്റേത്. താജിക് ഗോത്രത്തിൽപ്പെട്ട സുന്നി മുസ്ലീമായിരുന്നു മസൂദ്. 1970 ൽ കാബൂളിലെ പോളിടെക്നിക് യൂണിവേഴ്സിറ്റിയിൽ എഞ്ചിനീയറിങ് വിദ്യാർത്ഥി ആയിരിക്കുമ്പോഴാണ് മസൂദ് കമ്യൂണിസ്റ്റ് വിരുദ്ധ പ്രസ്ഥാനങ്ങളിൽ ആകൃഷ്ടനാവുന്നത്. ഇസ്ലാമിക വാദിയായ ബുർഹാനുദ്ദീൻ റബ്ബാനിയുടെ ആശയങ്ങളിൽ അദ്ദേഹം ആകൃഷ്ടനായി. പാകിസ്ഥാൻ പിന്തുണയോടെ മുഹമ്മദ് ദാവൂദ് ഖാന്റെ ഭരണത്തിനെതിരെ നീങ്ങിയ വിപ്ലവത്തിൽ റബ്ബാനി പരാജയപ്പെട്ടിരുന്നു. 1979 മുതൽ പ്രക്ഷോഭകാരികളുടെ നേതൃത്വം മസൂദ് ഏറ്റെടുത്തതോടെ അദ്ദേഹം തന്റെ അനുയായികൾക്കിടയിൽ പഞ്ചേശ്വരിലെ സിംഹമായി അറിയപ്പെട്ടു. 1992 ൽ യു എന്റെ നേതൃത്വത്തിൽ മുഹമ്മദ് നജീബുള്ള പ്രസിഡന്റായിക്കൊണ്ടുള്ള ഇടക്കാല ഭരണകൂടം തകർന്നതോടെ പെഷവാർ കരാറനുസരിച്ച് മസൂദ് പ്രതിരോധമന്ത്രിയായി ഇസ്ലാമിക് സ്റ്റേറ്റ് ഓഫ് അഫ്ഗാനിസ്ഥാൻ നിലവിൽവന്നു. എന്നാൽ, ആക്രമണങ്ങളിൽനിന്നും തലസ്ഥാന നഗരത്തെപ്പോലും സംരക്ഷിച്ചുനിർത്തുക മസൂദിന് അസാദ്ധ്യമായിരുന്നു.

1996 ൽ താലിബാൻ അധികാരത്തിലേറിയപ്പോൾ മസൂദ് താലിബാന്റെ ഇസ്ലാമിക തത്ത്വങ്ങളെ തള്ളിപ്പറഞ്ഞു. അദ്ദേഹം താജിക്കിസ്ഥാനിലേക്ക് പാലായാനം ചെയ്യുകയും യുണൈറ്റഡ് ഇസ്ലാമിക് ഫ്രണ്ട് ഫോർ ദ് സാൽവേഷൻ ഓഫ് അഫ്ഗാനിസ്ഥാൻ സ്ഥാപിക്കുകയും

ചെയ്തു. 2001 ൽ അൽ ഖയ്ദയുടെ ചാവേറാക്രമണത്തിൽ മസൂദ് വധിക്കപ്പെട്ടു. 2001 സെപ്തംബർ 9 ലെ വേൾഡ് ട്രേഡ് സെന്റർ ആക്രമണത്തിന് രണ്ടുദിവസം മുമ്പ് നാറ്റോ (നോർത്ത് അറ്റ്ലാന്റിക് ട്രീറ്റി ഓർഗനൈസേഷൻ) മസൂദിന്റെ സംഘടനയുമായി ചേർന്ന് അഫ്ഗാനിസ്ഥാൻ പിടിച്ചെടുക്കാൻ തീരുമാനിച്ചിരുന്നു. രണ്ടുമാസത്തെ യുദ്ധത്തിനൊടുവിൽ 2001 ഡിസംബറിൽ താലിബാനെ അധികാരത്തിൽനിന്നും ഇറക്കാൻ നാറ്റോ–മസൂദ് സഖ്യത്തിന് കഴിഞ്ഞു. പ്രസിഡന്റ് ഹമീദ് കർസായി മസൂദിനെ ദേശീയ നേതാവായി പ്രഖ്യാപിക്കുകയും സെപ്തംബർ 9 മസൂദ് ദിനമായി പൊതു അവധി പ്രഖ്യാപിക്കുകയും ചെയ്തിട്ടുണ്ട്.

മദ്ധ്യേഷ്യയിൽ ഒരു ഇസ്ലാമിക രാഷ്ട്രം സ്ഥാപിക്കുക എന്നുള്ളതാണ് ജിഹാദികളുടെ ലക്ഷ്യം. അഫ്ഗാനിസ്ഥാന്റെ വടക്കൻ മേഖലകളിൽ താലിബാനും ഐസലും (ISIL) ചേർന്നാണ് പ്രവർത്തിക്കുന്നതെങ്കിലും മറ്റു ചില മേഖലകളിൽ അവർ തമ്മിൽ പോരാട്ടങ്ങളുണ്ട്. ഇസ്ലാമിക രാഷ്ട്രം രൂപീകരിക്കുവാൻ ഇറങ്ങിപ്പുറപ്പെട്ട മുല്ലാ ഒമറിനും അദ്ദേഹത്തിന്റെ സഹപോരാളികൾക്കും ഭരണനൈപുണ്യം ഉണ്ടായിരുന്നില്ല. താലിബാൻ അധികാരത്തിലെത്തിയതോടെ അഫ്ഗാനിസ്ഥാന്റെ ആധുനിക പാർലമെന്റായ *ലോയ ജിർഗ* ഇല്ലാതെയാവുകയും ഇസ്ലാമിക സമൂഹങ്ങളുടെ ആദിമകൂട്ടുകെട്ടായ 'ശൂറ' നിലവിൽ വരികയും ചെയ്തു. 1996 ൽ കണ്ടഹാറിൽ ചേർന്ന ശൂറ മുല്ലാ ഉമറിനെ വിശ്വാസികളുടെ നേതാവായി തെരഞ്ഞെടുത്തു. ആദ്യകാലങ്ങളിൽ ഖലീഫമാരെ തെരഞ്ഞെടുത്തത് ശൂറ ചേർന്നാണ്. 1997 ൽ രാഷ്ട്രത്തിന്റെ പേര് ഇസ്ലാമിക് എമിറേറ്റ് ഓഫ് അഫ്ഗാനിസ്ഥാൻ എന്നുമാറ്റി. പാഷ്ടൂണുകളല്ലാത്ത ആളുകളെ ഭരണത്തിൽനിന്നും ഉന്നതപദവികളിൽനിന്നും നീക്കം ചെയ്ത് അപ്രഗത്ഭരായ പാഷ്ടൂണുകളെ നിയമിച്ചു. കണ്ടഹാർ താലിബാൻ ഭരണകൂടത്തിന്റെ തലസ്ഥാനമായി മാറി.

1999 മുതൽ തന്നെ അന്തർദ്ദേശീയ തലത്തിൽ ഇസ്ലാമിക മൗലികവാദത്തെ വളർത്തുന്നതിനുള്ള ശ്രമങ്ങളിൽ താലിബാൻ വ്യാപൃതമായി. ചെച്നിയൻ പോരാളികൾക്കും, ഉസ്ബക്കിസ്ഥാനിലെ ഇസ്ലാമിക പോരാളികൾക്കും സാമ്പത്തിക സഹായങ്ങളെത്തിച്ചു. ശിയ വിരുദ്ധസമീപനം താലിബാനുള്ളതിനാൽ ഇറാനും റഷ്യയും താലിബാൻ വിരുദ്ധ പോരാട്ടങ്ങൾക്ക് ഊർജ്ജം പകർന്നു. ബിൻലാദൻ ഉമറിനൊപ്പം ചേർന്നതോടെ പോരാട്ടങ്ങൾ കൂടുതൽ ശക്തമായി. 1996 ൽ അമേരിക്ക ബിൻലാദനെ സുഡാനിൽനിന്നും പുറത്താക്കിയിരുന്നു. സൊമാലിയയിലും സൗദിഅറേബ്യയിലുമായി 42 അമേരിക്കൻ പൗരന്മാരെ വധിച്ചു എന്നുള്ളതായിരുന്നു കാരണം. ബിൻലാദനെ കൈമാറാൻ സുഡാൻ സന്നദ്ധമായെങ്കിലും ബിൻലാദൻ അഫ്ഗാനിസ്ഥാനിൽ അഭയംതേടി. അഫ്ഗാനിസ്ഥാനിലെ ഘോസ്റ്റ് മേഖലയിലായിരുന്നു 1980 ൽ ബിൻലാദൻ സ്ഥാപിച്ച അൽഖയ്ദയുടെ ആസ്ഥാനം. ഉമറിന്റെ പുത്രിയെ തന്റെ നാലാമത്തെ ഭാര്യയായി സ്വീകരിച്ചുകൊണ്ട് ബിൻലാദൻ ഉമറുമായുള്ള സഖ്യം ദൃഢീകരിച്ചു.

അൽഖയ്ദ

ആഗോള ഇസ്ലാമിക തീവ്രവാദത്തിന് തുടക്കംക്കുറിക്കുന്നതിൽ 1979 ലെ രണ്ട് ചരിത്ര മുഹൂർത്തങ്ങൾ നിർണ്ണായകമായിത്തീരുന്നുണ്ട്. ഇറാനിയൻ വിപ്ലവത്തിലൂടെ ഖുമൈനി അധികാരത്തിലെത്തുന്നതും സോവിയറ്റ് വിരുദ്ധ പ്രസ്ഥാനത്തിന് അഫ്ഗാനിസ്ഥാനിൽ തുടക്കംകുറിക്കുന്നതുമാണ് ഇത്. സോവിയറ്റ് വിരുദ്ധ പ്രസ്ഥാനത്തിന്റെ നേതാവായിരുന്ന അബ്ദുള്ള അസാം ആണ് *അൽഖയ്ദ* പ്രസ്ഥാനം വിഭാവന ചെയ്യുന്നത്. അഫ്ഗാനിസ്ഥാനിലാണ് അൽഖയ്ദ രൂപംകൊള്ളുന്നത്. അൽഖയ്ദയുടെ ലക്ഷ്യം തന്നെ ലോകമെമ്പാടും പീഡനമനുഭവിക്കുന്ന മുസ്ലീങ്ങളുടെ വിമോചനമായിരുന്നു. സോവിയറ്റ് വിരുദ്ധ പ്രസ്ഥാനമെന്ന നിലയിൽ അസാം–ബിൻലാദൻ കൂട്ടുകെട്ട് രൂപംകൊടുത്ത അഫ്ഗാൻ സർവ്വീസ് ബ്യൂറോ എന്ന പ്രസ്ഥാനത്തിൽനിന്നുമാണ് അൽഖയ്ദ രൂപം കൊള്ളുന്നത്. സോവിയറ്റ് യൂണിയനെതിരെ അന്തർദ്ദേശീയതലത്തിൽ ത്തന്നെ പ്രചരണങ്ങൾ നടത്തുക എന്നതായിരുന്നു പ്രസ്ഥാനത്തിന്റെ ലക്ഷ്യം. അൽഖയ്ദയുടെ പ്രവർത്തനങ്ങൾ അഫ്ഗാനിസ്ഥാൻ, ഇറാഖ്, ചെചെനിയ എന്നിവിടങ്ങളിൽ പുതിയ യുദ്ധമുഖങ്ങൾ തുറന്നു. അതിന്റെ അനുരണനങ്ങൾ മുസ്ലിം ലോകമെമ്പാടും ഉണ്ടാവുകയും ചെയ്തു. തീവ്ര ഇസ്ലാമികവല്ക്കരണം ഇറാഖിലും ലോകമെമ്പാടുമുള്ള ഇസ്ലാമിക സമൂഹങ്ങളിലും നടന്നു. രണ്ടായിരത്തി ഒന്നിൽ അൽഖയ്ദയുടെ അംഗസംഖ്യ 4000 ആവുകയും മൂന്ന് ഡസനിലധികം ഇസ്ലാമിക സംഘടനകൾ അൽഖയ്ദയുടെ നേതൃത്വത്തിൽ അണിനിരക്കുകയും ചെയ്തു. ലോകമെമ്പാടുമുള്ള ഇസ്ലാമിക പ്രക്ഷോഭങ്ങൾക്ക് ആളും അർത്ഥവും നല്കുന്നതിനുള്ള സംഘടനാസംവിധാനവും അൽഖയ്ദ വികസിപ്പിച്ചു.

2001 സെപ്തംബറിനുശേഷം അൽഖയ്ദക്കെതിരെ തുറന്ന പോരാട്ടമാണ് അമേരിക്കയും സഖ്യകക്ഷികളും ആരംഭിച്ചത്. യുദ്ധം അൽഖയ്ദയുടെ അംഗസംഖ്യ ഇരട്ട അക്കത്തിലേക്ക് കൊണ്ടുവന്നുവെങ്കിലും അത് മുന്നോട്ടുവച്ച പ്രത്യയശാസ്ത്രം ലോകമെമ്പാടും കരുത്താർജ്ജിച്ചു. അൽഖയ്ദയിൽനിന്നും പ്രചോദനം ഉൾക്കൊണ്ട് നിരവധി പ്രസ്ഥാനങ്ങൾ പൊട്ടിമുളച്ചു. യമൻ ഭരണകൂടത്തിന് അതിന്റെ ഭൂവിസ്തൃതി 35 ശതമാനമായി പരിമിതപ്പെടുത്തേണ്ടിവന്നു. അഫ്ഗാനിസ്ഥാനിൽ താലിബാൻ രാഷ്ട്രം രൂപംകൊണ്ടു, ഇറാഖിലും ഇറാനിയൻ അതിർത്തി പ്രദേശങ്ങളിലും തീവ്ര ഇസ്ലാമിക പോരാട്ടങ്ങളുണ്ടായി. സൊമാലിയ ആഭ്യന്തര യുദ്ധത്തിലേക്ക് വഴുതിവീണു. കാശ്മീരിലേക്ക് ജിഹാദികളുടെ നുഴഞ്ഞുകയറ്റം തീവ്രമായി. മദ്ധ്യേഷ്യയിൽനിന്നും, തെക്ക്–തെക്കുകിഴക്കൻ ഏഷ്യയിലേക്കും ആഫ്രിക്കൻ രാഷ്ട്രങ്ങളിലേക്കും ഇസ്ലാമിക തീവ്രവാദം അതിവേഗം പ്രചരിച്ചു. അൽഖയ്ദയുടെ സേനാനായകനായ ഖാലിദ് ഷെയ്ക്ക് മുഹമ്മദിന്റെ അറസ്റ്റിനെത്തുടർന്ന് ഇസ്ലാമിക മുന്നേറ്റം പരിമിതപ്പെടുകയായിരുന്നില്ല, അത് പല നേതൃത്വങ്ങളിലൂടെ വികസിക്കുകയായിരുന്നു. തെക്കു കിഴക്കൻ ഏഷ്യയിലും, പേർഷ്യൻ ഗൾഫ് മേഖല

കൾ, ബൽക്കൻ പ്രദേശങ്ങൾ കിഴക്കൻ ആഫ്രിക്കൻ മേഖലകൾ എന്നിവിടങ്ങളിലെല്ലാം പുതിയ നേതൃത്വങ്ങളുണ്ടായി. 2003–04 വർഷങ്ങളിൽ അവ പല രാജ്യങ്ങളിലും ഭീഷണമായ ഒരു ശക്തിയായിത്തന്നെ വികസിച്ചു. ഈ പ്രസ്ഥാനങ്ങൾ തമ്മിൽ ആശയപരമായ വ്യത്യാസങ്ങൾ പലതുണ്ടെങ്കിലും പരസ്പരം പിന്തുണയ്ക്കുന്നതിൽ അവർ വിമുഖരല്ല. അതേസമയംതന്നെ നേർക്കുനേർ പോരാടുന്ന നിരവധി മുഖങ്ങളുണ്ടുതാനും.

അഫ്ഗാനിസ്ഥാനിലെ അൽഖയ്ദ നേതൃത്വം താലിബാൻ പ്രസ്ഥാനത്തിന് സാവകാശം തലവേദനയായി മാറി. 1996 മുതൽ ബിൻലാദൻ പുലർത്തുന്ന അമേരിക്കൻവിരുദ്ധ മനോഭാവം അമേരിക്കൻ സിവിലിയൻസിനും എംബസികൾക്കും എതിരെയുള്ള പോരാട്ടമായി മാറി. 1998 ൽ കെനിയയിലും ടാൻസാനിയയിലുമുള്ള അമേരിക്കൻ എംബസികൾ തകർത്തു. 12 അമേരിക്കൻ പൗരന്മാരടക്കം നൂറുകണക്കിന് ആളുകൾ വധിക്കപ്പെട്ടു. രണ്ടാഴ്ചകൾക്കുശേഷം ബിൽക്ലിന്റൺ ഘോസ്റ്റ് മേഖലയെ ദീർഘദൂര മിസൈലുകൾ ഉപയോഗിച്ച് ആക്രമിച്ചെങ്കിലും അത് വിജയിച്ചില്ല. സൗദി പൗരനായ ബിൻലാദനെ പുറത്താക്കണമെന്ന് താലിബാനോട് സൗദി ഭരണകൂടം ആവശ്യപ്പെട്ടു. ഈ ആവശ്യം താലിബാൻ നിരാകരിച്ചതോടെ സൗദി അറേബ്യ കാബൂളിൽനിന്നും തങ്ങളുടെ നയതന്ത്ര ഉദ്യോഗസ്ഥരെ പിൻവലിച്ചുകൊണ്ട് എംബസിതന്നെ റദ്ദാക്കി. താലിബാനുള്ള സൗദി ധനസഹായവും നിർത്തലാക്കി. 1999 ൽ തിരഞ്ഞെടുക്കപ്പെട്ട ഭരണകൂടത്തെ അട്ടിമറിച്ചുകൊണ്ട് മുഷറഫ് പാകിസ്ഥാനിൽ അധികാരത്തിലെത്തിയതോടെ താലിബാനോടുള്ള സമീപനത്തിൽ മാറ്റമുണ്ടായി. ഈ അവസരത്തെ അമേരിക്ക മുതലെടുത്തുകൊണ്ട് പാകിസ്ഥാനെ താവളമാക്കി താലിബാനെതിരെ പടനീക്കത്തിന് ധാരണയായി. 2001 സെപ്തംബർ 11 നുശേഷമുള്ള ചരിത്രം താലിബാനെതിരെയുള്ള അമേരിക്കൻ–പാക് കൂട്ടുകെട്ടിന്റേതാണ്. താലിബാനെയും ഇസ്ലാമിക മൗലികവാദത്തെയും ഒരു ആഗോളഭീഷണിയായി കാണാനാണ് ബുഷ്ഭരണകൂടം ശ്രമിച്ചത്. ലോകരാഷ്ട്രങ്ങൾ താലിബാന്റെ ഭീഷണിയിലാണെന്ന് ജോർജ് ഡബ്ല്യു ബുഷ് പ്രഖ്യാപിച്ചു. റഷ്യ, ചൈന, ഇന്ത്യ, മദ്ധ്യേഷ്യൻ റിപ്പബ്ലിക്കുകൾ ഫ്രാൻസ്, ബ്രിട്ടൺ, ജർമ്മനി, മിക്ക അറബ് രാഷ്ട്രങ്ങളും, ഇസ്രായേൽ, ഫിലിപ്പൈൻസ്, പാകിസ്ഥാൻ എന്നീ രാഷ്ട്രങ്ങൾ ഭീകരതക്കെതിരെയുള്ള അമേരിക്കൻ നിലപാടിനെ പിന്തുണച്ചു. വേൾഡ്ട്രേഡ് സെന്റർ തകർത്തതിനെത്തുടർന്ന് ഒരു മാസത്തിനുള്ളിൽ ഒക്ടോബർ 7 ന് അമേരിക്ക താലിബാൻ വിരുദ്ധ പോരാട്ടം ആരംഭിച്ചു. ഡിസംബർ 6 ബോൺ ഉടമ്പടി അനുസരിച്ച് മുല്ല ഉമറും അനുയായികളും കീഴടങ്ങി. തുടർന്നുള്ള അമേരിക്കൻ പോരാട്ടങ്ങൾ അൽഖയ്ദയെ കേന്ദ്രീകരിച്ചായിരുന്നു.

8

സ്ത്രീജീവിതം

താലിബാൻ വീണ്ടും അതിന്റെ അധികാരം അഫ്ഗാനിസ്ഥാനുമേൽ ചെലുത്തുമ്പോൾ ലോകം ഏറെ ചർച്ച ചെയ്യുന്നത് അഫ്ഗാനിലെ സ്ത്രീകളുടെ ജീവിതാവസ്ഥയെക്കുറിച്ചാണ്. പുരുഷാധിപത്യപരമായ, മതകേന്ദ്രീകൃതമായ രാഷ്ട്രീയ സംവിധാനത്തിനുള്ളിൽ സ്ത്രീകളുടെ ജീവിതം നിറംകെട്ടതാകുമെന്ന് ലോകം വിശ്വസിക്കുന്നു. ഈ വിശ്വാസത്തെ ശരിവയ്ക്കുന്ന വാർത്തകളുമാണ് നിരന്തരം പുറത്തുവരുന്നത്.

അഫ്ഗാനിസ്ഥാനിലെ സാമൂഹിക-രാഷ്ട്രീയ ജീവിതങ്ങളുടെ രൂപപ്പെടലിനെക്കുറിച്ച് ഹാഫിസുള്ള എമ്മാദി നടത്തുന്ന ശ്രദ്ധേയമായ ഒരു നിരീക്ഷണമുണ്ട്. പാശ്ചാത്യ ജനതയുടെ ജീവിതപരിവർത്തനം താഴെത്തട്ടിൽനിന്നും ആരംഭിച്ച് മേൽതട്ടിലേക്ക് വികസിച്ച ഒന്നാണ്. ആധുനികതയും മുതലാളിത്തവും അങ്ങനെതന്നെയാണ്. എന്നാൽ അഫ്ഗാനിസ്ഥാനെ സംബന്ധിച്ചിടത്തോളം മേൽതട്ടിൽനിന്നും താഴേക്കായിരുന്നു പരിവർത്തനം. സമൂഹത്തിന്റെ ഫ്യൂഡൽഘടനകൾ തകർക്കപ്പെടാതെ മേൽതട്ടിൽനിന്നും താഴേതട്ടിലേക്ക് മുതലാളിത്തം സഞ്ചരിച്ചപ്പോൾ ഫ്യൂഡലിസം അതിന്റെ എല്ലാ സവിശേഷതകളോടും അവിടെ തുടരുകതന്നെ ചെയ്തു. അഫ്ഗാനിൽ സാമൂഹിക പരിവർത്തനം ഭരണകൂടത്തിൽനിന്ന് ജനങ്ങളിലേക്കാണ് സഞ്ചരിക്കുക. ജനങ്ങളിൽനിന്നും ഭരണകൂടത്തിലേക്കല്ല. പ്രത്യയശാസ്ത്രങ്ങളും, സാമ്പത്തിക പരിവർത്തനങ്ങളും, രാഷ്ട്രീയവും അങ്ങനെയാണ്. അതുതന്നെയാണ് അഫ്ഗാനിസ്ഥാന്റെ സാമൂഹിക-രാഷ്ട്രീയ പ്രതിസന്ധിയും. എമ്മാദിയുടെ വീക്ഷണങ്ങളെ ശരിവയ്ക്കുന്നതാണ് ഹുമ അഹമ്മദ് ഘോഷിന്റെ നിരീക്ഷണങ്ങളും. നഗര-ഗ്രാമ വൈരുദ്ധ്യമാണ് അഫ്ഗാനിലെ സാമൂഹിക പരിവർത്തനങ്ങളെ അട്ടിമറിക്കുന്നത്. ആധുനികതയെ ശ്ലാഘിക്കുകയും ലിബ

റൽ ജനാധിപത്യ മൂല്യങ്ങളെ സ്വാംശീകരിക്കുകയും ചെയ്യുന്ന കാബൂൾ ഒരു വശത്ത്, മറുവശത്ത് ഗോത്രബോധങ്ങളിൽ വേരാഴ്ത്തി നില്ക്കുന്ന, യാഥാസ്ഥിതിക മതാധിഷ്ഠിത ഗ്രാമപ്രദേശങ്ങൾ. ഈ വൈരുദ്ധ്യത്തെ മറികടക്കാതെ അഫ്ഗാനിൽ സാമൂഹിക പരിഷ്കരണം അസാദ്ധ്യമാണ്. ഹുമയുടെ ഈ നിരീക്ഷണത്തെ ശരിവയ്ക്കുന്ന നിരവധി ഉദാഹരണങ്ങൾ അഫ്ഗാനിസ്ഥാന്റെ ചരിത്രത്തിൽനിന്നും നമുക്ക് കണ്ടെത്താനാവും.

സ്ത്രീകളും ആധുനികതയും

അഫ്ഗാനിസ്ഥാനെ ആധുനികവല്ക്കരിക്കാൻ ശ്രമിച്ചത് അമാനുള്ളാ ഖാനാണ്. യൂറോപ്യൻ മാതൃകയിലുള്ള ഒരു സമൂഹമാണ് അമാനുള്ള വിഭാവന ചെയ്തത്. വിശേഷിച്ചും സ്ത്രീകളുടെ ഉന്നമനത്തിന് അമാനുള്ളയും ഭാര്യ സുരയാ തർസിയും നിരവധി നടപടികൾ കൈക്കൊണ്ടു. ഇതിൽ പ്രധാനം 1921 ൽ സ്ഥാപിച്ച പെൺപള്ളിക്കൂടമാണ്. ഇതേ വർഷം തന്നെ കാബൂളിൽ സ്ത്രീകളുടെ തിയേറ്ററും, ഒരു വനിതാ പ്രസിദ്ധീകരണവും നിലവിൽവന്നു. വനിതകൾക്കായി ഒരു ഹോസ്പിറ്റൽ തുറക്കാൻ അമാനുള്ളയുടെ സഹോദരി ബീബീ ഗുൽ മുന്നിട്ടിറങ്ങി. വിദ്യാഭ്യാസം പുരുഷന്മാരുടെ മാത്രം കുത്തകയല്ല. സ്ത്രീകളും അറിവിന് അർഹരാണ് എന്നതായിരുന്നു അവരുടെ മുദ്രാവാക്യം. നമുക്ക് ആരോഗ്യമുള്ള കുഞ്ഞുങ്ങൾ വേണം. പുരുഷന്മാരെ അവരുടെ തൊഴിലുകളിൽ സഹായിക്കാനും കഴിയണം. ബഹുഭാര്യാത്വം അവസാനിപ്പിച്ചുകൊണ്ട് ഏകഭാര്യാത്വം നടപ്പിലാക്കാൻ ശ്രമിച്ച ഭരണാധികാരിയാണ് അമാനുള്ള. 1924 ൽ വിവാഹനിശ്ചയം, വിവാഹം, ചേലാകർമ്മം എന്നിവയിൽ നിയമങ്ങൾ കൊണ്ടുവന്ന ഭരണാധികാരികൂടിയാണ് അദ്ദേഹം. ലിംഗനീതിയും, തങ്ങളുടെ ജീവിതപങ്കാളിയെ കണ്ടെത്താൻ സ്ത്രീകൾക്ക് സ്വാതന്ത്ര്യം നല്കിയതും അമാനുള്ളയുടെ വലിയ സംഭാവനകളായിരുന്നു. ഭർത്താക്കന്മാർ ഭാര്യമാരെ മികച്ചരീതിയിൽ സംരക്ഷിക്കുന്നില്ലെങ്കിൽ നിയമപരമായ നടപടികൾ സ്വീകരിക്കാൻ സ്ത്രീകൾക്ക് അധികാരം നല്കി. നിർബ്ബന്ധിത വിവാഹങ്ങൾ റദ്ദാക്കി.

സ്ത്രീകളുടെ തുല്യതയ്ക്കും സ്വാതന്ത്ര്യത്തിനുംവേണ്ടി അക്ഷീണം പരിശ്രമിച്ച മഹതിയാണ് സുരയാ തർസി. രാഷ്ട്രത്തിന്റെ ഏഴാം സ്വാതന്ത്ര്യദിനത്തിൽ സ്ത്രീസ്വാതന്ത്ര്യം അനിസ്ലാമികമാണെന്ന് പറയുന്ന ആളുകളെ വിമർശിച്ചുകൊണ്ട് സുരയാ ഒരു പ്രഭാഷണം നടത്തി. സ്ത്രീകളും സ്വാതന്ത്ര്യത്തിന് അർഹരാണെന്നും, അവർ രാഷ്ട്രസേവനത്തിന് പ്രാപ്തരാവണമെന്നും സുരയാ ഉത്ബോധിപ്പിച്ചു. അതേവർഷം തന്നെ ഏഴോളം സ്കൂളുകൾ പെൺകുട്ടികൾക്കായി ആരംഭിച്ചു. ഒപ്പം എല്ലാ വിദ്യാലയങ്ങളിലും ആൺകുട്ടികളോടൊപ്പം പെൺകുട്ടികൾക്കും പ്രവേശനം നല്കി.. സുരയായുടെ പ്രഭാഷണവും, സാമൂഹിക വിദ്യാഭ്യാസ പരിഷ്കരണങ്ങളും യാഥാസ്ഥിതിക മുസ്ലിം സമുദായത്തെ പ്രകോപിതരാക്കി. ഖോസ്റ്റു മേഖലയിൽനിന്നാണ് ആദ്യമായി പൊട്ടിത്തെറികൾ തുട

ങ്ങിയത്. പഴയ ആചാരങ്ങൾ വലിച്ചെറിഞ്ഞ് കാലത്തിനൊത്ത് മുന്നേറാനാണ് അമാനുള്ള ജനങ്ങളോട് ആവശ്യപ്പെട്ടത്. നാം ലോകത്തിനുമുമ്പിൽ തല ഉയർത്തിതന്നെ നില്ക്കണം. അമാനുള്ളയുടെ പരിഷ്കരണങ്ങളും അവയുടെ ലക്ഷ്യങ്ങളും ഉദാത്തമായിരുന്നെങ്കിലും ചിലതെല്ലാം അപ്രായോഗികങ്ങളുമായിരുന്നു. പ്രത്യേകിച്ചും അന്ധമായ പാശ്ചാത്യ വസ്ത്രധാരണ രീതികളുടെ അനുകരണം. രാഷ്ട്രത്തിന്റെ ചിലഭാഗങ്ങളിൽ ഹിജാബ് ധരിച്ച സ്ത്രീകളുടെ പ്രവേശനം നിരോധിച്ചതും ഇതിന്റെ ഭാഗമാണ്. സ്ത്രീകളുടെ ഉന്നമനത്തിന് അമാനുള്ള ആരംഭിച്ച പ്രസ്ഥാനമാണ് അഞ്ജുമന്-ഇ-ഹിമയാത്-ഇ-നിസ്വാന് (Association for Protection of Women). അമാനുള്ള 1928 ആഗസ്ത് 29 ന് ലോയ ജിർഗ (ഗോത്രമൂപ്പന്മാരുടെ സമിതി) വിളിച്ചു ചേർക്കുകയും തന്റെ ഭാര്യയോട് ഹിജാബില്ലാത്ത സമ്മേളനത്തിൽ എത്താനും ആവശ്യപ്പെട്ടു. സുരയായുടെ ഒപ്പം നൂറോളം സ്ത്രീകളും ഹിജാബ് ഉപേക്ഷിച്ചു. ഇത് യാഥാസ്ഥിതിക സമൂഹത്തെ അക്ഷരാർത്ഥത്തിൽ ഇളക്കിമറിച്ചു. ഇസ്ലാമിക വിരുദ്ധമൂല്യങ്ങളുടെ പ്രചാരകനാണ് അമാനുള്ള എന്ന് ആരോപിച്ചു. ഗ്രാമങ്ങളിലെ നിരക്ഷരരായ ആളുകളെ മതത്തിന്റെ പേരുപറഞ്ഞ് ഗോത്രമൂപ്പന്മാർ അമാനുള്ളക്കെതിരെ അണിനിരത്തി. 1928 ൽ പക്തിയ പ്രവിശ്യയിൽനിന്നും കലാപങ്ങളാരംഭിച്ചു. ഹിജാബില്ലാത്ത സുരയായുടെ ചിത്രം അമാനുള്ളക്കെതിരെയുള്ള പോരാട്ടത്തിന് വ്യാപകമായി ഉപയോഗിച്ചു. അഫ്ഗാനിലെ യാഥാസ്ഥിതിക സമൂഹം തന്നെ സ്ത്രീ സ്വാതന്ത്ര്യ

ഹിജാബില്ലാത്ത സുരയായുടെ ചിത്രം അമാനുള്ളക്കെതിരെയുള്ള പോരാട്ടത്തിന് വ്യാപകമായി ഉപയോഗിച്ചു. അഫ്ഗാനിലെ യാഥാസ്ഥിതിക സമൂഹം തന്നെ സ്ത്രീ സ്വാതന്ത്ര്യത്തിനുള്ള ഭരണകൂട ഇടപെടലുകളെ നിഷ്കാസനം ചെയ്തു.

ത്തിനുള്ള ഭരണകൂട ഇടപെടലുകളെ നിഷ്കാസനം ചെയ്തു. ഭരണകൂടം അതിന്റെ യുക്തിയും ലോകബോധവും ജനങ്ങളിലേക്ക് നിർബ്ബന്ധപൂർവ്വം അടിച്ചേല്പിക്കാൻ ശ്രമിച്ചതിന്റെ പരിണിതഫലം കൂടിയായിരുന്നു അമാനുള്ളയുടെ പരാജയം. തുടർന്ന് അധികാരത്തിലെത്തിയ ഹബീബുള്ള കലകാനി പ്രവാചകവിശ്വാസത്തിന്റെ സംരക്ഷകൻ എന്ന പേരിൽ കടുത്ത മതയാഥാസ്ഥിതിക പരിഷ്കരണങ്ങൾ നടത്തി. വിദ്യാലയങ്ങൾ അടച്ചുപൂട്ടി ഒരു പതിറ്റാണ്ടു പിന്നിലേക്ക് അഫ്ഗാനിസ്ഥാനിലെ സാമൂഹിക ജീവിതത്തെ പിന്നോട്ടുകൊണ്ടുപോയി.

രണ്ടാം ലോകയുദ്ധത്തിനുശേഷം

അഫ്ഗാനിസ്ഥാനിലെ സാമൂഹിക ജീവിതം ആധുനികതയിലേക്ക് രൂപപ്പെട്ടുതുടങ്ങുന്നത് രണ്ടാം ലോകയുദ്ധത്തിനുശേഷമാണ്. അതും പട്ടണങ്ങളിലെ ന്യൂനപക്ഷങ്ങളിലേക്ക് മാത്രം കേന്ദ്രീകരിച്ച സാമൂഹികമാറ്റമായിരുന്നു. പരിവർത്തനങ്ങൾക്ക് തുടക്കംകുറിക്കുന്നതിൽ സോവിയറ്റ് അധിനിവേശത്തിന് സവിശേഷമായ സ്ഥാനമുണ്ട്. സ്ത്രീ വിദ്യാഭ്യാസം, സ്ത്രീകൾക്ക് തൊഴിൽ ചെയ്യാനുള്ള അവസരം എന്നിവയെല്ലാം സോവിയറ്റ് പിന്തുണയോടെ മുഹമ്മദ് തരാകി അധികാരത്തിലെത്തിയതിനുശേഷം മാത്രമാണ് ലഭ്യമാകുന്നത്. സൗർ റവല്യൂഷൻ അഥവാ ഏപ്രിൽ വിപ്ലവം അഫ്ഗാനിലെ സാമൂഹിക ജീവിതത്തിൽ വലിയ പരിവർത്തനങ്ങൾ സൃഷ്ടിക്കാൻ പ്രാപ്തമായിരുന്നു.

ഇടതുപക്ഷ ആഭിമുഖ്യമുള്ള ഡെമോക്രാറ്റിക് വിമൻസ് ഓർഗനൈസേഷൻ അഫ്ഗാനിലെ പീപ്പിൾസ് ഡെമോക്രാറ്റിക് പാർട്ടിയുടെ വനിതാ വിഭാഗമായി 1965 ൽ നിലവിൽവന്നതാണ്. 1978 ലെ ഭരണമാറ്റത്തെ തുടർന്ന് നിർണ്ണായകമായ രാഷ്ട്രീയ ഇടപെടലുകൾ നടത്തുന്നതിനും പ്രസ്ഥാനത്തിനായി. പ്രഥമ പ്രസിഡന്റായിരുന്ന അനഹിത റാറ്റെബ്സാദ് (Anahita Ratebzad) പ്രസ്ഥാനത്തിന്റെ ലക്ഷ്യത്തെ നിർവ്വചിച്ചത് ഫ്യൂഡലിസത്തിനും സാമ്രാജ്യത്വത്തിനും എതിരെയുള്ള നിലപാട് എന്ന നിലയിലാണ്. ബോൾഷെവിക് വിപ്ലവത്തെതുടർന്ന് സഖാവ് ലെനിന്റെ നേതൃത്വത്തിൽ കമ്യൂണിസ്റ്റ് പാർട്ടി സാമ്രാജ്യത്വവിരുദ്ധ പോരാട്ടങ്ങൾക്ക് ഏഷ്യൻ ആഫ്രിക്കൻ ലോകരാഷ്ട്രങ്ങളിൽ പിന്തുണ നല്കാൻ പ്രതിബദ്ധമായിരുന്നു. തരാക്കി ഭരണകൂടം പ്രസ്ഥാനത്തിന്റെ പേര് ഖൽക് ഓർഗ്ഗനൈസേഷൻ ഫോർ അഫ്ഗാൻ വിമൻ എന്ന് മാറ്റിയെങ്കിലും പ്രസ്ഥാനം സ്ത്രീ മുന്നേറ്റത്തിന് നിർണ്ണായകമായ സംഭാവനകൾ നല്കി. 1986 ൽ നജീബുള്ള അധികാരത്തിലെത്തിയതോടെ സ്ത്രീകളുടെ ഇടയിലുള്ള പ്രവർത്തനങ്ങൾക്കും അന്ത്യംകുറിക്കപ്പെട്ടു. നാമമാത്രമായ നിലയിലാണെങ്കിലും സ്ത്രീകളുടെ മുന്നേറ്റത്തിന് തുടക്കംകുറിക്കാൻ കഴിഞ്ഞത് സോവിയറ്റ് അധിനിവേശ കാലഘട്ടത്തിലാണ്. 1964 മുതൽ 1986 വരെ സാമൂഹിക പരിഷ്കരണങ്ങൾ നടന്നുവെങ്കിലും പ്രതിഷേധങ്ങൾ ഉരുക്കുമുഷ്ടികൾകൊണ്ട് അടിച്ചമർത്തപ്പെട്ടു. ഇത് സാവകാശം കമ്യൂ

താലിബാൻ സാന്നിദ്ധ്യത്തിനുമുൻപ് പൊതു ഇടങ്ങളിലെ സ്ത്രീജീവിതം

ണിസ്റ്റ് വിരുദ്ധ പ്രസ്ഥാനങ്ങളുടെ രൂപപ്പെടലിന് കളമൊരുക്കുകയും ചെയ്തു. ഈ സ്ത്രീ പ്രസ്ഥാനത്തിനെതിരെയുള്ള കടുത്തവിമർശനം അത് പി ഡി പി എയുടെ പോഷകഘടകമായി പ്രവർത്തിക്കുകയും അതേ സമയം വിശാലമായ സ്ത്രീപക്ഷ രാഷ്ട്രീയത്തെ പരിഗണിച്ചില്ല എന്നതു മാണ്. ലിംഗനീതി, തുല്യത എന്നീ ആശയങ്ങൾക്ക് മതിയായ പ്രാധാന്യം നല്കിയില്ല. തുടർന്നുവന്ന യാഥാസ്ഥിതിക രാഷ്ട്രീയ പ്രസ്ഥാനങ്ങൾ രണ്ടു പതിറ്റാണ്ടുകാലത്തെ സാമൂഹിക പരിവർത്തനങ്ങളെ അട്ടിമറിച്ചു കൊണ്ട് യാഥാസ്ഥിതിക, മതാധിഷ്ഠിത രാഷ്ട്രീയ സമൂഹത്തെ രൂപപ്പെടുത്തി എന്നുപറയാം. മുതലാളിത്തത്തെ വിമർശിക്കുന്ന പാശ്ചാത്യ ചിന്തകരുണ്ടെങ്കിലും ആഗോളവേദികളിൽ മുഴങ്ങിക്കേൾക്കു ന്നത് കമ്പോളമുതലാളിത്തത്തെ പിന്തുണയ്ക്കുന്ന സാമൂഹിക ചിന്തക രുടെ ശബ്ദമാണ്. അവരുടെ വാദം ഏതൊരു സാമൂഹിക പ്രശ്നത്തിനു മുള്ള ഒറ്റമൂലി മുതലാളിത്ത സാമൂഹിക ക്രമത്തിലേക്കുള്ള പരിവർത്ത നമാണ്. അഫ്ഗാനിലെ സ്ത്രീ പ്രശ്നത്തെക്കുറിച്ചുള്ള ചർച്ചയിലും ഇത്ത രമൊരു വാദം മുന്നോട്ടുവയ്ക്കുന്ന നിരവധി എഴുത്തുകാരുണ്ട്.

മൂല്യവ്യവസ്ഥകളുടെ പോരാട്ടം

പാരമ്പര്യത്തിന്റെ തടവറയിൽ ഉറഞ്ഞുപോയ സ്ത്രീ ജീവിതമാണ് അഫ്ഗാനിസ്ഥാന്റെ വിദൂരഗ്രാമങ്ങളിൽ നമുക്ക് കാണാനാവുന്നതെങ്കിൽ ആധുനികതയുടെ എല്ലായുക്തികളും സംവഹിക്കുന്ന പട്ടണങ്ങളും നമുക്ക് കാണാനാവും. ഗ്രാമീണ സ്ത്രീകളും നഗരത്തിലെ സ്ത്രീകളും

പാർക്കുകളിൽ കളിക്കുന്ന സ്ത്രീകളും കുട്ടികളും

അവരുടെ ജീവിതങ്ങളും തമ്മിൽ വലിയ അന്തരമുണ്ടെന്നു മാത്രമല്ല, ഇരുപുറത്തും സ്ത്രീകൾ ആയുധമെടുത്ത് പോരാടുന്നതും കാണാം. 2021 സെപ്തംബറിൽ വന്ന മാധ്യമ ചിത്രങ്ങൾ ശ്രദ്ധേയമാണ്. താലിബാൻ അഫ്ഗാനിലെ ഭൂപ്രദേശങ്ങൾ കീഴടക്കിമുന്നേറുമ്പോൾ മദ്ധ്യ-വടക്കൻ അഫ്ഗാൻ പട്ടണങ്ങളിലെ സ്ത്രീകൾ ആയുധമേന്തി താലിബാനെതിരെ പ്രതിഷേധ പ്രകടനങ്ങൾ നടത്തുന്നതുകാണാം. പാരമ്പര്യത്തെ പുണരുകയും നിഷേധിക്കുകയും ചെയ്യുന്ന രണ്ട് സ്ത്രീ സമൂഹങ്ങളുടെ സായുധ പോരാട്ടത്തിന്റെ ചിത്രവും നമുക്കിവിടെ ലഭ്യമാണ്. ഹലിമാ പരസ്തീഷ് എന്ന സ്ത്രീ പറയുന്നു "അഫ്ഗാനുവേണ്ടി പോരാടുന്ന പടയാളികളെ പ്രോത്സാഹിപ്പിക്കുകയാണ് ഞങ്ങളുടെ ലക്ഷ്യം. എന്നാൽ സായുധപോരാട്ടം ആവശ്യമെങ്കിൽ ഞങ്ങൾ അത് നടത്തുകതന്നെ ചെയ്യും" (*ഗാർഡിയൻ* ദിനപത്രം, 7 ജൂലൈ 2021).

ഇതേ ചിത്രത്തിന്റെ മറുവശമാണ് സ്ത്രീകൾ ഭീകരപ്രവർത്തനങ്ങളിലേക്ക് റിക്രൂട്ട് ചെയ്യപ്പെടുന്നു എന്ന വസ്തുത. ഇസ്ലാമിക സ്റ്റേറ്റ് സ്ഥാപിക്കാനുള്ള പ്രവർത്തനങ്ങളുടെ ഭാഗമായി ലോകത്തിന്റെ വിവിധഭാഗങ്ങളിൽനിന്നും സ്ത്രീകൾ ഐസിസ്, ദായീശ് തുടങ്ങിയ പ്രസ്ഥാനങ്ങളിലേക്ക് റിക്രൂട്ട് ചെയ്യപ്പെടുന്നുണ്ട്. പലപ്പോഴും സ്ത്രീകളുടെ പോരാട്ടത്തെ നിർണ്ണയിക്കുന്ന രാഷ്ട്രീയ പ്രത്യയശാസ്ത്രങ്ങളൊന്നും ഉണ്ടായിരുന്നില്ലെന്ന് പലരും ചൂണ്ടിക്കാട്ടുന്നുണ്ട്. ദേശീയ വികാരവും മതവിശ്വാസവും പ്രതികാരദാഹവും ശ്രീലങ്ക, ചെചന്യ, മദ്ധ്യേഷ്യൻ രാഷ്ട്രങ്ങൾ, അഫ്ഗാനിസ്ഥാൻ എന്നിവിടങ്ങളിൽ സ്ത്രീകളെ ഭീകര പ്രവർത്തകരായി മാറ്റി എന്നും നിരീക്ഷിക്കപ്പെടുന്നുണ്ട്.

ഹിജാബ് രാഷ്ട്രീയമായ വ്യാഖ്യാനങ്ങൾക്ക് വിധേയമാകുന്ന പശ്ചാത്തലത്തിലാണ് നാം ജീവിക്കുന്നത്. തടവിലാക്കപ്പെട്ട സ്ത്രീത്വത്തിന്റെ അടയാളമായി പാശ്ചാത്യമാധ്യമങ്ങൾ നല്കുന്ന നിർവ്വചനം സ്ത്രീസ്വാതന്ത്ര്യ പ്രഖ്യാപനത്തിന്റെ മറവിലുള്ള സാംസ്കാരിക കോയ്മയുടെ പ്രഖ്യാപനം കൂടിയാണ്. പാശ്ചാത്യ ലോകം ഇസ്ലാമിക സമൂഹ

ങ്ങൾക്കുമേൽ നടത്തുന്ന കടന്നുകയറ്റം ഇസ്ലാമിക സ്ത്രീയുടെ *ഇരസ്വത്വത്തെ* മാധ്യമങ്ങളിലൂടെ ദൃശ്യവല്ക്കരിച്ചുകൊണ്ടാണ് സാദ്ധ്യമാക്കുന്നത്. യാസ്മിൻ ഇബ്രാഹിം 2019 ൽ നടത്തിയ ഒരു പഠനത്തിൽ വിശദീകരിക്കുന്നത് മുസ്ലിം സ്ത്രീ-ശരീരം അവൾക്കുതന്നെ ഭീഷണിയാണെന്നും അവൾ സഞ്ചരിക്കുന്ന ടൈംബോംബാണെന്നുമുള്ള പൊതുബോധത്തെ പാശ്ചാത്യ മാധ്യമങ്ങൾ ഉല്പാദിപ്പിക്കുന്നു എന്നാണ്. മുസ്ലിം സ്ത്രീശരീരം ഒരു പൊതുരാഷ്ട്രീയ വിഷയമായിരിക്കുന്നു. അതിന്റെ എല്ലാത്തരം വ്യാഖ്യാനങ്ങളും മുസ്ലിം സ്ത്രീയെ പ്രതിലോമപരമായാണ് ബാധിക്കുക. ലിബറൽ പാശ്ചാത്യ സമൂഹത്തിലും, തീവ്ര ഇസ്ലാമിക രാഷ്ട്രങ്ങളിലും മുസ്ലിം സ്ത്രീയുടെ ശരീരം അതിവേഗം ആക്രമിക്കപ്പെടുന്ന സാഹചര്യം നിലനില്ക്കുന്നു. രണ്ടുതരത്തിലുള്ള മൂല്യവ്യവസ്ഥയുടെ ആക്രമണത്തിന് അതിവേഗം ഇരയാക്കപ്പെടുന്ന വസ്തുവായി അഫ്ഗാനിലെ സ്ത്രീകൾ മാറിയിരിക്കുന്നു.

ഹുമാ അഹമ്മദ് ഘോഷ് അഫ്ഗാനിസ്ഥാനിൽ സ്ത്രീകൾക്കുമേൽ നടക്കുന്ന അതിക്രമങ്ങളുടെ ചരിത്രം വിശദമായി പരിശോധിക്കുന്നുണ്ട്. താലിബാനും മുജാഹിദീനുകളും മാത്രമല്ല സ്ത്രീകൾക്കെതിരെ അതിക്രമങ്ങൾ നടത്തിയിട്ടുള്ളത്, 1920 കളിൽത്തന്നെ ദേശീയ പുനർനിർമ്മാണ പദ്ധതിയുടെ ഭാഗമായിരുന്നു സ്ത്രീപ്രശ്നങ്ങൾ, ഗോത്രാധിപത്യം നിലനിർത്തിയത് സ്ത്രീയുടെ അടിമത്വത്തെ നീതികരിച്ചുകൊണ്ടാണ് എന്നിങ്ങനെയുള്ള വാദങ്ങൾ അവർ മുന്നോട്ടുവയ്ക്കുന്നു. സ്ത്രീയെ കേവലം ഒരു ക്രയവിക്രയ വസ്തുവായി മാത്രമാണ് അഫ്ഗാൻ സമൂഹം കണ്ടത്. ഗോത്ര നിയമങ്ങൾ കണക്കാക്കുന്നത് വിവാഹബന്ധം കുടുംബങ്ങൾ തമ്മിലുള്ള ബന്ധമാണ്. കൂടുതൽ ഭാര്യമാരും കൂടുതൽ കുട്ടികളും സാമൂഹിക അന്തസ്സിന്റെ അടയാളമാണ്. ലോകത്ത് ഏറ്റവും കുറഞ്ഞ വിവാഹമോചന നിരക്കുള്ള രാജ്യമാണ് അഫ്ഗാൻ. വിവാഹമോചനം സ്ത്രീക്കും പുരുഷനും ഒരുപോലെ അപമാനമായി ഗണിക്കപ്പെടുന്നുവെന്നതാണ് ഇതിനു കാരണം. ഫരീബ നവ 2017 ൽ റിപ്പോർട്ട് ചെയ്തത് അഫ്ഗാനിസ്ഥാനിൽ വിവാഹമോചന നിരക്ക് കൂടിവരുന്നു എന്നാണ്. 2012–2017 കാലഘട്ടത്തിലുണ്ടായ വിവാഹമോചന നിരക്കിലെ വർദ്ധനവ് സ്ത്രീകളുടെ ജീവിതമേഖലകളിലുണ്ടായിട്ടുള്ള വികാസത്തെ കൂടിയാണ് സൂചിപ്പിക്കുന്നത്. ഗാർഹിക പീഡനത്തിൽനിന്നുള്ള മോചനം, സ്വയം പര്യാപ്തതയിലേക്കുള്ള മുന്നേറ്റം, തൊഴിലവസരങ്ങളുടെ ലഭ്യത എന്നിങ്ങനെ വിവാഹമോചന നിരക്ക് സ്വയം നിർണ്ണയശേഷിയുള്ള സ്ത്രീകളുടെ രൂപപ്പെടലിന്റെ അടയാളം കൂടിയായി മാറുന്നുണ്ട്. അഫ്ഗാനിലെ സ്ത്രീകൾക്കെതിരെയുള്ള ആക്രമണങ്ങളുടെ ഉന്മൂലനത്തിന് ഹുമ നിർദ്ദേശിക്കുന്ന പരിഹാരം ഗ്രാമീണ സ്ത്രീകളെ സ്വയം പര്യാപ്തതയിലേക്കെത്തിക്കുക എന്നതാണ്.

സ്ത്രീകളുടെ ഏക ഉത്തരവാദിത്വം പ്രസവിക്കുക എന്നതുമാത്രമാണെന്ന് കരുതുന്ന ഒരു വിഭാഗമാണ് താലിബാനുകൾ. കാർഷിക അടി

ത്തറയുള്ള സമൂഹങ്ങളെ സംബന്ധിച്ചിടത്തോളം കൂടുതൽ തൊഴിൽ ശേഷി ഉല്പാദിപ്പിക്കാനുള്ള ഉപകരണങ്ങൾ മാത്രമാണ് സ്ത്രീകൾ. കൂടുതൽ കുട്ടികൾ എന്നത് സമ്പത്തിന്റെ അടയാളമായിരുന്നു. എന്നാൽ ലോകത്തുതന്നെ പ്രസവത്തോടനുബന്ധിച്ച് അമ്മമാർ കൂടുതലായിമരിക്കുന്ന ഒരു രാജ്യം കൂടിയാണ് അഫ്ഗാനിസ്ഥാൻ. ഒരു ലക്ഷം സ്ത്രീകളിൽ 638 പേർ പ്രസവുമായി ബന്ധപ്പെട്ട് മരണമടയുന്നുണ്ട്. 2000 നുശേഷം അമ്മമാരുടെ മരണനിരക്ക് കുറച്ചു കൊണ്ടുവരുന്നതിന് ലോകരാഷ്ട്രങ്ങൾ പരിശ്രമിച്ചതിന്റെ പരിണിതഫലമായി നേരിയ വ്യതിയാനം സൃഷ്ടിക്കാനായി. 2000–2017 കാലഘട്ടത്തിൽ ലക്ഷത്തിന് 1450 എന്നതിൽനിന്നും 638 എന്ന സംഖ്യയിലേക്ക് പരിമിതപ്പെടുത്താനായി എന്നത് വലിയ നേട്ടം തന്നെയാണ്. പൊതുവിൽ അഫ്ഗാൻ സ്ത്രീകളുടെ ശരാശരി ആയുർദൈർഘ്യം 1960 ൽ 33.3 വയസ്സായിരുന്നത് 66.3 ലേക്ക് എത്തിക്കുന്നതിനു കഴിഞ്ഞുവെന്നതും ശ്രദ്ധേയമായ നേട്ടമാണ്. സ്ത്രീകളുടെ ജീവിതത്തിൽ ഗണ്യമായ മാറ്റങ്ങൾ ഉളവാക്കാൻ കഴിഞ്ഞത് അഫ്ഗാനിലെ ഇടതുപക്ഷ ഭരണകാലഘട്ടത്തിലാണ്. സ്ത്രീകളുടെ ജനസംഖ്യാ വർദ്ധനവിലുണ്ടായ ഗണ്യമായ വ്യതിയാനങ്ങൾ ഈ വസ്തുത വെളിവാക്കുന്നുണ്ട്. സ്ത്രീ ജനസംഖ്യയിൽ വലിയ പിന്നോട്ടുപോക്കുണ്ടായത് താലിബാൻ വാഴ്ചയുടെ കാലഘട്ടത്തിലുമാണ്. മതാധിപത്യ ഭരണകൂടങ്ങൾ എക്കാലവും സ്ത്രീവിരുദ്ധമാണെന്നതിന് ഇതിലേറെ തെളിവുകൾ ആവശ്യമുണ്ടെന്നു തോന്നുന്നില്ല. സ്ത്രീകളുടെ ജനസംഖ്യ ഇന്ത്യയിലും കുത്തനെ കുറഞ്ഞുകൊണ്ടിരിക്കുന്നു എന്ന യാഥാർത്ഥ്യം നാം തിരിച്ചറിയേണ്ടതുണ്ട്. അഫ്ഗാനിലെ സ്ത്രീജീവിതത്തെ മുന്നോട്ടുനയിക്കാൻ കഴിഞ്ഞ രണ്ടു ചരിത്രഘട്ടങ്ങളേ അഫ്ഗാനിലുണ്ടായിരുന്നുള്ളു എന്ന് ഹുമ എടുത്തുപറയുന്നുണ്ട്. 1920–28 അമാനുള്ള ഖാന്റെ ഭരണകാലം. അതുകഴിഞ്ഞാൽ പി ഡി പി എ അധികാരത്തിലിരുന്ന ഹ്രസ്വമായ കാലഘട്ടം. ഈ കാലഘട്ടം മാത്രമാണ് വിദ്യാഭ്യാസപരമായ നേരിയ പുരോഗതിയെങ്കിലും അഫ്ഗാനിലെ ജനങ്ങൾക്ക് നേടിക്കൊടുത്തത്.

പൊതുവിൽ സ്ത്രീകളുടെ പുരോഗതിയെ അളക്കുന്നത്, സാക്ഷരത, തൊഴിൽ, ആരോഗ്യം, ആയുർദൈർഘ്യം തുടങ്ങിയ മാപിനികളുപയോഗിച്ചാണ്. ഈ മേഖലകളിലെല്ലാം പരിമിതമായ വിവരങ്ങൾ മാത്രമേ നമുക്ക് ലഭ്യമായിട്ടുള്ളു. താലിബാൻ വാഴ്ച തീർച്ചയായും സ്ത്രീ വിരുദ്ധതയുടേതായിരുന്നുവെന്ന് അടിവരയിട്ടു പറയേണ്ടതുമില്ല. വിദ്യാഭ്യാസ സ്ഥാപനങ്ങൾ പൊതുവിൽ മതപുരോഹിതന്മാരുടെ കൈപ്പിടിയിലാണ്. അതുകൊണ്ടുതന്നെ മാറിവന്ന ഭരണകൂടങ്ങൾ സാമൂഹിക പരിവർത്തനത്തിനാവശ്യമായ ബോധന പ്രവർത്തനങ്ങൾ നടത്താൻ കഴിഞ്ഞിട്ടുമില്ല.

ആധുനികതയും പാരമ്പര്യവും ഏറ്റുമുട്ടുമ്പോൾ

വാലന്റെൻ എം മൊഗദം അഫ്ഗാനിലെ ലിംഗ രാഷ്ട്രീയ ചരിത്രം പരിശോധിച്ചുകൊണ്ട് വ്യക്തമാക്കുന്നത് രണ്ട് വിരുദ്ധ പ്രത്യയശാസ്ത്ര

ങ്ങൾ തമ്മിലുള്ള സംഘർഷമാണ് എൺപതുകളിലെ ലിംഗരാഷ്ട്രീയത്തെ നിർണ്ണയിച്ചത്—മാർക്സിസ്റ്റ് ആധുനികതാവാദവും ഇസ്ലാമിക പാരമ്പര്യവാദവും. ഹുമ തന്റെ പ്രബന്ധത്തിലൂടെ മൊഗദത്തിന്റെ വീക്ഷണങ്ങളെ പുനർപരിശോധിച്ചുകൊണ്ട് ചില പരിഹാരങ്ങൾ മുന്നോട്ടുവയ്ക്കുന്നുമുണ്ട്. സ്ത്രീ വിരുദ്ധമായ ഇസ്ലാമിസ്റ്റ് മൗലികവാദ പ്രസ്ഥാനത്തിന് പുരോഗമന രാഷ്ട്രീയ പ്രസ്ഥാനത്തിന് കിട്ടുന്നതിലേറെ അന്തർദ്ദേശീയ പിന്തുണ നേടാനാവുന്നു എന്ന് മൊഗദം വ്യക്തമാക്കുന്നു. എന്നാൽ ആധുനികവല്ക്കരണമല്ലാതെ സ്ത്രീകളുടെ അന്തസ്സിനെ ഉയർത്താൻ മറ്റൊരു പരിഹാരവുമില്ലെന്ന് അഫ്ഗാന്റെ ചരിത്രം പരിശോധിച്ച എഴുത്തുകാരെല്ലാം ഒരേ സ്വരത്തിൽ വ്യക്തമാക്കുന്നുണ്ട്. ഇരുപത്തിയൊന്നാം നൂറ്റാണ്ടിലെ അമേരിക്കൻ ഇടപെടലുകളും അഷ്റഫ് ഘനി ഭരണകൂടവും ആധുനികവല്ക്കരണത്തിനാണ് ശ്രമിച്ചത്. അതിന് അവർ പിന്തുടർന്ന വഴി മുതലാളിത്ത ഉല്പാദനരീതിയാണ്. ആഗോളവല്ക്കരണവും കമ്പോളവല്ക്കരണവും സംയോജിപ്പിച്ച വികസന പദ്ധതിയും മൊഗദം എൺപതുകളിലെ അവസ്ഥ സൂചിപ്പിച്ചതുപോലെ പിന്തുണച്ചത് താലിബാനിസത്തെയാണ്. എൺപതുകളിൽ അമേരിക്കൻ-പാക്ക് കൂട്ടുകെട്ട് മുജാഹിദീനുകളെയും താലിബാനുകളെയും പിന്തുണച്ച് നേട്ടം കൊയ്യാൻ ശ്രമിച്ചതുപോലെ 2011-2020 കാലഘട്ടത്തിൽ ചൈന-പാക്ക് കൂട്ടുകെട്ട് താലിബാനെ പിന്തുണച്ചു. അഫ്ഗാനിലെ ആധുനികവല്ക്കരണ പ്രവർത്തനങ്ങൾ അട്ടിമറിക്കുന്നതിലൂടെ ഗോത്രശക്തികൾ കരുത്താർജ്ജിക്കുകയാണ്. ഇസ്ലാമിക നിയമങ്ങളല്ല, ഗോത്രനിയമങ്ങളാണ് അഫ്ഗാനിൽ വാഴുന്നത്.

2021 ൽ അഫ്ഗാനിസ്ഥാനിലേക്ക് വീണ്ടും താലിബാനുകൾ എത്തുമ്പോൾ സ്ത്രീകളുടെ മേൽ അവർ തങ്ങളുടെ രാഷ്ട്രീയ അജണ്ടയിൽ സ്ത്രീകളെ ഉൾപ്പെടുത്തുന്നു. 2001 നുമുമ്പ് അഫ്ഗാനിസ്ഥാനിൽ നിലനിന്നിരുന്ന കടുത്ത ഇസ്ലാമിക നിയമങ്ങളിലേക്ക് താലിബാൻ മാറുന്നതിന്റെ സൂചനകളാണ് ഇപ്പോൾ ലഭ്യമാകുന്നത്. താലിബാൻ അധികാരത്തിലെത്തിയ ഉടനെ തന്നെ മിനിസ്ട്രി ഓഫ് വെർച്യു ആൻഡ് പ്രിവൻഷൻ ഓഫ് വൈസ് (Ministry of Virtue and the Prevention of Vice) പുനർസ്ഥാപിച്ചു. ഇതിലൂടെ പൊതുജീവിതത്തിൽനിന്നും വിദ്യാഭ്യാസത്തിൽനിന്നും സ്ത്രീകളെ പുറന്തള്ളും എന്നാണ് താലിബാനുകൾ അധികാരത്തിലെത്തി ഒരുമാസത്തിനുള്ളിൽ വ്യക്തമാക്കിയിരിക്കുന്നത്. താലിബാനെതിരെ പോരാടുന്ന സ്ത്രീകൾ ആവശ്യപ്പെടുന്നത് ഞങ്ങൾക്ക് വിദ്യാഭ്യാസത്തിനുള്ള അവകാശം തരൂ എന്നാണ്. രണ്ട് മൂല്യബോധങ്ങൾ തമ്മിലുള്ള സംഘർഷം അഫ്ഗാന്റെ ചരിത്രത്തിലൂടെ തുടരുകയാണ്. ആധുനികതക്കെതിരെ പാരമ്പര്യവാദം, ജനാധിപത്യത്തിനെതിരെ മതാധിപത്യം, വ്യക്തി സ്വാതന്ത്ര്യത്തിനെതിരെ ഗോത്രാധിപത്യം. പോരാട്ടം തുടരുകയാണ്.

9

ഇരുപത്തിയൊന്നാം നൂറ്റാണ്ടിലേക്ക്

രണ്ടായിരത്തി ഒന്ന് സെപ്തംബറിലെ വേൾഡ് ട്രേഡ് സെന്റർ ആക്രമണത്തെതുടർന്നാണ് താലിബാനെതിരെയുള്ള അമേരിക്കൻ പോരാട്ടം ആരംഭിക്കുന്നത്. സോവിയറ്റ് യൂണിയൻ 1989 ൽ അഫ്ഗാൻ വിട്ടതോടെ തീവ്ര ഇസ്ലാമികപ്രസ്ഥാനങ്ങളെ അമേരിക്ക പിന്തുണയ്ക്കുന്നു എന്ന ആരോപണത്തിൽനിന്നും ഒഴിഞ്ഞുനില്ക്കാനുള്ള ശ്രമമുണ്ടായി. അമേരിക്ക പാകിസ്ഥാനിലൂടെയാണ് പ്രവർത്തിച്ചതെങ്കിലും തൊണ്ണൂറുകളിൽ ഇറാഖിലേക്ക് അമേരിക്ക തങ്ങളുടെ ശ്രദ്ധചെലുത്തി. ബിൻലാദനെ ഇറാഖ് പിന്തുണയ്ക്കുന്നു എന്നായിരുന്നു ആരോപണം. അഫ്ഗാനിസ്ഥാനുമേലുള്ള സൈനിക നടപടികൾക്ക് അമേരിക്ക കോപ്പുകൂട്ടിയത് വളരെ ശ്രദ്ധയോടെയാണ്. അമേരിക്കയും ഗ്രേറ്റ് ബ്രിട്ടണും സംയുക്തമായാണ് പടനീക്കങ്ങൾ നടത്തിയത്. അഫ്ഗാനിസ്ഥാനിൽ ഒരു ഭരണകൂടം രൂപപ്പെടുന്നതുവരെ താലിബാനെയും അൽഖയ്ദയെയും നേരിടാൻ പ്രാപ്തിയുള്ള അമേരിക്കൻ സൈന്യത്തെ അവിടെ നിലനിർത്താനായിരുന്നു ജോർജ് ബുഷിന്റെ തീരുമാനം. നാറ്റോയും യുണൈറ്റഡ് നേഷനും ഈ തീരുമാനത്തെ പിന്തുണച്ചു.

2001 ഡിസംബറിലെ ബോൺ ഉടമ്പടിയനുസരിച്ച് ഇടക്കാല ഗവൺമെന്റ് രൂപപ്പെട്ടു. നിരന്തര യുദ്ധങ്ങളിലൂടെ അഫ്ഗാനിലെ ജനങ്ങൾ ചിതറപ്പെട്ടു. തങ്ങൾ നേരിട്ട ദുരന്തങ്ങളിലൂടെ ജീവിതത്തെക്കുറിച്ചുള്ള പ്രതീക്ഷയും മനോഹാരിതയും അവർക്ക് അന്യമായി. അഫ്ഗാനിലെ മൂന്നിലൊരാൾ പാകിസ്ഥാനിലെ അഭയാർത്ഥിക്യാമ്പിലാണ്. മറ്റു നിരവധിയാളുകൾ വിദേശങ്ങളിൽ അഭയാർത്ഥികളായി മാറിയിരിക്കുന്നു. അഫ്ഗാനികളിൽ 6 മില്യൺ ആളുകളാണ് വിദേശരാഷ്ട്രങ്ങളിൽ അഭയാർത്ഥികളായി കഴിയുന്നത്. 1978 ലെ വിപ്ലവത്തെതുടർന്ന് വൻപലായനങ്ങൾ

ഉണ്ടായി. മറ്റൊരു വലിയ ശതമാനം നഗരങ്ങളുപേക്ഷിച്ച് വിദൂര ഗ്രാമങ്ങളിലേക്ക് ചേക്കേറി. 1980–90 കാലഘട്ടത്തിലെ ഏറ്റവും വലിയ അഭയാർത്ഥി വിഭാഗമായിരുന്നു അഫ്ഗാനികൾ. അഫ്ഗാനിസ്ഥാൻ നേരിടുന്ന ദുരന്തങ്ങളുടെ പരിഹാരത്തിന് ഇനിയും പതിറ്റാണ്ടുകളെടുക്കും. അഫ്ഗാനിസ്ഥാനെ എക്കാലവും വേട്ടയാടുന്നത് വംശഹത്യകളുടെ ചരിത്രമാണ്. 1992–96 കാലഘട്ടത്തിൽ മാത്രം അഫ്ഗാനിസ്ഥാനിൽ വധിക്കപ്പെട്ടത് 50,000 ആളുകളാണ്. അഫ്ഗാനിസ്ഥാനെ സംബന്ധിച്ചിടത്തോളം രാഷ്ട്രീയ പുനർനിർമ്മാണം എന്നത് ഒരു കടുത്ത വെല്ലുവിളിയാണ്. 2004 ൽ ഒരു പൊതു തിരഞ്ഞെടുപ്പിലൂടെ ഹമീദ് കർസായി അധികാരത്തിലെത്തി. അഞ്ചുവർഷത്തേക്കാണ് കർസായിയെ തിരഞ്ഞെടുത്തത്. അടുത്തവർഷം 2005 ഡിസംബറിൽ പാർലമെന്റിലേക്കും പ്രാദേശിക സമിതികളിലേക്കും തിരഞ്ഞെടുപ്പുകൾ നടന്നു. അധോസഭയിലും ഉപരിസഭയിലുമായി 351 ആളുകൾ സ്ത്രീപുരുഷ ഭേദമെന്യേ തിരഞ്ഞെടുക്കപ്പെട്ടു. അധോസഭയായ *വോൾസി ജിർഗ* ജില്ലാ അതിർത്തികളെ നിർണ്ണയിക്കുകയും 2006 ൽ പൊതുതിരഞ്ഞെടുപ്പു നടത്തുകയും ചെയ്തു.

രാഷ്ട്രീയ പുനർനിർമാണ പ്രക്രിയയ്ക്ക് തുടക്കംകുറിക്കുന്നത് 2001 നവംബർ 28 നാണ്. വടക്കൻ സഖ്യത്തിൽപ്പെട്ട പ്രസ്ഥാനങ്ങളാണ് ഇതിന്റെ നേതൃത്വം ഏറ്റെടുത്തത്. 28 പ്രതിനിധികളുൾപ്പെട്ട സംഘം ബോണിൽ ഒത്തുചേർന്ന് അഫ്ഗാനിസ്ഥാന്റെ രാഷ്ട്രീയ ഭാവിയെക്കുറിച്ച് ചർച്ചചെയ്തു. ഐക്യരാഷ്ട്രസഭാ പ്രതിനിധിയുടെ നേതൃത്വത്തിലാണ് ഈ ചർച്ച നടന്നത്. ഡിസംബർ 22 ന് ഹമീദ് കർസായി പ്രസി

അഫ്ഗാനിസ്ഥാൻ ഭരണ ആസ്ഥാനം ഏറ്റെടുത്ത താലിബാൻ

ഡന്റായി. തുടർന്ന് 2002 ജൂണിൽ ലോയ ജിർഗ വിളിച്ചുചേർക്കപ്പെട്ടു. അഫ്ഗാനിസ്ഥാനിലെ 362 ജില്ലകളിൽനിന്നായി 1040 പ്രതിനിധികൾ ഈ സമ്മേളനത്തിൽ സംബന്ധിച്ചു. 160 സ്ത്രീകൾ, 25 നാടോടി വിഭാഗ പ്രതിനിധികൾ, 100 അഭയാർത്ഥി പ്രതിനിധികൾ എന്നിവർ പങ്കെടുത്തു. പാർലമെന്റിൽ വംശീയ സന്തുലനത്തിന് പ്രാധാന്യം കൊടുത്തുകൊണ്ടാണ് പ്രവർത്തനങ്ങൾ ആസൂത്രണം ചെയ്തത്.

2004 ജനുവരി 4 ന് അഫ്ഗാനിസ്ഥാന്റെ ഭരണഘടന നിലവിൽ വന്നു. ഒരു ഇസ്ലാമിക റിപ്പബ്ലിക്കായാണ് അഫ്ഗാനിസ്ഥാൻ ഭരണഘടനയിൽ വിഭാവന ചെയ്യപ്പെട്ടിരിക്കുന്നത്. മതസ്വാതന്ത്ര്യം ഭരണഘടനയിലൂടെ ഉറപ്പാക്കപ്പെട്ടിരിക്കുന്നു. മുല്ലമാർക്കും ഉലേമകൾക്കും ഗവൺമെന്റിൽ യാതൊരു പങ്കാളിത്തവും നല്കിയില്ല. കരുത്തനായ പ്രസിഡന്റിന്റെ അധികാരത്തിൻകീഴിലാണ് ഭരണം വിഭാവന ചെയ്യപ്പെട്ടിരുന്നത്. ഉപരിസഭയിലെ (Meshrano Jirga – House of Elder) അംഗങ്ങളിൽ മൂന്നിൽ ഒന്നിനെ നാമനിർദ്ദേശം ചെയ്യുന്നത് പ്രസിഡന്റാണ്. ഈ സമിതിയിലെ പകുതിയംഗങ്ങൾ സ്ത്രീകളാണ്. മൂന്നിൽ രണ്ട് അംഗങ്ങളെ ജില്ലാകൗൺസിലുകൾ തിരഞ്ഞെടുക്കും. പൊതു ജനത്താൽ തിരഞ്ഞെടുക്കപ്പെടുന്ന ആളുകളാണ് അധോസഭ (Wolesi Jirga)യിൽ ഉള്ളത്. ഭരണഘടനാ ഭേദഗതിക്കുള്ള അവകാശം ലോയ ജിർഗയ്ക്കാണ്. ദേശീയ അസംബ്ലിയിലെയും പ്രാദേശിക അസംബ്ലിയിലെയും അംഗങ്ങൾ ഉൾക്കൊള്ളുന്നതാണ് ലോയ ജിർഗ. ഭരണപരിഷ്കാരങ്ങൾ ഇസ്ലാമിന്റെ അന്തസ്സിനെ ബാധിക്കുന്നതാവരുത് എന്നു നിശ്ചയമുണ്ടായിരുന്നു. 2004 ലെ പ്രസിഡൻഷ്യൽ ഇലക്ഷൻ നടന്നത് സമാധാനപൂർവ്വമാണ്. അപൂർവ്വം ചില അനിഷ്ടസംഭവങ്ങൾ താലിബാൻ മേഖലയിൽനിന്നും ഉണ്ടായിട്ടുണ്ട്. തുടർന്ന് 2010, 2014, 2019 വർഷങ്ങളിലും പൊതു തിരഞ്ഞെടുപ്പുകളുണ്ടായി. എന്നാൽ, ജനാധിപത്യത്തെ ശക്തിപ്പെടുത്താനായില്ല. ദാരിദ്ര്യവും നിരക്ഷരതയും മതമൗലീകവാദവും ഭരണകൂടത്തിന്റെ പരിഷ്കരണങ്ങളെ നിഷേധിക്കുവാനാണ് ജനങ്ങളെ പ്രേരിപ്പിച്ചത്. താഴേതട്ടിൽനിന്നും വികസിക്കാത്ത ജനാധിപത്യബോധത്തിന് നിലനില്ക്കാനാവില്ല എന്ന് അഫ്ഗാൻ ജനത 2021 ൽ വീണ്ടും തെളിയിച്ചു. അമേരിക്കൻ മാതൃകയിലുള്ള ജനാധിപത്യമാണ് അവതരിപ്പിക്കപ്പെട്ടത്. ഗോത്രബോധത്തിൽ അടിത്തറയിട്ട ഒരു ജനതയ്ക്ക് വ്യക്തിവാദം സ്വീകാര്യവും ആയിരുന്നില്ല.

ആഗോളവല്ക്കരണവും പുനർനിർമ്മാണവും

അന്തർദ്ദേശീയ ഏജൻസികളുടെ ശക്തമായ ഇടപെടലിലൂടെയാണ് 2004 ൽ അഫ്ഗാനിസ്ഥാന്റെ രാഷ്ട്രീയ പുനർനിർമ്മാണ പ്രവർത്തനങ്ങൾ ആരംഭിച്ചത്. യുനിസെഫ്, വേൾഡ് ഹെൽത്ത് ഓർഗനൈസേഷൻ എന്നിവ കൂടാതെ ഐക്യരാഷ്ട്രസംഘടനയുടെ അസിസ്റ്റൻസ് മിഷൻ ഇൻ അഫ്ഗാനിസ്ഥാൻ എന്നിവ പ്രത്യേക പ്രവർത്തന പദ്ധതികൾ

ആസൂത്രണം ചെയ്തു. അന്താരാഷ്ട്ര ഏജൻസികളുടെ ഏറ്റവും ശ്രദ്ധേയമായ പദ്ധതികളിലൊന്ന് Disarmament, Demobilization, and Reintegration (DDR) എന്നതായിരുന്നു. ഈ പദ്ധതി ആസൂത്രണം ചെയ്തത് ജപ്പാനാണ്. തൊഴിൽ പരീശീലനത്തിനും ധനാർജ്ജനത്തിനുമായി ആയുധങ്ങൾ കൈയൊഴിയാൻ പ്രേരിപ്പിക്കുക എന്നതായിരുന്നു ഈ പദ്ധതിയുടെ ലക്ഷ്യം.

പാശ്ചാത്യ ലോകം ഏഷ്യൻ രാഷ്ട്രങ്ങളോട് കൈകോർത്തു നടത്തിയ പുനർനിർമ്മാണ പ്രക്രിയയുടെ പൊതു സ്വഭാവം മുതലാളിത്ത സാമൂഹിക ഘടനയെ നിർമ്മിക്കുക എന്നതായിരുന്നു. പാശ്ചാത്യ ലോകത്ത് താഴേതട്ടിൽ നിന്നാണ് മുതലാളിത്ത സാമൂഹിക ക്രമവും ലിബറൽ ജനാധിപത്യവും രൂപപ്പെട്ടതെങ്കിൽ ഇവിടെ വൈദേശിക ഭരണകൂടങ്ങൾ സൈനിക ശക്തിയുപയോഗിച്ച് നിർമ്മിച്ചതാണ് ജനാധിപത്യവും മുതലാളിത്ത സാമൂഹിക ഘടനയും. സാധാരണ ജനങ്ങളിൽ ഇത് നേർ വിപരീതമായ ഫലങ്ങളാണ് സൃഷ്ടിച്ചത്. അഫ്ഗാനിലെ കർഷകർ കാർഷിക ഉല്പന്നങ്ങളിൽനിന്നാണ് ജീവനോപാധികൾ കണ്ടെത്തിയത്. ഗോതമ്പ് കൃഷിയിൽനിന്നും ലഭിക്കുന്നതിന്റെ മൂന്ന് മടങ്ങ് ആദായം പോപ്പി കൃഷിയിൽനിന്നും ലഭിക്കും. സ്വാഭാവികമായി ജനങ്ങൾ പോപ്പി കൃഷി സ്വീകരിച്ചു. എന്നാൽ ഭരണകൂടം നയപരമായി ഇതിനെതിരായിരുന്നു. ജനങ്ങൾ താലിബാന്റെ പിന്തുണയോടെ ഭരണകൂടത്തിനെതിരെ തിരിഞ്ഞു.

പുനർനിർമ്മാണ പ്രക്രിയയുടെ അനുബന്ധമായി വന്ന പാശ്ചാത്യ ധാർമ്മികത ഗോത്രസമൂഹങ്ങൾക്ക് സ്വീകാര്യമായില്ല. അത് പാരമ്പര്യത്തിനും ഗോത്രമൂല്യങ്ങൾക്കും എതിരായിരുന്നു. സ്വാഭാവികമായി, യാഥാസ്ഥിതിക രാഷ്ട്രീയ-മതമൂല്യങ്ങളെ പിന്തുണയ്ക്കുന്ന താലിബാനുകൾക്ക് അനുകൂലമായ സാഹചര്യം നിർമ്മിക്കപ്പെട്ടു. 2018 മുതൽ വിവിധ പ്രദേശങ്ങൾ പിടിച്ചടക്കികൊണ്ടാണ് താലിബാൻ 2021 ൽ കാബൂളിലേക്ക് എത്തുന്നത്. ഈ പ്രയാണത്തിൽ നിരക്ഷരരായ പോപ്പികർഷകരുടെ പിന്തുണ നേടാനായിയെന്നതാണ് താലിബാന്റെ വിജയ രഹസ്യം.

അഫ്ഗാന്റെ സവിശേഷതകൾ അറിഞ്ഞുകൂടാതെ, അതിന്റെ നയതന്ത്ര പ്രാധാന്യം മാത്രം കണക്കിലെടുത്ത് സഹസ്രാബ്ദങ്ങളായി സാമ്രാജ്യത്ത ഭരണകൂടങ്ങൾ അഫ്ഗാനിലേക്ക് നുഴഞ്ഞുകയറിക്കൊണ്ടിരുന്നു. ആദ്യം പേർഷ്യൻ സാമ്രാജ്യവും പിന്നീട് അറബികളും സാറിസ്റ്റ് റഷ്യയും ഫ്രാൻസും ബ്രിട്ടണും സോവിയറ്റ് യൂണിയനും. തുടർന്നുവന്ന അധിനിവേശ ചരിത്രത്തിന്റെ അവസാന അദ്ധ്യായം മാത്രമാണ് അമേരിക്കൻ അധിനിവേശം. ഈ ഭൂപ്രദേശത്ത് നുഴഞ്ഞുകയറിയ ഒരു വൈദേശിക ശക്തിയും പോറലേല്ക്കാതെ മടങ്ങിപ്പോയിട്ടില്ല. അമേരിക്കൻ പ്രസിഡന്റ് ഡൊണാൾഡ് ട്രംപ് ആ ദുരിതവേദനയിലാണ് "നഷ്ടങ്ങളുടെ പതിനാറുവർഷം" എന്ന് അമേരിക്കയുടെ അഫ്ഗാൻ അധിനിവേശത്തെ വിശേഷിപ്പിച്ചത്.

കൊളോണിയൽ കാലഘട്ടത്തിൽ റഷ്യക്കും ബ്രിട്ടനുമിടയിൽ ഒരു ബഫർ സ്റ്റേറ്റായി അഫ്ഗാനിസ്ഥാനെ നിലനിർത്താനാണ് ഇരു രാഷ്ട്ര ങ്ങളും ആഗ്രഹിച്ചത്. എന്നിട്ടും ബ്രിട്ടന്റെ അധികാര വ്യഗ്രതയ്ക്ക് പാവ ഭരണകൂടങ്ങളെ ആവശ്യമായിവന്നു. ഈ അത്യാർത്തിക്ക് കനത്തവില യാണ് ബ്രിട്ടൺ കൊടുക്കേണ്ടിവന്നത്. രണ്ടാം ലോകയുദ്ധത്തെ തുടർ ന്നുവന്ന ശീതയുദ്ധ ചരിത്രത്തിലാണ് അഫ്ഗാൻ രാഷ്ട്രീയത്തിലെ നിർ ണ്ണായക ശക്തിയായി റഷ്യ മാറുന്നത്. 1978 ൽ അഫ്ഗാനിസ്ഥാനിലേക്ക് *ബ്രഷ്നോവ് ഡോക്ട്രിന്റെ* അടിസ്ഥാനത്തിൽ റഷ്യ നടത്തിയ ഇടപെട ലുകൾ സോവിയറ്റ് യൂണിയനെ തന്നെ ദോഷകരമായി ബാധിച്ചു. അഫ്ഗാനിസ്ഥാന്റെ ചരിത്രം പിന്നിലേക്കു നോക്കി വായിക്കുമ്പോൾ സോവിയറ്റ് പിന്തുണയോടെ ഇടതുപക്ഷ ഭരണകൂടങ്ങൾ സമ്മാനിച്ച സാമൂഹിക പരിഷ്കരണങ്ങൾ മാത്രമേ അവിടെ നിയമവാഴ്ച, പൊതു ജനാരോഗ്യം, സ്ത്രീ സുരക്ഷ തുടങ്ങിയ മേഖലകളിൽ അഫ്ഗാനി സ്ഥാൻ മുന്നോട്ടുപോയ കാലഘട്ടമാണ്. ആയുർദൈർഘ്യത്തിലും സ്ത്രീ പുരുഷ അനുപാതത്തിലും ഗണ്യമായ മാറ്റങ്ങളുണ്ടായി. അമേരിക്കൻ അധിനിവേശത്തിന്റെ പതിനാറു വർഷങ്ങൾ മുതലാളിത്ത ചൂഷണത്തി നുള്ള അടിസ്ഥാന സൗകര്യങ്ങൾ ഒരുക്കിയതിനപ്പുറം സാധാരണ ജന ങ്ങളുടെ ജീവിതത്തെ ആഴത്തിൽ സ്പർശിക്കുകയുണ്ടായില്ല. അതായി രുന്നു അവരുടെ പരാജയകാരണവും. സോവിയറ്റ് യൂണിയനെതിരെ അമേരിക്ക സൃഷ്ടിച്ച പ്രതിലോമശക്തികൾ തന്നെ അമേരിക്കയെ എതി രിട്ടു. അമേരിക്ക നേരിട്ട അഫ്ഗാനിസ്ഥാനിലെ ഏറ്റവും വലിയ ശത്രു അമേരിക്കയുടെ തന്നെ ഭൂതകാല രാഷ്ട്രീയ നയങ്ങളാണ്.

അഫ്ഗാനിസ്ഥാനെതിരെ അമേരിക്ക എക്കാലവും പടനയിച്ചത് മറ്റു രാഷ്ട്രങ്ങളെ താവളമാക്കിയാണ്. ആദ്യകാലങ്ങളിൽ ചൈന, പാകി സ്ഥാൻ, സൗദി അറേബ്യ തുടങ്ങിയ രാഷ്ട്രങ്ങളിലൂടെ ആയുധങ്ങൾ അഫ് ഗാനിലെ ദരിദ്രരും വിദ്യാവിഹീനരുമായ ആളുകളുടെ കൈകളിലെ ത്തിച്ചു. ഹിന്ദുക്കുഷ് മലനിരകളിൽ കിടക്കുന്ന ഗോത്രങ്ങൾ പൊതുവിൽ സ്വാതന്ത്ര്യകാംഷികളാണ്. അവരെ സംബന്ധിച്ചിടത്തോളം യാതൊരു വൈദേശിക അധികാരത്തെയും വച്ചുപൊറുപ്പിക്കാൻ സാദ്ധ്യമല്ല. അഫ് ഗാനിസ്ഥാനിൽ സംഘടിതമായ ഭരണകൂടം നിലവിൽവന്ന സന്ദർഭങ്ങ ളിലെല്ലാംതന്നെ ഏകദേശം 10–20 ശതമാനം ജനങ്ങൾ മാത്രമാണ് ആ ഭരണകൂടത്തിന് വിധേയമായിരുന്നത്. ശേഷം ഗ്രാമീണ സമൂഹങ്ങൾ വൈദേശിക ഭരണകൂടത്തിനെതിരെ യുദ്ധത്തിലാണ്. സോവിയറ്റ് യൂണി യൻ 10,000 സൈനികരെ അഫ്ഗാനിലേക്ക് അയച്ചപ്പോൾ 1,50,000 മുജാ ഹിദീനുകളാണ് (വിശുദ്ധ പോരാളികളാണ്) സോവിയറ്റ് വിരുദ്ധ ചേരി കളിലുണ്ടായത്. ഇവർ സംഘടിത സൈന്യമല്ല. അസംഘടിത ഗ്രാമീ ണരാണ്. എ കെ 47 എന്ന റഷ്യൻ നിർമ്മിത തോക്കുകൾ ഇന്ത്യ, ഈ ജിപ്ത്, സൗദി അറേബ്യ തുടങ്ങിയ രാഷ്ട്രങ്ങളിൽനിന്നും ശേഖരിച്ച് സാധാരണക്കാരിലെത്തിച്ച് അമേരിക്കയും പാകിസ്ഥാനും സംയുക്തമായി

ഒളിപ്പോരുകൾക്ക് നേതൃത്വം നല്കി. അന്ന് പാകിസ്ഥാൻ അമേരിക്കയുടെ സഹായിയായിരുന്നു.

കഴിഞ്ഞ ഏഴുപതിറ്റാണ്ടുകാലത്തെ പാക്-അമേരിക്കൻ ബന്ധത്തിന്റെ ഉല്പന്നമാണ് താലിബാൻ. പഴയ മുജാഹിദീൻ പോരാളികൾ തന്നെയാണ് ഇന്നത്തെ താലിബാൻ. റഷ്യൻ അധിനിവേശത്തിനെതിരെ പോരാടിയ സ്വാതന്ത്ര്യദാഹികൾ ഇന്ന് അമേരിക്കക്കെതിരെ പോരാടുന്നു. എൺപതുകളിൽ റഷ്യ കാത്തിരുന്നത് എങ്ങനെ അഫ്ഗാനിൽനിന്നും പുറത്തുകടക്കുമെന്നായിരുന്നു. 2018 ൽ അമേരിക്കയും അങ്ങനെതന്നെയാണ് ചിന്തിച്ചത്. ഒരു ജനതയെ മുഴുവൻ പരസ്പരം പോരടിക്കാൻ വിട്ടുകൊണ്ട് അമേരിക്ക പിന്മാറുന്നു.

അമേരിക്കൻ താല്പര്യങ്ങൾക്ക് വിധേയമായി നില്ക്കുന്ന ഗവൺമെന്റിനെയാണ് അമേരിക്ക അഫ്ഗാനിൽ സൃഷ്ടിക്കാൻ ശ്രമിച്ചത്. എന്നാൽ മദ്ധ്യേഷ്യയുടെ സങ്കീർണ്ണമായ രാഷ്ട്രീയ ബന്ധങ്ങൾ ഇതിന് അനുകൂലമായിരുന്നില്ല. ചൈനയ്ക്കും മദ്ധ്യേഷ്യൻ റിപ്പബ്ലിക്കുകൾക്കും പാകിസ്ഥാനും സവിശേഷമായ താല്പര്യങ്ങൾ അഫ്ഗാനിസ്ഥാനിലുണ്ടായിരുന്നു. അതൊരു അമേരിക്കൻ വിരുദ്ധ ചേരിയെ താലിബാന്റെ നേതൃത്വത്തിൽ രൂപപ്പെടുത്തി. താലിബാനെ ആദ്യമായി ഔപചാരികമായി അംഗീകരിച്ച രാഷ്ട്രം ചൈനയാണ്. ഇനി അമേരിക്കയ്ക്കും താലിബാനെ അവഗണിച്ച് മുന്നോട്ടുപോകാനാവില്ല.

വീണ്ടും താലിബാൻ

അഫ്ഗാനിസ്ഥാനിൽ ആളും അർത്ഥവും നഷ്ടപ്പെട്ട അമേരിക്ക വീണ്ടു വിചാരത്തിന്റെ നാളുകളിലൂടെയാണ് കഴിഞ്ഞ ദശകം പിന്നിട്ടത്. വിശേഷിച്ചും 2010–2020 കാലഘട്ടം. ഒരു സാമ്പത്തിക ശക്തിയെന്നുള്ള നിലയിൽ ചൈന കൈവരിച്ച വളർച്ച പുതിയ ശീതയുദ്ധത്തിന് തിരികൊളുത്തി. യു എസ് എസ് ആറിനെതിരെയുള്ള പടനീക്കത്തിൽ ഒരുവേള ചൈനയുടെ പിന്തുണകൂടി ആർജ്ജിച്ചുകൊണ്ടാണ് അമേരിക്ക താലിബാനെ ഊട്ടിവളർത്തിയത്. എന്നാൽ താലിബാൻ അമേരിക്കയ്ക്കുതന്നെ ഭീഷണിയായി മാറുകയായിരുന്നു. ഇരുപത്തിയൊന്നാം നൂറ്റാണ്ടിൽ പാകിസ്ഥാനോടുള്ള മമത കുറയുകയും ഇന്ത്യയോടു മെല്ലെ അടുത്തു തുടങ്ങിയതും ഗണ്യമായ നേട്ടങ്ങളൊന്നും അമേരിക്കയ്ക്ക് സമ്മാനിച്ചില്ല. ബി ജെ പി സർക്കാരുകൾ അമേരിക്കൻ കൂട്ടുകെട്ടിനെ സ്വാഗതം ചെയ്തത് ലോകമാകെ പ്രചരിപ്പിക്കപ്പെടുന്ന ഇസ്ലാമിക വിരുദ്ധത തങ്ങളുടെ രാഷ്ട്രീയ ഇന്ധനമായതുകൊണ്ടുകൂടിയാണ്. ഇന്ത്യയും ഇസ്ലാമിക രാഷ്ട്രങ്ങളും തമ്മിലുള്ള ബന്ധത്തിന് സാരമായ പോറലുകൾ ഈ കാലഘട്ടത്തിൽ ഏല്ക്കുകയും ചെയ്തു. മറുവശത്ത് ഇന്ത്യയുടെ നിത്യമിത്രമായിരുന്ന റഷ്യ പാകിസ്ഥാനോട് ചേരുകയും സൈനികമായി പിന്തുണകൾ നല്കിത്തുടങ്ങുകയും ചെയ്തതോടെ ഇരുപതാം നൂറ്റാണ്ടിൽ ദൃശ്യമായതിൽനിന്നും നേർവിപരീതമായ ഒരു ചിത്രം നയതന്ത്രമേഖല

യിൽ രൂപപ്പെട്ടു. 2009 ലാണ് റഷ്യ–പാക്ക് കൂട്ടുകെട്ട് ലോകശ്രദ്ധയിലേക്ക് വരുന്നത്.

2015 ൽ റഷ്യ, അഫ്ഗാനിസ്ഥാൻ, താജ്ക്കിസ്ഥാൻ, പാകിസ്ഥാൻ കൂട്ടുകെട്ടിനുള്ള നീക്കങ്ങൾ ഉണ്ടായി. ഒരു ചതുർരാഷ്ട്ര സഖ്യം വികസിപ്പിക്കുവാനുള്ള ശ്രമങ്ങളുണ്ടായെങ്കിലും അഫ്ഗാനിസ്ഥാനിലെ അമേരിക്കാൻ സ്വാധീനം ഈ സഖ്യം പരാജയപ്പെടുന്നതിന് കാരണമായി. മദ്ധ്യേഷ്യയിലെ തങ്ങളുടെ പൊതുതാല്പര്യങ്ങൾക്ക് വിരുദ്ധമാണ് അമേരിക്കൻ പ്രാതിനിധ്യം എന്ന തിരിച്ചറിവ് ചൈനയും, റഷ്യയും സമാനമായി പങ്കുവച്ചതിലൂടെ താലിബാന് പരോക്ഷ പിന്തുണ നല്കുന്ന തലത്തിലേക്ക് ക്രമേണ അത് എത്തിച്ചേർന്നു. സ്വാഭാവികമായും പാകിസ്ഥാൻ താലിബാനു പിന്തുണ നല്കുന്ന രാഷ്ട്രമായിത്തന്നെ നിലകൊണ്ടു. അത് പാകിസ്ഥാനുള്ളിൽ വളരാൻ സാദ്ധ്യതയുള്ള ഉപദേശീയവാദത്തെ ചെറുക്കാനുള്ള വഴികൂടി ആയിരുന്നു. എന്നാൽ താലിബാന് അനുകൂലമായി ചൈന, റഷ്യ, പാകിസ്ഥാൻ, താജ്ക്കിസ്ഥാൻ കൂട്ടുകെട്ട് വികസിച്ചത് അഫ്ഗാനിസ്ഥാന് ഭീഷണിയായിമാറി. നാറ്റോയുടെയും സഖ്യകക്ഷികളുടെയും നിക്ഷേപം അഫ്ഗാനിസ്ഥാനിൽ കുറഞ്ഞുതുടങ്ങുകയും ചൈനീസ് നിക്ഷേപം വിവിധമേഖലകളിൽ വർദ്ധിക്കുകയും ചെയ്തതും ഈ കാലഘട്ടത്തിന്റെ സവിശേഷതയാണ്.

പ്രകൃത്യാലുള്ള അതിർത്തികളില്ലാത്ത ഈ രാഷ്ട്രം ഇന്ത്യയെയും പാശ്ചാത്യ ലോകത്തെയും തമ്മിൽ ബന്ധിപ്പിക്കുന്ന വഴിത്താരയായിരുന്നു. ഈ യാത്രാപഥം അധീനതയിലായാൽ ലോകവാണിജ്യത്തിന്റെ കുത്തക തങ്ങളിലാകുമെന്ന് ഒരു വേള പാശ്ചാത്യരാഷ്ട്രങ്ങൾ മോഹിച്ചു പോയിട്ടുണ്ട്. മഹാനായ അലക്സാണ്ടറിനും, രണവീരനായ നെപ്പോളിയനും ആ മോഹം സാക്ഷാൽക്കരിക്കാനായില്ല.

അമേരിക്കയ്ക്ക് സൈനികപരവും വ്യാവസായികവുമായ താല്പര്യങ്ങൾ അഫ്ഗാനിസ്ഥാനിലുണ്ട്. സെൻട്രലേഷ്യൻ പൈപ്പ്ലൈൻ പദ്ധതികൾ പൂർത്തീകരിച്ചേ മതിയാകൂ. അഫ്ഗാനിസ്ഥാന്റെ എണ്ണ ധാതു നിക്ഷേപങ്ങൾ കവർന്നെടുത്തേ മതിയാകൂ. ദക്ഷിണേഷ്യയിൽ മുതൽ മുടക്കില്ലാതെ ഇന്ത്യൻ രക്തംകുടിച്ച് കൊഴുക്കാനാവുമോ എന്നാണ് അമേരിക്ക ഇപ്പോൾ ആലോചിക്കുന്നത്. അഫ്ഗാനിനുമേലുള്ള ഇന്ത്യൻ സൈനിക ഇടപെടൽ പാകിസ്ഥാനും ചൈനയും വച്ചുപൊറുപ്പിക്കില്ല. ദുരന്ദ് ലൈൻ പണ്ടുതന്നെ പാകിസ്ഥാനും അഫ്ഗാനിസ്ഥാനും സ്വീകാര്യമല്ല. പാഷ്ടൂൺ ഗോത്രം ഈ മേഖലയിൽ വിഭജിതമാണ്. പാഷ്തൂണുകളാണ് ഇന്നത്തെ താലിബാൻ സേനയുടെ നട്ടെല്ല്. പാഷ്തൂണുകൾക്കെതിരെ ഇന്ത്യ നടത്തുന്ന അതിക്രമം പാകിസ്ഥാന്റെ രക്തത്തിനെതിരെ നടത്തുന്ന അക്രമമാണ്. ചൈന ഇന്ത്യയിലേക്ക് നുഴഞ്ഞുകയറാൻ വഴി തെളിക്കുമ്പോൾ മറുവശത്തേക്കുള്ള സൈനിക നീക്കം ചൈനയ്ക്കും സ്വീകാര്യമാകില്ല.

ഇന്ത്യയും ചൈനയും തമ്മിലുള്ളത് സൗഹൃദത്തിന്റെയും സംഘർഷത്തിന്റെയും ബന്ധങ്ങളാണ്. അതിർത്തികൾ എന്നും സംഘർഷഭരി

തമാണ്. 1945 ലാണ് റിപ്പബ്ലിക്ക് ഓഫ് ചൈന (ROC) ഐക്യരാഷ്ട്ര സംഘടനയുടെ സ്ഥാപനാംഗവും സെക്യൂരിറ്റി കൗൺസിലിലെ സ്ഥിരാംഗവും ആകുന്നതെങ്കിലും ആ സ്ഥാനത്തേക്കു പ്രവേശിക്കുന്നതിന് പീപ്പിൾസ് റിപ്പബ്ലിക്ക് ഓഫ് ചൈനയ്ക്ക് (PRC) കഴിയുന്നത് 1971 ൽ മാത്രമാണ്. ചൈനയുടെ ആഗോള രാഷ്ട്രീയ പ്രവേശനത്തിന് ഇന്ത്യയുടെ പിന്തുണയും സഹായവും ഉണ്ടായിരുന്നുവെന്നത് മറ്റൊരു വസ്തുത. എന്നാൽ ചൈനയ്ക്ക് അതിന്റേതായ ആഗോള രാഷ്ട്രീയ താല്പര്യങ്ങളും സാമ്രാജ്യത്ത വ്യാപനത്വരയും പ്രകടമായി തുടക്കംമുതലേ ഉണ്ടായിരുന്നു.

തെക്കൻ ഏഷ്യയിലെ നിർണ്ണായക ശക്തിയായ ഇന്ത്യയും അയൽ രാജ്യങ്ങൾക്കുമേൽ പ്രകടമായ നിക്ഷിപ്ത താല്പര്യങ്ങളോടെയാണ് നിലകൊള്ളുന്നത്. ഒരു നിർണ്ണായക ആഗോള സാമ്പത്തിക ശക്തി എന്ന നിലയിൽ ചൈനയെ ചെറുതായി കാണുവാൻ പാശ്ചാത്യ ലോകത്തിനും കഴിയില്ല. ചൈനീസ് സാമ്പത്തിക വിദഗ്ദ്ധരുടെ വിശദീകരണം ലോകത്തെ മൂന്നാമത്തെ സാമ്പത്തികശക്തിയാണ് ചൈന എന്നതാണ്. യു എസ് ഒന്നും യുണൈറ്റഡ് യൂറോപ്പ് രണ്ടും സ്ഥാനങ്ങളിൽ പ്രതിഷ്ഠിക്കപ്പെടുന്നു. അമേരിക്കൻ ആഭ്യന്തരവിപണി തന്നെ ചൈനീസ് ഉല്പന്നങ്ങളുടെ കുത്തൊഴുക്കിൽ ചകിതമാണ്. ചൈനയുടെ ഏഷ്യൻ താല്പര്യങ്ങൾ സൈനികവും വാണിജ്യപരവുമാണ്. ഒരു സാമ്പത്തികശക്തി എന്നുള്ള നിലയിലോ സൈനിക ശക്തി എന്ന നിലയിലോ ഇന്ത്യ വികസിക്കുന്നത് ചൈനയുടെ താല്പര്യങ്ങൾക്ക് ഹാനികരമാണ്. അതുകൊണ്ടു തന്നെ അതിർത്തികളെ സംഘർഷഭരിതമാക്കിക്കൊണ്ടാണ് ചൈന എക്കാലവും ഇടപെടുന്നത്. മുമ്പുതന്നെ അഫ്ഗാൻ വിമതസേനകൾക്ക് ആയുധം നല്കി പഴക്കംവന്ന ചൈന അധികം കാത്തിരിക്കില്ല, താലിബാനെ ശാക്തീകരിക്കാൻ. ട്രംപിലെ കൗശലക്കാരൻ ചിന്തിക്കുന്നത് ദക്ഷിണേഷ്യയെ ഒരു യുദ്ധത്തിലേക്ക് തുറന്നുവിടാം എന്നുതന്നെയാണ്. അതിലൂടെ മികച്ച ആയുധക്കച്ചവടം ഉറപ്പാക്കാം. വിശേഷിച്ചും മോദി ഭരണകൂടത്തിന്റെ ഇച്ഛകൾ അമേരിക്കൻ ഭരണകൂടത്തിന് നന്നായി അറിയാം.

അഫ്ഗാനിസ്ഥാനിലേക്കുള്ള ഇന്ത്യൻ സൈന്യത്തിന്റെ ഏതു നീക്കവും ഇന്ത്യയിൽത്തന്നെ കൂടുതൽ ടെററിസ്റ്റ് അക്രമങ്ങൾക്ക് വഴി തുറക്കുമെന്ന കാര്യത്തിൽ തർക്കമില്ല. ഇസ്ലാമിക ജിഹാദികൾക്ക് ഇന്ത്യയിലേക്ക് പ്രവേശിക്കാനുള്ള വാതിലുകൾ എന്നും തുറന്നുതന്നെയാണ് കിടക്കുന്നത്. അഫ്ഗാനോടുള്ള ഇന്ത്യയുടെ ഉദാരവും സൗഹൃദപരവുമായ സമീപനങ്ങൾതന്നെയാണ് ഇന്ത്യയിൽ സമാധാനം സ്ഥാപിച്ചിട്ടുള്ളത്.

അഫ്ഗാനിസ്ഥാന്റെ ചരിത്രവും സംസ്കാരവും ഇന്ത്യയുടെ ഭൂതകാല ചരിത്രവുമായി അഭേദ്യമായി ബന്ധപ്പെട്ടിരിക്കുന്നു. സിന്ധുനദീതടത്തിൽ വികസിച്ച് കിഴക്കും പടിഞ്ഞാറുമായി പടർന്ന സംസ്കാരത്തിന്റെ നേരവകാശികളാണ് ഇന്ത്യൻ ജനതയും അഫ്ഗാനികളും.

അമേരിക്കയുടെ അഫ്ഗാനിലെ ഭീകരവിരുദ്ധ വേട്ടയുടെ ബാക്കിപത്രം എന്താണെന്ന അന്വേഷണം സവിശേഷ പ്രാധാന്യമർഹിക്കുന്നു.

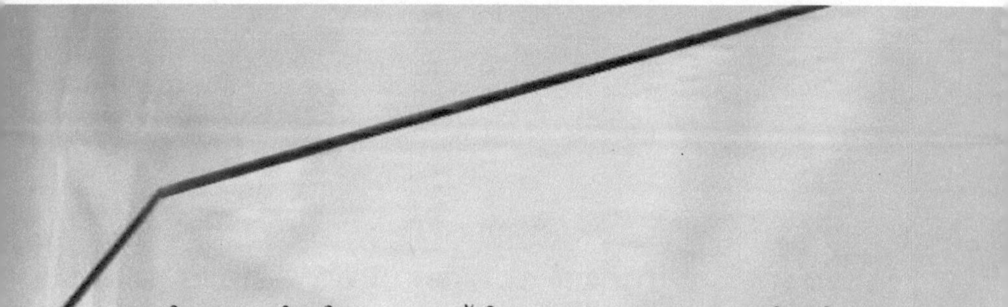

3.7 കോടി അഭയാർത്ഥികളെ സൃഷ്ടിക്കുകയും, എട്ടുലക്ഷത്തിലധികം ആളുകളുടെ ജീവനപഹരിക്കുകയും ചെയ്ത യുദ്ധമായിരുന്നു സെപ്തം ബർ പതിനൊന്നിനുശേഷം അമേരിക്ക ലോകമാകെ നടത്തിയ ഭീകരവി രുദ്ധ വേട്ട. പ്രതിദിനം മുപ്പത് ലക്ഷം അമേരിക്കൻ ഡോളറാണ് അഫ്ഗാ നിലെ യുദ്ധത്തിൽ ചെലവഴിച്ചുകൊണ്ടിരുന്നതെന്ന് ചില കണക്കുകൾ സൂചിപ്പിക്കുമ്പോൾ ഇരുപതുവർഷംകൊണ്ട് 6.4 ട്രില്യൺ യു.എസ് ഡോളറാണ് ഭീകരവിരുദ്ധ യുദ്ധാവശ്യങ്ങൾക്കായി അമേരിക്ക ചെലവ ഴിച്ചത് എന്ന് വാട്സൺ ഇൻസ്റ്റിറ്റ്യൂട്ട് വെളിപ്പെടുത്തുകയുണ്ടായി. ഇതിൽ 2.4 ട്രില്യൺ അഫ്ഗാനിൽ മാത്രമാണ് ചെലവഴിച്ചത്. ശരാശരി ഒരു അഫ്ഗാനിസ്ഥാൻ പൗരനുവേണ്ടി അമ്പതിനായിരം യു എസ് ഡോളർ എന്ന് പത്രമാധ്യമങ്ങൾ വെളിപ്പെടുത്തുന്നു. ഇത്രയും ഭീമമായ സാമ്പ ത്തിക ബാദ്ധ്യതയുമായി അമേരിക്കയ്ക്ക് രാഷ്ട്രീയ താല്പര്യങ്ങളെ മാത്രം മുൻനിർത്തി മുന്നേറാനാവുകയില്ല. ഇത്തരമൊരു പശ്ചാത്തല ത്തിൽ അമേരിക്ക അഫ്ഗാനിസ്ഥാനെ കൈയൊഴിയാൻ തന്നെ തീരുമാ നിച്ചു. ഇതിനുള്ള ചർച്ചകൾ 2018 ൽ തന്നെ ആരംഭിച്ചു. യുണൈറ്റഡ് നേഷൻസിന്റെ നേതൃത്വത്തിൽ 2020 സെപ്തംബറിൽ ദോഹയിൽ ആരം ഭിച്ച ചർച്ചകൾ പ്രധാനമായും അമേരിക്കയും താലിബാനും തമ്മിലുള്ള സമാധാനകരാറിന്റേതായിരുന്നു. അഫ്ഗാനിസ്ഥാന്റെ വിധിയെന്തായാലും അത് അമേരിക്കയേയോ അമേരിക്കൻ പൗരന്മാരെയോ ബാധിക്കാത്ത കാലത്തോളം വിട്ടുനില്ക്കാനുള്ള അമേരിക്കയുടെ താല്പര്യമാണ് അഫ്ഗാനിസ്ഥാനെ വീണ്ടും താലിബാന്റെ കൈകളിലെത്തിക്കുന്നത്. തീവ്ര മതദേശീയത രാഷ്ട്രങ്ങളുടെ സാമ്പത്തിക താല്പര്യങ്ങൾക്ക് വിരു ദ്ധമാകാത്ത കാലത്തോളം അതുമായി ഐക്യപ്പെടുന്നതിന് മുതലാളിത്ത താല്പര്യമുള്ള രാഷ്ട്രങ്ങൾ തയ്യാറാണെന്ന് വ്യക്തമാക്കുന്നതാണ് കഴിഞ്ഞ ഏതാനും നാളുകളിലെ രാഷ്ട്രീയ മാറ്റങ്ങൾ. 2021 ആഗസ്ത് അവസാനത്തോടെ അമേരിക്കൻ സൈന്യം പൂർണ്ണമായും അഫ്ഗാനി സ്ഥാനിൽനിന്നും പിന്മാറുന്നതോടെ അഫ്ഗാനിൽ വീണ്ടും ഗോത്ര കലാ പങ്ങളുടെ നാളുകൾ പിറക്കുകയാണ്. ഒരു പരാജിത രാഷ്ട്രം, മാനവീ കതയെ തച്ചുടയ്ക്കുമ്പോൾ ആ ശവപറമ്പിൽനിന്നും ബില്യൺ ഡോള റുകൾ കൊയ്തെടുക്കാം എന്നുകരുതുന്ന രാഷ്ട്രങ്ങൾ താലിബാനെ പിന്തുണച്ചു കഴിഞ്ഞിരിക്കുന്നു. അഫ്ഗാനിസ്ഥാന്റെ വരുംനാളുകൾ പ്രതീക്ഷാ നിർഭരമല്ല. വീണ്ടും താലിബാൻ എന്ന മതരാഷ്ട്രം അതിന്റെ വാഴ്ച ആരംഭിച്ചിരിക്കുന്നു. മനുഷ്യാവകാശങ്ങളുടെ മരുപ്പറമ്പായി അഫ്ഗാനിസ്ഥാൻ വീണ്ടും മാറുമോ. കാലം പറ യട്ടെ.

എയർക്രാഫ്റ്റിൽ പലായനം ചെയ്യുന്ന അഫ്ഗാൻ ജനത (2021 ൽ താലിബാൻ അധികാരത്തിലെത്തിയതിനുശേഷമുള്ള ദൃശ്യം)

അനുബന്ധം 1

അഫ്ഗാനിസ്ഥാൻ സ്ഥിതിവിവര കണക്കുകൾ

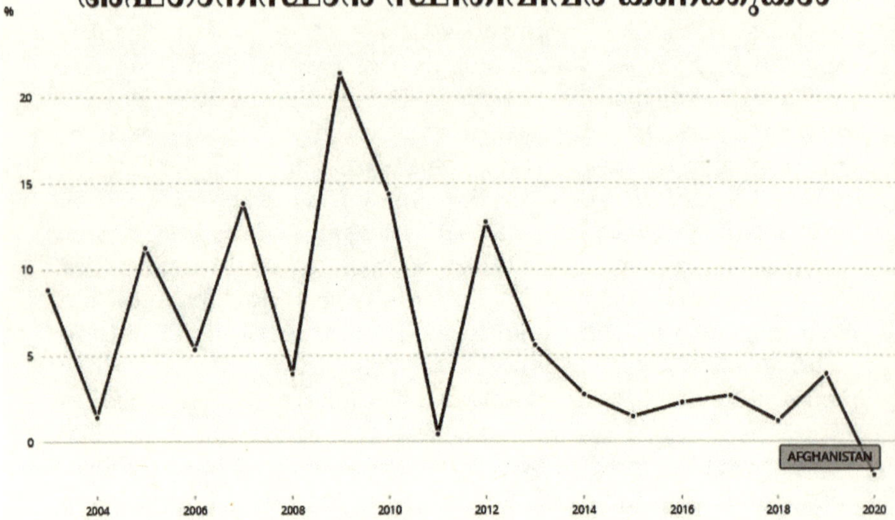

വിദേശ ധനസഹായങ്ങൾ കുറഞ്ഞതോടെ താഴേക്ക് കൂപ്പുകുത്തുന്ന
അഫ്ഗാനിലെ പ്രതിശീർഷവരുമാനം

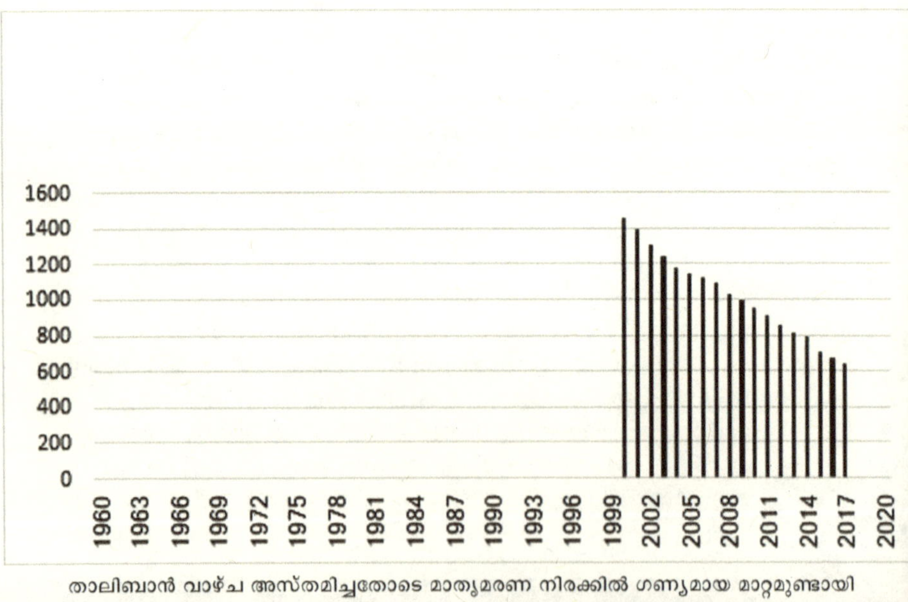

താലിബാൻ വാഴ്ച അസ്തമിച്ചതോടെ മാതൃമരണ നിരക്കിൽ ഗണ്യമായ മാറ്റമുണ്ടായി

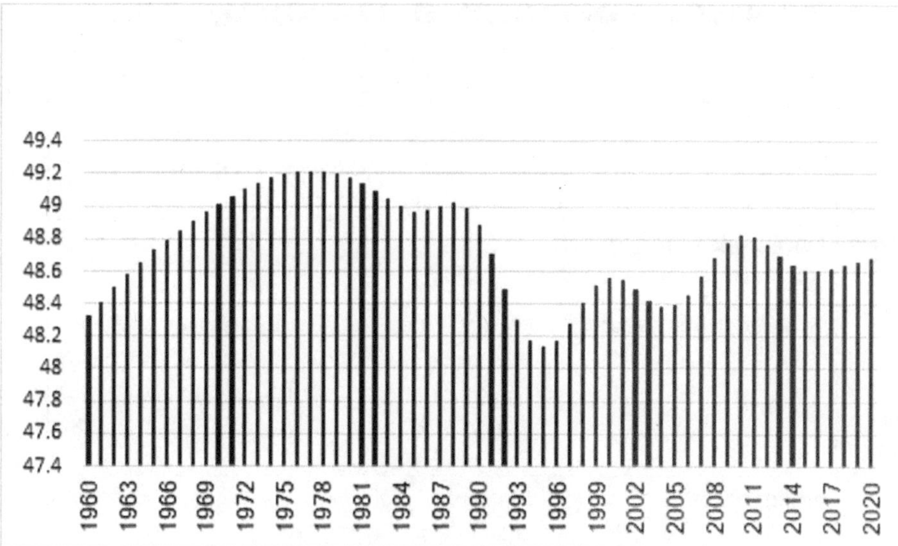

തീവ്ര ഇസ്ലാമിക ഭരണകാലം സ്ത്രീകളുടെ ജനസംഖ്യയിൽ ഗണ്യമായ വ്യത്യാസങ്ങൾ സൃഷ്ടിക്കുന്നത് കാണാം

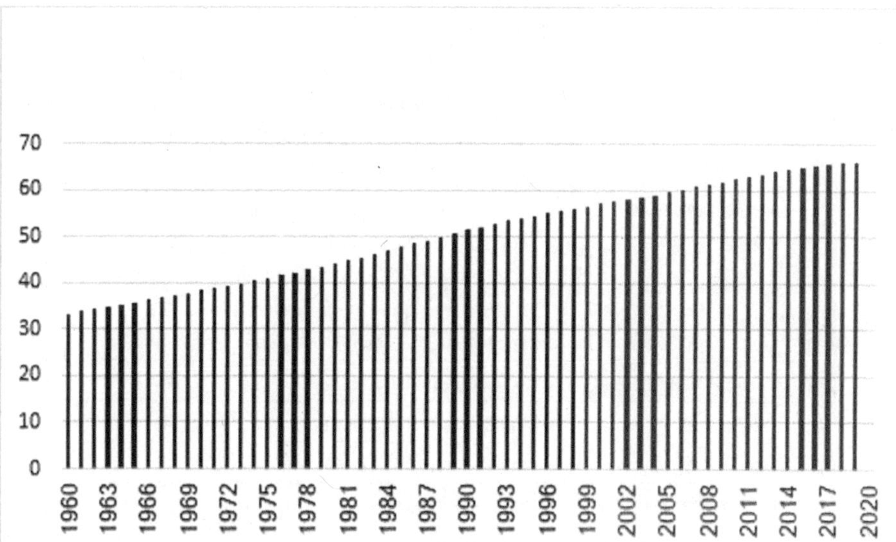

സ്ത്രീകളുടെ ആയുർദൈർഘ്യത്തിൽ വലിയ മാറ്റങ്ങൾ കൊണ്ടുവരുന്നതിന് കഴിഞ്ഞിട്ടുണ്ട്

അഫ്ഗാനിസ്ഥാൻ പൊതുവിവരങ്ങൾ

അതിരുകൾ	:	ചൈന 91 കി മി, ഇറാൻ 921 കി മി, പാക്കിസ്ഥാൻ 2670 കി മി, താജ്ക്കിസ്ഥാൻ 1357 കി മി, തുർക്ക്മെനിസ്ഥാൻ 804 കി മി, ഉസ്ബക്കിസ്ഥാൻ 144 കി മി
ഭൂനിരപ്പിൽനിന്നുള്ള ശരാശരി ഉയരം	:	1884 മീറ്റർ
പ്രകൃതി വിഭവങ്ങൾ	:	പ്രകൃതിവാതകം, പെട്രോളിയം, കൽക്കരി, ചെമ്പ്, ക്രോമൈറ്റ്, ടാൽക്, ബാരിറ്റുകൾ, സൾഫർ, ലെഡ്, സിങ്ക്, ഇരുമ്പയിര്, ഉപ്പ്, വിലയേറിയതും അർദ്ധവിലയേറിയതുമായ കല്ലുകൾ, യോഗ്യമായ ഭൂമി
ഭൂവിനിയോഗം	:	കാർഷിക ഭൂമി: 58%, തരിശുഭൂമി: 10%, വന ഭൂമി: 2% ,മറ്റ് ഇനം: 40%
പ്രധാന നദികൾ	:	സിന്ധു, അമുദാരിയ, താരിം, ഹെൽമന്ദ്
തടാകങ്ങൾ	:	ഷെവ തടാകം, ദഷ്തി നവാർ, അബി ഇസ്താദ, ഹമുനി സബേരി, ഹമുനി ഹിൽമാണ്ട്, ഗൗഡി സിറെഹ്, അബി ഇസ്താദ
ഗോത്രവിഭാഗങ്ങൾ	:	പഷ്ടൂൺ, താജ്ക്, ഹസാര, ഉസ്ബെക്ക്, ബലൂച്, തുർക്മെൻ, നൂറിസ്ഥാനി, പാമിരി, അറബ്, ഗുജർ, ബ്രഹുയി, ക്വിസിൽബാഷ്, ഐമാഖ്, പാഷായി, കിർഗിസ്
ഭാഷാവിഭാഗങ്ങൾ	:	ദാരി (ഔദ്യോഗികഭാഷ) 78%, പഷ്ടു (ഔദ്യോഗിക ഭാഷ) 50%, ഉസ്ബെക്ക് 10%, ഇംഗ്ലീഷ് 5%, തുർക്മെൻ 2%, ഉറുദു 2%, പാഷായി 1%, നൂറിസ്ഥാനി 1%, അറബി 1%, ബലൂചി 1%, മറ്റുഭാഷകൾ 1%താഴെ.
ജനസംഖ്യാവളർച്ച	:	2.34 ശതമാനം
ജനനനിരക്ക്	:	ആയിരത്തിന് 36.08
മരണനിരക്ക്	:	ആയിരത്തിന് 12.57
നഗര ജനസംഖ്യ	:	26.3 ശതമാനം
നഗരവൽക്കരണം	:	3.34 ശതമാനം (വാർഷികവളർച്ച)
മാതൃമരണനിരക്ക്	:	ആയിരത്തിന് 638.

ശിശുമരണനിരക്ക്	:	ആയിരത്തിന് 106.75
തൊഴിലില്ലായ്മ	:	23.9 ശതമാനം
ദാരിദ്ര്യരേഖയ്ക്ക് താഴെയുള്ള ജനസംഖ്യ	:	54.5%
പ്രധാന പാരിസ്ഥിതിക പ്രശ്നങ്ങൾ	:	ശുദ്ധജല ദൗർലഭ്യം, വനനശീകരണം, ജല വായു മലിനീകരണം, മരുവൽക്കരണം.
വരുമാന മാർഗങ്ങൾ	:	കൃഷി 23 ശതമാനം, വ്യവസായം 21.1 ശതമാനം, സേവനമേഖല 55.9 ശതമാനം
പ്രധാന വ്യവസായങ്ങൾ	:	ഇഷ്ടിക, തുണിത്തരങ്ങൾ, സോപ്പ്, ഫർണിച്ചറുകൾ, ഷൂസ്, വളം, വസ്ത്രം, ഭക്ഷ്യ ഉൽപ്പന്നങ്ങൾ, മദ്യേതര പാനീയങ്ങൾ, മിനറൽ വാട്ടർ, സിമന്റ്, പരവതാനികൾ, പ്രകൃതി വാതകം, കൽക്കരി, ചെമ്പ് എന്നിവയുടെ ഉൽപാദനം.
കയറ്റുമതി	:	1.48 ബില്യൺ ഡോളർ
കയറ്റുമതി പങ്കാളികൾ	:	യുണൈറ്റഡ് അറബ് എമിറേറ്റ്സ് 45%, പാകിസ്ഥാൻ 24%, ഇന്ത്യ 22%, ചൈന 1%
കയറ്റുമതി ചരക്കുകൾ	:	സ്വർണ്ണം, മുന്തിരി, കറുപ്പ്, പഴങ്ങൾ, പരിപ്പുകൾ, പ്രാണി റെസിൻസ്, പരുത്തി, കൈകൊണ്ട് നെയ്ത പരവതാനികൾ, സോപ്പ് സ്റ്റോൺ, സ്ക്രാപ്പ് മെറ്റൽ.
ഇറക്കുമതി	:	6.98 ബില്യൺ ഡോളർ
ഇറക്കുമതി പങ്കാളികൾ	:	യുണൈറ്റഡ് അറബ് എമിറേറ്റ്സ് 23%, പാകിസ്ഥാൻ 17%, ഇന്ത്യ 13%, ചൈന 9%, യുണൈറ്റഡ് സ്റ്റേറ്റ്സ് 9%, ഉസ്ബെക്കിസ്ഥാൻ 7%, കസാക്കിസ്ഥാൻ 6%.
ഇറക്കുമതി ചരക്കുകൾ	:	ഗോതമ്പ് മാവുകൾ, പ്രക്ഷേപണ ഉപകരണങ്ങൾ, ശുദ്ധീകരിച്ച പെട്രോളിയം, ഉരുട്ടിയ പുകയില, വിമാന ഭാഗങ്ങൾ, സിന്തറ്റിക് തുണിത്തരങ്ങൾ
വിദേശക്കടം	:	284 മില്യൺ
ഇന്റർനെറ്റ് ഉപഭോക്താക്കൾ	:	4,717,013 (ജനസംഖ്യയുടെ 13.5%)

ചരിത്രവഴികളിലൂടെ

ബി.സി.

11000	ഇന്നത്തെ അഫ്ഗാൻ ഭൂപ്രദേശത്ത് ജനങ്ങൾ സ്ഥിരവാസം ആരംഭിച്ചുതുടങ്ങിയതായി കണക്കാക്കുന്നു.
4000	സിന്ധുനദീതട സംസ്കാരവുമായി ബന്ധപ്പെട്ട ഒരു ജന സമൂഹം നിലകൊണ്ടതായി കണക്കാക്കുന്നു.
2000	ഇന്തോ ഇറാനിയൻ ഗോത്രങ്ങളുടെ കടന്നുവരവ്.
600	ബാക്ട്രിയൻ ഭരണകൂടം അഫ്ഗാനിസ്ഥാനിൽ ആധി പത്യം സ്ഥാപിക്കുന്നു. സൊരാഷ്ട്രമതം അഫ്ഗാനിസ്ഥാ നിലേക്ക് കടന്നുവരുന്നു.
331	അലക്സാണ്ടർ ചക്രവർത്തി ബാക്ട്രിയ കീഴടക്കുന്നു. തുടർന്ന് ഗ്രീക്ക് സംസ്കാരം കടന്നുവരുന്നു. നൂറിസ്ഥാനി കൾ ഈ കടന്നുകയറ്റത്തിന്റെ പരിണിത ഫലമാണ്.
250	ഗ്രീക്കുകാരുടെ ആധിപത്യത്തിൽനിന്നും അഫ്ഗാനി സ്ഥാൻ സ്വതന്ത്രമായി.
125	സ്കിതിയൻ കുഷാൻ അതിക്രമങ്ങൾ. ബുദ്ധമതം ബി. സി. രണ്ടാം ശതകത്തിൽ ഗ്രീസിലേക്കു വ്യാപിച്ചു. ചൈന യിൽനിന്നും അഫ്ഗാനിലേക്ക് കുടിയേറ്റങ്ങൾ ആരംഭിച്ചു.

എ.ഡി.

100	പാർത്ഥ്യരും ശാകന്മാരും കുഷാനന്മാരെ ആക്രമിക്കുന്നു.
224	കുഷാൻ സാമ്രാജ്യം നാമാവശേഷമായി. പേർഷ്യൻ അധി കാരം അഫ്ഗാനിസ്ഥാനുമേൽ സ്ഥാപിതമായി. ഇന്ത്യയിൽ ഗുപ്തഭരണം ശക്തമായി. ബുദ്ധമതം തകർച്ചയിലേക്കു

നീങ്ങി. സൊരാഷ്ട്രമതവും ഹിന്ദുമതവും ബുദ്ധമതത്തിനെതിരെ നീങ്ങി.

300 മാനിക്കേയൻ മതം (ഒരു ക്രൈസ്തവ മതവിശ്വാസം) അഫ്ഗാനിലേക്കു കടന്നുവരുന്നു.

500 ഹൂണന്മാർ അഫ്ഗാനിസ്ഥാനിലേക്കു കടക്കുന്നു.

565 ഹൂണന്മാർ തോല്പിക്കപ്പെടുന്നു. പേർഷ്യൻ അതിക്രമങ്ങളും തുടർന്ന് പേർഷ്യൻ ഭരണാധികാരവും അഫ്ഗാനിൽ സ്ഥാപിക്കപ്പെടുന്നു.

632 മുഹമ്മദ് നബിയുടെ അറേബ്യയിൽനിന്നും പടയോട്ടങ്ങൾ ആരംഭിച്ച് സ്പെയിൻമുതൽ അഫ്ഗാനിസ്ഥാൻ വരെയുള്ള പ്രദേശങ്ങൾ കീഴടക്കുന്നു.

700 ഇറാഖിലെയും ഇറാനിലെയും ജനങ്ങൾ പൂർണ്ണമായി ഇസ്ലാം മതത്തിലേക്ക് പരിവർത്തനം ചെയ്യപ്പെട്ടു. സൊരാഷ്ട്രീയർ ഇന്ത്യയിലേക്ക് പലായനം ചെയ്യുന്നു. ഗണേശപൂജ അഫ്ഗാനിസ്ഥാനിൽ ആരംഭിക്കുന്നു.

750 കലകളും വാസ്തുശില്പശൈലികളും പ്രോത്സാഹിപ്പിക്കപ്പെടുന്നു.

806 ഹാറൂൺ അൽ റഷീദിലൂടെ ഇസ്ലാമിക നവോത്ഥാനം കരുത്താർജ്ജിക്കുന്നു.

960 മദ്ധ്യേഷ്യയിൽനിന്നുള്ള നാടോടി അക്രമങ്ങൾ.

988 മുഹമ്മദ് ഗസ്നി ഭരണകൂടത്തിന്റെ അധികാരത്തിലേക്ക് അഫ്ഗാനിസ്ഥാൻ വരുന്നു. ഗസ്നി ഇന്ത്യയിലേക്ക് പടയോട്ടങ്ങൾ ആരംഭിക്കുന്നു.

1030 സെൽജുക് അക്രമങ്ങൾ.

1186 ഗോറുകൾ അഫ്ഗാനിസ്ഥാനിൽ അധികാരം ഉറപ്പിക്കുന്നു.

1200 മംഗോൾ അക്രമങ്ങൾ.

1207–73 പതിമൂന്നാം ശതകത്തിലെ അഫ്ഗാനിസ്ഥാൻ സംഭാവന ചെയ്ത പേർഷ്യൻ കവിയാണ് ജലാലുദീൻ റൂമി. സൂഫി മിസ്റ്റിക് കവികളിൽ അഗ്രഗണ്യനാണ് റൂമി.

1258 500 വർഷം പഴക്കമുള്ള ബാഗ്ദാദിലെ അബ്ബാസിയ ഭരണത്തിന് അവസാനം കുറിക്കുന്നു.

1336 തൈമൂർ രാജവംശം അഫ്ഗാനിസ്ഥാനിൽ അധികാരത്തിലേറുന്നു.

1504 മുഗളന്മാർ അഫ്ഗാനിസ്ഥാൻ ആക്രമിച്ച് കീഴടക്കി ഭരണം ആരംഭിക്കുന്നു.

1582 അക്ബർ തന്റെ മതമായ ദീൻ–ഇലാഹി സ്ഥാപിച്ചു.

1600 മുഗൾ ഭരണത്തിനെതിരെ ദേശീയ പ്രക്ഷോഭം ആരംഭി

ക്കുന്നു. ഖുശാൽ ഖാൻ ഖട്ടക് ഈ കാലഘട്ടത്തിലെ ദേശീയ പോരാളിയായിരുന്നു.

1747 ദുരാണികളുടെ നേതൃത്വത്തിൽ ദേശീയ ഭരണകൂടം സ്ഥാപിതമാകുന്നു.

1800 ബ്രിട്ടണും റഷ്യയും അഫ്ഗാനിസ്ഥാനിൽ അധികാരത്തിന് ശ്രമിക്കുന്നു.

1839 ഒന്നാം ആംഗ്ലോ-അഫ്ഗാൻ യുദ്ധത്തെ തുടർന്ന് ബ്രിട്ടൺ അഫ്ഗാനിൽ താവളമുറപ്പിക്കുന്നു.

1878 രണ്ടാം ആംഗ്ലോ-അഫ്ഗാൻ യുദ്ധം

1881 ബ്രിട്ടീഷുകാർ കൊളോണിയൽ അധികാരത്തിനു കീഴിലേക്ക് അഫ്ഗാനിസ്ഥാനെ കൊണ്ടുവന്നു.

1893 അഫ്ഗാനിസ്ഥാനെ ബ്രിട്ടീഷ് ഇന്ത്യയിൽനിന്നും വേർതിരിച്ചുകൊണ്ട് ദുരന്ദ്ലൈൻ അടിസ്ഥാനമാക്കി അതിർത്തി നിർണ്ണയിക്കുന്നു.

1901 അബ്ദുൾ റഹ്മാൻ ഖാൻ മരണമടഞ്ഞതിനെ തുടർന്ന് ഹബീബുള്ള അധികാരമേറ്റു.

ബ്രിട്ടണും അഫ്ഗാനിസ്ഥാനും തമ്മിൽ ഉടമ്പടി ഒപ്പുവച്ചുകൊണ്ട് ആധുനികവല്ക്കരണം ആരംഭിക്കുന്നു.

1919 മൂന്നാമത്തെയും അവസാനത്തെയും ആംഗ്ലോ-അഫ്ഗാൻ യുദ്ധം നടക്കുകയും ബ്രിട്ടണിൽനിന്നും അഫ്ഗാനിസ്ഥാൻ സ്വതന്ത്രമാകുകയും ചെയ്തു.

1922–1923 അമാനുള്ള ഖാന്റെ നേതൃത്വത്തിൽ അഫ്ഗാനിസ്ഥാനിൽ മതേതര ഭരണഘടന ആവിഷ്കരിക്കുന്നു.

1929 അമാനുള്ളയ്ക്കെതിരെ യാഥാസ്ഥിതിക മതനേതൃത്വത്തിന്റെ പ്രതിനിധിയായി ഹബീബുള്ള കലകാനി നേതൃത്വത്തിലെത്തുന്നു.

1934 അഫ്ഗാനിസ്ഥാൻ ലീഗ് ഓഫ് നേഷൻസിൽ അംഗമായി.

1936 അഫ്ഗാനിസ്ഥാനും സോവിയറ്റ് യൂണിയനും തമ്മിൽ വാണിജ്യ ഉടമ്പടി ഒപ്പുവച്ചു.

1938 ദി അഫ്ഗാൻ ബാങ്ക് നിലവിൽവന്നു.

1946 അഫ്ഗാൻ അമേരിക്കൻ ബന്ധങ്ങൾ രൂപപ്പെടുത്താനുള്ള ശ്രമങ്ങൾക്ക് തുടക്കംകുറിക്കുന്നു.

1947 എവൈക്കൻഡ് യൂത്ത് മൂവ്മെന്റ് രൂപംകൊള്ളുന്നു.

1953 ദാവൂദ് ഖാൻ രാജഭരണത്തിനു കീഴിൽ തന്നെ പ്രധാനമന്ത്രിയായി.

1963 അഫ്ഗാനിസ്ഥാനിൽ കോൺസ്റ്റിറ്റ്യൂഷണൽ മൊണാർക്കി നിലവിൽവന്നു.

1965 ജമാഅത്ത് ഇ ഇസ്ലാം രൂപംകൊണ്ടു.

1973 ദാവൂദ് ഖാൻ അഫ്ഗാനിസ്ഥാന്റെ സമ്പൂർണ്ണ അധികാരം പിടിച്ചെടുത്തു.

1978 ഇടതുപക്ഷ അനുകൂല ആശയങ്ങളുള്ള പി ഡി പി എയുടെ നേതൃത്വത്തിൽ ഏപ്രിൽ വിപ്ലവം/സൗർ വിപ്ലവം നടന്നു.

1979 ഒക്ടോബർ 8 ന് തറാഖി കൊല്ലപ്പെടുകയും അമീൻ അധികാരത്തിൽ എത്തുകയും ചെയ്തു.

സോവിയറ്റ് അഫ്ഗാൻ ഉടമ്പടിയുടെ അടിസ്ഥാനത്തിൽ 1979 ഡിസംബർ 24 ന് സോവിയറ്റ് സൈന്യം അഫ്ഗാനിസ്ഥാനിൽ പ്രവേശിച്ചു.

1986 സോവിയറ്റ് യൂണിയൻ സൈനിക പിന്മാറ്റത്തിന് തുടക്കം കുറിച്ചു.

1988 പാകിസ്ഥാൻ, അഫ്ഗാനിസ്ഥാൻ, സോവിയറ്റ് യൂണിയൻ, യുണൈറ്റഡ് സ്റ്റേറ്റ്സ് സംയുക്ത സമാധാനക്കരാർ നിലവിൽവന്നു.

1989 ഏപ്രിൽ 14 ന് സോവിയറ്റ് സൈന്യം പൂർണ്ണമായും അഫ്ഗാനിൽ നിന്ന് പിൻവാങ്ങി.

1990 അമേരിക്കൻ പിന്തുണയുള്ള മുജാഹിദിനുകൾ അധികാരത്തിലെത്തുന്നു.

1994 കണ്ടഹാർ താലിബാൻ പിടിച്ചടക്കി. വംശീയകലാപങ്ങൾ ആരംഭിച്ചു.

1996 താലിബാൻ കാബൂൾ പിടിച്ചടക്കുന്നു.

1996 സെപ്തംബർ 27 ന് നജീബുള്ള താലിബാനികളാൽ വധിക്കപ്പെട്ടു.

1998 വടക്കൻ അഫ്ഗാനിസ്ഥാൻ പിടിച്ചെടുത്തുകൊണ്ട് അഫ്ഗാനിസ്ഥാന്റെ 90 ശതമാനവും താലിബാന്റെ കീഴിലായി.

1999 താലിബാനെതിരെ അമേരിക്കയുടെ സാമ്പത്തിക ഉപരോധം.

2001 വേൾഡ് ട്രേഡ് സെന്ററിനെതിരെയുള്ള ഭീകരാക്രമണം. ഒക്ടോബറിൽ അമേരിക്കൻ സൈനിക അധിനിവേശം.

2002 കാബൂളിൽ താല്ക്കാലിക ഭരണകൂടം നിലവിൽവരുന്നു. അമേരിക്കൻ പിന്തുണയോടെ ഇസ്ലാമിക് റിപ്പബ്ലിക് ഓഫ് അഫ്ഗാനിസ്ഥാൻ നിലവിൽവരുന്നു.

2004 ഹമീദ് കർസായി പ്രസിഡന്റാവുന്നു.

2005 പാർലമെന്ററി സംവിധാനം നിലവിൽവരുന്നു.

2006 ഇംഗ്ലീഷ് വിദ്യാഭ്യാസം ആരംഭിക്കുന്നു.

2007 പ്രസിഡൻഷ്യൽ ഇലക്ഷനിലൂടെ അഷറഫ് ഘാനി അഹമ്മദ് സായി പ്രസിഡന്റാവുന്നു.

2010 അഫ്ഗാനിസ്ഥാനിലെ പൊതു സഭയിലേക്കുള്ള തിരഞ്ഞെടുപ്പ് നടന്നു.

2014 പ്രസിഡൻഷ്യൽ ഇലക്ഷനിലൂടെ അഷറഫ് ഘാനി അഹമ്മദ് സായി വീണ്ടും പ്രസിഡന്റാവുന്നു.

2020 താലിബാനും അമേരിക്കയും തമ്മിൽ സമാധാനചർച്ചകൾ ആരംഭിക്കുന്നു.

നവംബർ 17 ന് അമേരിക്ക പിന്മാറ്റം പ്രഖ്യാപിക്കുന്നു.

2021 സെപ്തംബർ 11 നു മുമ്പ് പിന്മാറ്റം പൂർത്തീകരിക്കുമെന്ന് അമേരിക്കൻ പ്രസിഡന്റ് ജോ ബൈഡൻ പ്രഖ്യാപിക്കുന്നു.

2021 ആഗസ്ത് 16 ന് അഷറഫ് ഘാനി അഫ്ഗാനിൽ നിന്നും പലായനം ചെയ്തു.

2021. സെപ്തംബർ താലിബാൻ വീണ്ടും അഫ്ഗാൻ പിടിച്ചടക്കുന്നു.

അറബിക് പദാവലി

അൽഖയ്ദ	–	പദത്തിന്റെ മൂല അർത്ഥം ഇടം. ബിൻലാദന്റെ അന്തർദ്ദേശീയ ഭീകര സംഘടന.
അയ്ത്തുള്ള	–	ദൈവത്തിന്റെ അടയാളം, ശിയ മതനേതാവിനെ ബഹുമാനപൂർവ്വം വിളിക്കുന്ന പദം.
ബശ്മാശ്ഛി	–	മുജാഹിദുകൾക്ക് മുമ്പുണ്ടായിരുന്ന കമ്യൂണിസ്റ്റ് വിരുദ്ധർ.
ബുർഖ	–	(burqa- ഉർദു പദം. chadri- പാഷ്ടൂൺ പദം.), സ്ത്രീകൾ ശരീരം മറയ്ക്കുന്ന കുപ്പായം.
അമീർ	–	മുസ്ലിം ഭരണാധികാരി, മുഹമ്മദിന്റെ പിന്തുടർച്ചക്കാർ.
ഫത് വ	–	പ്രസിദ്ധീകരിച്ച മതനിയമങ്ങൾ.
ജിഹാദ്	–	ആത്മീയപോരാട്ടം, അതിജീവനത്തിനുള്ള സമരം. മതയുദ്ധം.
ഖാൻ	–	മദ്ധ്യേഷ്യയിലെയും അഫ്ഗാനിസ്ഥാനിലെയും ഭരണകർത്താക്കൾ.
പാഷ്ടൂൺ	–	അഫ്ഗാനിസ്ഥാനിലെ ഏറ്റവും വലിയ ഗോത്ര വിഭാഗമായ പാഷ്ടൂണുകളുടെ ഭാഷ. ഭാഷാടിസ്ഥാനത്തിൽ ഇവരെ പാഷ്ടൂണുകൾ എന്നും വിളിക്കാറുണ്ട്.
ശിയ	–	മുഹമ്മദിന്റെ യഥാർത്ഥ അനന്തരാവകാശി അലിയാണെന്നു വിശ്വസിക്കുന്നവർ. അഫ്ഗാനിലെ താജിക്കുകളും ഹസാരകളും ഈ വിഭാഗത്തിൽ പെടുന്നു.

സുന്നി	–	യാഥാസ്ഥിതിക മുസ്ലിം വിഭാഗം. പിന്തുടർച്ചാവകാശിയെ തെരഞ്ഞെടുക്കുന്നു. മദ്ധ്യേഷ്യയിലെ നല്ലൊരുവിഭാഗം മുസ്ലിങ്ങളും സുന്നി വിഭാഗത്തിൽ പെടുന്നു.
ലോയ ജിർഗ	–	അഫ്ഗാനിസ്ഥാനിലെ മുതിർന്ന ആളുകൾ അടങ്ങിയ പൊതുസഭ. ആദ്യകാലങ്ങളിൽ ഗോത്ര തലവന്മാരാണ് ഈ സമിതിയിലെ അംഗങ്ങൾ.
ജിർഗ	–	അഫ്ഗാനിസ്ഥാനിലെ മുതിർന്ന പൗരന്മാരടങ്ങിയ ഭരണസമിതി. ഇതിലെ അംഗങ്ങളെ പ്രസിഡന്റ് നോമിനേറ്റ് ചെയ്യും.
മെശ്റാനൊ ജിർഗ	–	അഫ്ഗാനിസ്ഥാനിലെ അധോസഭ.
പാഷ്ടൂൺ		അഫ്ഗാനിസ്ഥാനിലെ പ്രബല ഗോത്രം.
പാഷ്ടൂണിസ്ഥാൻ	–	ബ്രിട്ടീഷ് ഇന്ത്യയുടെ വടക്കുപടിഞ്ഞാറൻ മേഖലകളും അഫ്ഗാനിസ്ഥാന്റെ തെക്കുകിഴക്കൻ മേഖലകളും ഉൾപ്പെടുന്ന പ്രദേശം.
മുജാഹിദീൻ	–	ഇസ്ലാമിന്റെ സംരക്ഷണത്തിനായി പോരാടുന്ന മുസ്ലിം സമൂഹം.
താലിബാൻ	–	താലിബാൻ എന്ന വാക്കിന്റെ അർത്ഥം വിദ്യാർത്ഥികളുടെ കൂട്ടം. അഫ്ഗാനിസ്ഥാനിലും പാകിസ്ഥാനിലുമായി പ്രവർത്തിക്കുന്ന ഇസ്ലാമിക സൈനിക രാഷ്ട്രീയ വിഭാഗം. (Talib = Student of Islam)
ശൂറ	–	ആദിമ ഇസ്ലാമിക സമൂഹങ്ങളിൽ ഖലീഫയെ തെരഞ്ഞെടുക്കാനുള്ള കൂടിയാലോചനാ സമിതി.
ഖോറാസാൻ	–	ഇന്നത്തെ അഫ്ഗാനിസ്ഥാൻ, ഇറാൻ, താജിക്സ്ഥാൻ മേഖലകളുൾപ്പെടുന്ന പ്രദേശമാണ് ഖോറസാൻ.
സീസ്ഥാൻ	–	തെക്കൻ അഫ്ഗാനിസ്ഥാനും ഇന്നത്തെ പാകിസ്ഥാനിലെ ബലൂചിസ്ഥാൻ മേഖലകളും ചേർന്ന് ശാകന്മാരുടെ അധീനതയിലുണ്ടായിരുന്ന പ്രദേശമാണ് സീസ്ഥാൻ എന്നറിയപ്പെടുന്നത്. ഗാന്ധാരത്തിലും (കിഴക്കൻ അഫ്ഗാനിസ്ഥാൻ) പാകിസ്ഥാൻ അതിർത്തിയിലുമായി ഏതാനും ചില വർഷങ്ങൾ ഭരണം നടത്തി.
അൽ-ശാം	–	സിറിയയെ സൂചിപ്പിക്കുവാൻ ജിഹാദികൾ ഉപയോഗിക്കുന്ന പേര്:
ദാഇശ്	–	ഒരു ജിഹാദി സംഘടന, അർത്ഥം ഉടയ്ക്കുക.

സഹായക ഗ്രന്ഥങ്ങൾ

Adam B Lowther(2007), *Americans and asymmetric conflict: Lebanon, Somalia, and Afghanistan,* (Praeger Security International, Westport).

Ahemed Rashid (2010), *Taliban,* (I B Tauris, New York).

Angelo Rasanayagam (2005), *Afghanistan a Modern History* (I B Tauris, New York).

Christopher M Wyatt (2011), *Afghanistan and the Defence of Empire: Diplomacy and Strategy during the Great Game* (I B Tauris, New York).

David B Edwards (2002), *Before Taliban Genealogies of the Afghan Jihad* (University of California Press, London).

Doron Zimmermann, Andreas Wenger (2010), *How States Fight Terrorism: Policy Dynamics in the West* (Viva Books, New Delhi).

Hafizullah Emadi (2010), *Dynamics of Political Development in Afghanistan* (Palgrave Macmillan, New York).

Hassan Abbas (2014), *The Taliban Revival: Violence and Extremism on the Pakistan-Afghanistan Frontier* (Yale University Press, London).

Jeffrey A Gritzner (2007). *Afghanistan* (Chelsea House Publishers, 2007).

Larry P Goodson (2001), *Afghanistan's Endless War State Failure, Regional Politics, and the Rise of the Taliban* (University of Washington Press, Seattle).

Martin McCauley (2002). *Afghanistan and Central Asia: A Modern History* (Longman, London).

Mohammad Hassan Kakar(2006), *A Political and Diplomatic History of Afghanistan 1863-1901* (Koninklijke Brill NV, Leiden).

Robert D.Crews and Amin Tarzi (eds.), (2009), *The Taliban and the crisis of Afghanistan* (Harward University Press Cambridge).

Robert I Rotberg (2007), *Building a new Afghanistan* (World Peace Foundation, Cambridge).

Rodric Braithwaite (2011), *Afgantsy: the Russians in Afghanistan, 1979–89* (Oxford University Press, Oxford).

Shaista Wahab and Barry Youngerman (2007), *A brief history of Afghanistan* (Infobase Publishing, New York).

Stephen Tanner (2002), *Afghanistan A Military History from Alexander the Great to the Fall of the Taliban* (Da Capo Press, Cambridge).

Thomas Barfield (2010), *Afghanistan: A Cultural and Political History* (Princeton University Press, Princeton).

William Dalrymple, *Return of a King: The Battle of Afghanistan* (Bloomsberry, London).

Hamid Wahed Alikuzhai (2013), *A Concise History of Afghanistan in 25 Volumes* (Trafford Publication, Victoria, CA).

Erinn Banting (2003), *Afghanistan: The People* (Crabtree Publishing Company, New York).

John F A Swayer (1999), *Sacred Languages and Sacred Texts* (Routledege, London).

www.ingramcontent.com/pod-product-compliance
Lightning Source LLC
LaVergne TN
LVHW100306051026
849517LV00006B/2211
* 9 7 8 9 3 9 3 4 6 8 2 2 2 *